உங்கள் குழந்தை யாருடையது?

~ ஆனந்த விகடனில் வெளிவந்த தொடரின் விரிவாக்கம் ~

ஜெயராணி

எதிர் வெளியீடு

உங்கள் குழந்தை யாருடையது?
குழந்தை வளர்ப்பு
ஜெயராணி ©

எதிர் முதல் பதிப்பு: ஜனவரி 2020
இரண்டாம் பதிப்பு: ஜனவரி 2024

எதிர் வெளியீடு,
96, நியூ ஸ்கீம் ரோடு, பொள்ளாச்சி - 642 002
தொலைபேசி: 04259 226012, 99425 11302

விலை: ரூ. 250

Ungal Kuzhanthai Yarudaiyathu?
Parenting
By Jeyarani ©

Ethir Veliyeedu First Edition: January 2020
Second Edition: January 2024

Published by
Ethir Veliyeedu, 96, New Scheme Road, Pollachi - 2.
email: ethirveliyedu@gmail.com
www.ethirveliyeedu.com

ISBN : 978-93-87333-88-8
Layout & Cover Design: M creative
Cover Art: Tamara Tavella, Germany
Printed at Jothy Enterprises, Chennai

All rights reserved. No part of this book may be reprinted or reproduced or utilised in any form or by any electronic, mechanical or other means, now known or hereafter invented, including Photocopying and recording, or in any information storage or retrieval system, without permission in writing from the Publisher.

பெற்றோரின் இலக்கு குழந்தையின் எதிர்காலமா?

கிராமங்களில் கோழி முட்டைகளை சேகரித்து, பின்பு அதனை கோழிக்குஞ்சுகளாக பொறிக்க வைப்பதற்கு அடை வைத்தல் என்று பெயர். ஒரு கோழி பல முட்டைகளின் மீது அடை படுத்து, குறிப்பிட்ட நாட்களில் முட்டைக்குள்ளிருக்கும் கரு உருவாகி, வளர்ந்து சின்னஞ்சிறு கோழிகளாக வெளிவர உதவி செய்யும். அப்படி பல கோழிக்குஞ்சுகள் பிறந்து நம் கண்முன் உலாவும் போது பார்க்கவே அழகாக இருக்கும். அதில் மிகவும் அதிகமாக நம்மை ஈர்க்கும் ஒரு கோழிக்குஞ்சை நாம் கையில் எடுத்து வைத்து, அதனை தடவிக் கொடுத்து தினமும் சிறப்பாக கவனித்து வந்தால் அதற்கு பெயர் என்ன தெரியுமா..? சிறப்பு கவனம் பெற்ற அந்த கோழிக்குஞ்சு என்ன ஆகும் என்று கேள்விப்பட்டிருக்கிறீர்களா..?

நம்மால் கூடுதல் கவனத்தோடும் அதிக அக்கறையோடும் பராமரிக்கப்பட்ட கோழிக்குஞ்சுக்கு கிராம மக்கள் வைத்திருக்கும் சிறப்புப் பெயர் –'பிடி குஞ்சு'. தொடர்ந்து நம் பராமரிப்பில் வளர்ந்து பழகிய அந்த சின்னஞ்சிறிய உயிர், அதனுடன் பிறந்த மற்றவற்றைப் போல இயல்பாக இருக்காது. அது நம் கூட்டின் தேவையோடும் மனிதனை அண்டிப்பிழைக்கும் தன்மையோடும் வளர்கிறது. பல நாட்கள் கழித்து மொத்த கோழிக்குஞ்சுகளையும் கவனித்தால் நாம் சிறப்பாகப் பராமரித்த ஒன்று மட்டும் முழு வளர்ச்சியடையாமலும் மற்ற குஞ்சுகளோடு இணையாமலும் தனித்து இருப்பதைப் பார்க்க முடியும். இப்படி வளர்க்கப்படும் கோழிக்குஞ்சுகள் சில மாதங்களிலேயே இறந்து போய் விடும் என்பது கோழிகளோடு பழகிய ஒவ்வொரு கிராமத்து மனிதனுக்கும் தெரியும். ஒரு கோழிக் குஞ்சை தனிமைப்படுத்தி, உடல் வளர்ச்சியைக் குறைத்து, இறுதியில் மரணமடைய வைப்பதற்கு ஒரே ஒரு காரணம் தான் - கூடுதல் பராமரிப்பு.

இது கோழிகளில் மட்டுமல்ல. சிறப்பு கவனிப்பு என்ற பெயரில் பெற்றோர்களின் இளஞ்சூட்டின் பாதுகாப்பிலேயே வளர்க்கப்படும் குழந்தைகள் இந்த சமூகத்தோடு இணையாமல் தனித்து இருப்பதையும், எப்போதும் தன்னை கவனித்துக் கொள்ள ஒரு நபரைத் தேடிக் கொண்டிருப்பதையும் பார்த்தால் மனிதர்களுக்கும் பொருந்தும் என்பதைப் புரிந்து கொள்ள முடியும். தனித்து இயங்கி பழக்கப்படாத, நம்மால் பயிற்றுவிக்கப்பட்ட பொருள் தேடும், இயந்திரங்களாகவே நவீன உலகின்

குழந்தைகளை நாம் தயாரிக்கிறோம். இப்படி சிறப்பு பராமரிப்பில் உருவாக்கப்படும் குழந்தைகள் உலகத்தோடு தன்னை தகவமைத்துக் கொள்ளும் திறனைப் பெறுவதில்லை.

இது தான் நம் குழந்தை வளர்ப்பின் உண்மை நிலை.

குழந்தை வளர்ப்பில் ஒழுக்கத்தைக் கற்றுக் கொடுக்க நாம் கடைப்பிடிக்கும் முறை என்ன?

ஒரு குழந்தை ஒரு தவறைச் செய்கிறது. அது தவறு என்று தெரியாமல் செய்கிறது. இப்போது பெற்றோர்களாக நாம் என்ன செய்கிறோம்? குழந்தை செய்த தவறை மொத்த சமூகத்திற்கு முன்னால் நின்று நம் குடும்பம் செய்த தவறாக சித்தரித்துக் கொண்டு, நம் தனிப்பட்ட ஈகோ பிரச்சினையாக மாற்றிக் கொள்கிறோம். ஒரு குழந்தையிடம் எப்படி நடந்து கொள்வது என்ற அடிப்படைப் புரிதலின்றி, கடுமையான தண்டனைகள் மூலம் குழந்தையை திருத்த, நல்வழிப்படுத்த முயல்கிறோம். இது எந்த அளவிற்கு பயன்தரும்..?

ஆத்திரக்காரனுக்கு புத்தி மட்டு என்று ஒரு பழமொழி கேள்விப்பட்டிருக்கிறீர்களா..? இதற்கான உளவியல் ரீதியான விளக்கம் என்ன தெரியுமா..?

நாம் எவ்வளவு படித்து, அனுபவம் வாய்ந்தவராக அறிவைச் சேர்த்து வைத்திருந்தாலும் சரி. நாம் உணர்ச்சிவசப்படுகிற அந்த நிமிடத்தில் நமது அறிவு வேலை செய்யாது. மாறாக, உணர்ச்சி நிலை மட்டுமே மனம் முழுவதும் வியாபித்திருக்கும். இந்தப் பழமொழியில் ஆத்திரம் என்றால் உணர்ச்சியையும், புத்தி என்பது அறிவையும் குறிக்கிறது.

இதே புரிதலை குழந்தைகளுக்கு பொருத்திப் பார்ப்போம். ஒரு தவறைச் செய்த நிலையில் பெற்றோர்களின் கண்டனத்திற்கும் தண்டனைக்கும் ஆளாக்கப்பட்ட குழந்தை என்ன நிலையில் இருக்கும்? நிதானமான மனநிலையிலா..? அல்லது உணர்ச்சி வசப்பட்ட மனநிலையிலா..? தண்டனை கொடுக்கும் நமது மனநிலையே உணர்ச்சிநிலையில் இருக்கும் போது குழந்தையின் மனநிலை முற்றிலும் பயந்த போய் உணர்ச்சிவசப்பட்ட மனநிலையில் தான் இருக்கும்.

நாம் கொடுத்த தண்டனையால் உணர்ச்சி நிலைக்குத் தள்ளப்பட்ட குழந்தைக்கு, இப்போது நாம் சொல்லும் அறிவுரைகள் புரியுமா..? நிச்சயமாகப் புரியாது. உணர்ச்சி நிலையில்தான் அறிவு வேலை செய்யாதே...

அப்படியானால், அதே தவறை தண்டனைக்குப் பிறகு குழந்தைகள் ஏன் செய்வதில்லை..? அந்த செயல் தவறு என்று புரிந்து கொண்டு தண்டனை பெற்ற குழந்தைகள் மறுபடியும் தவறு செய்யாமல் இருப்பதில்லை. மாறாக, குறிப்பிட்ட செயலைச் செய்தால் நாம் தண்டனை தருவோம் என்று புரிந்து கொண்டுதான் குழந்தைகள் அமைதி காக்கின்றன.

தண்டனைக்குப் பயந்து, தண்டனை கிடைக்கும் சூழலில் குழந்தைகள் குறிப்பிட்ட செயல்களைச் செய்வதில்லை. இப்படி, தண்டனைக்கு பயந்த குழந்தைகள் அந்த பயத்தை மீறும் போதோ, தண்டனை கொடுக்க ஆளில்லாத சூழலிலோ அதே தவறை மறுபடியும் மறுபடியும் செய்யத் துணிகின்றன. இதுதான் நம் ஒழுக்க போதனை.

அறியாத நிலையில் தவறு செய்த குழந்தையை, குற்றவுணர்ச்சி ஏற்படாமல், நிதானமான மனநிலையில் செயலின் விளைவு குறித்து புரிய வைப்பதே நிரந்தரமாக குழந்தைகளை தவறுகளிலிருந்து மீட்கும் வழியாகும்.

நாம் குழந்தைகளுக்காக பரிந்துரைக்கும் கல்வி எப்படிப்பட்டது.?

மதிப்பெண்களை நோக்கி ஓடும் பந்தயக் குதிரைகளாக நாம் குழந்தைகளைத் தயார் செய்கிறோம். எல்லா குழந்தைகளும் ஒரே வேகத்தில் ஓடக்கூடியவைகளாக, எல்லா குழந்தைகளும் முதல் மதிப்பெண் பெறும் கற்பனையில் பள்ளிகள், போருக்குத் தயாரிக்கப்படும் பயிற்சி முகாம்களைப் போல காட்சியளிக்கின்றன.

இயற்கை வேளாண் விஞ்ஞானி முனைவர் கோ.நம்மாழ்வார் அவர்கள் சொல்வார் "படிப்பாளி வேறு, அறிவாளி வேறு. படிப்புக்கும் அறிவுக்கும் சம்பந்தமில்லை. நாம் படிப்பாளிகளை அறிவாளிகளாக தவறாகப் புரிந்து கொள்கிறோம்."

நம் குழந்தைகளை அறிவாளியாக்க முயல்கிறோம் என்று நினைத்துக் கொண்டு, படிப்பாளியாக மாற்றி விடுகிறோம். அறிவு சுடர் விடும் பருவத்தில் மனப்பாடத்தை மட்டுமே கற்றுத்தருகிறோம்.

நாம் தவறாகக் கற்று வைத்திருக்கும் சாதி அடிப்படையிலான சமூக மதிப்பீடுகளை, பாலின ரீதியான சமமற்ற தன்மையை, பொருளாதாரம் குறித்த மிகை கற்பனைகளை உள்வாங்கிக் கொண்ட நவீன மிருகங்களாக நம் குழந்தைகளை நாமே தயாரிக்கிறோம்.

இப்படியாக, குழந்தை வளர்ப்பு குறித்த அடிப்படைகள் புரியாத - கற்றல் என்றால் என்னவென்று தெரியாத - கல்வி குறித்த புரிதலே இல்லாத பெற்றோர்களாக நாம் இருக்கிறோம் என்பதை முதலில் நாம் புரிந்து கொள்வது அவசியம்.

கண்டிப்பான பெற்றோர் அல்லது செல்லம் கொடுக்கும் பெற்றோர் என இரண்டே வகைகளில் இந்தியப் பெற்றோர்களை அடக்கி விட முடியும் என்ற உண்மையை கன்னத்தில் அறைவது போலச் சொல்கிறது இந்நூல். இந்தக் கட்டுரைகளின் வழியே பேசும் எழுத்தாளர் ஜெயராணியின் சொற்கள் சில இடங்களில் நமக்கு வலி தருவதாக இருந்தாலும் கூட, நம் குழந்தைகளின் எதிர்கால முழுமை கருதி இவற்றை உள்வாங்கிக் கொள்ள வேண்டிய அவசியம் ஒவ்வொரு பெற்றோருக்கும் இருக்கிறது. குழந்தை

வளர்ப்பின் ஒவ்வொரு படிநிலையையும் ஒரு பத்திரிகையாளராக தான் உள்வாங்கிய நிகழ்வுகளின் மீது, தான் சொல்ல விரும்பும் கருத்தினை தன்னனுபவமாக முன்வைக்கிறார் நூலாசிரியர்.

குழந்தைகள் நமது வழியாக இந்த பூமிக்கு வருபவை தானே ஒழிய, குழந்தைகளின் மீது பெற்றோருக்கு எந்த அதிகாரமும் இல்லை என்ற கலீல் ஜிப்ரானின் வரிகளோடு தொடங்கும் அத்தியாயங்கள் குழந்தைகளுக்கான உணவு முறை, அவற்றின் இயற்கையான ஆரோக்கியம் ஆகியவற்றைப் பற்றியும் ஆழமாக உரையாடுகின்றன.

பெரும்பாலான அல்லது எல்லா இந்தியப் பெற்றோர்களுமே குழந்தைகளுக்காகவே வாழ்வதாகவும், உழைப்பதாகவும், கஷ்டங்களைத் தாங்கிக் கொள்வதாகவும் கூறுவார்கள். ஆனால், குழந்தைகளுக்கான நேரத்தை தம் வாழ்வில் எப்போதுமே ஒதுக்குவதில்லை என்பதையும், நாம் இலக்குகளாக நம்புபவற்றையே குழந்தைகளின் எதிர்காலமாக மாற்ற நாம் முயல்வதையும் விரிவாக, நிதானமாக நம் மனசாட்சியோடு கேள்விகளின் மூலம் பேசுகிறது இந்நூலின் பக்கங்கள்.

குழந்தைகளோடு பேசத்தெரியாதவர்களாக, அவர்களை வளர்க்கத் தெரியாதவர்களாக, நம் உடல்நலனையும் - குழந்தைகளின் உடல்நலனையும் பாதுகாக்கத் தெரியாதவர்களாக, எந்த உணவு நல்ல உணவு என்ற புரிதல் இல்லாதவர்களாக, மகிழ்ச்சி என்றால் என்ன என்ற அடிப்படைப் புரிதல் இல்லாதவர்களாக நாம் இருக்கிறோம் என்ற உண்மையை நாம் உணர்வதற்கு பதினான்கு கட்டுரைகளையும் பொறுமையோடு வாசிக்க வேண்டும்.

குழந்தைகள் எங்கிருந்து கற்றுக் கொள்கிறார்கள் என்று நம்மைக் கேட்டால் நாம் சொல்வோம் - கல்விக் கூடங்களில் இருந்து என்று. ஆனால், உண்மையில் யோசித்துப் பார்த்தால் கல்விக் கூடங்களுக்கு வெளியே நாம் கற்றவைதான் ஏராளம். ஆனால், நாம் நம் குழந்தைகளை கல்விக்கூடங்களுக்குள்ளாகவே உலகத்தைக் கற்றுக்கொள்ள முடியும் என்ற மூடநம்பிக்கையின் அடிப்படையிலேயே வளர்க்கிறோம். கல்விக்கூடங்கள் மட்டுமே நம்பி, அதனையே அறிவாக எண்ணி வளரும் குழந்தைகளை எதார்த்த உலகை எதிர்கொள்ளவும், அதனோடு தகவமைத்துக் கொள்ளவுமான தகுதிகளைப் பெறுவதில்லை. இந்த உண்மை பெற்றோர்களாக நமக்குப் புரியும் போது, நம் குழந்தைகள் பெரியவர்களாகி அவர்கள் கற்றலை நிறுத்திக் கொண்டிருப்பார்கள். இது ஒரு சாபத்தின் சுழற்சி போல, இந்தியக் குடும்பங்களில் தலைமுறைகளாகக் கடத்தப்பட்டு வந்திருக்கிறது.

குழந்தை வளர்ப்பு என்பது வெறும் அக்கறையும் கண்டிப்பும் மட்டும் கலந்தது அல்ல. குழந்தைகளின் அடிப்படை சுதந்திரம், அவர்களின் அறிவு விரிவாக்கம், உலகைப் புரிந்து கொள்ளும் தன்மை, அவர்கள் எதிர்கொள்ளும் சமூகப் பிரச்சினைகள், பாலியல் ரீதியான புரிதல்... என ஏராளமான

அம்சங்கள் நிறைந்தவை என்பதை இந்நூலை வாசிக்கும் ஒவ்வொருவரும் உணர்வார்கள்.

குழந்தைகளுக்கு வசதியான வாழ்வைக் கொடுக்கத்தான் நாம் துடிக்கிறோமே தவிர, அன்பான, அமைதியான, பிரச்சினைகளற்ற வாழ்வைத்தர நாம் எந்த சிரத்தையும் எடுப்பதில்லை என்பன போன்று நேரடியாக உண்மைகளைக் கூறும் வரிகள் பக்கங்கள் தோறும் பதிவு செய்யப்பட்டிருக்கின்றன.

ஒவ்வொரு கட்டுரையையும் புரிந்து கொள்ளும் மனநிலையோடு வாசித்து, நம் குழந்தைகளை மனதில் வைத்து தீர்வை நோக்கி நகர வேண்டிய அவசியமான காலத்தில் நாம் வாழ்கிறோம்.

குழந்தைகளை பெற்றோர்கள் புரிந்து கொள்வதில் இருக்கும் தடைகளை நீக்கும் ஒரு சிறிய உடைப்பை இந்நூல் ஏற்படுத்துவதே வாசிப்பதற்கு நாம் செலுத்தும் மரியாதையாகும்.

சமூகக் கொடுமைகளை சகித்துக் கொண்டு வாழ்ந்து பழகிப்போன மனித மனசாட்சிகளைத் தட்டியெழுப்பும் படைப்புகளை தொடர்ந்து தந்து கொண்டிருக்கிறார் எழுத்தாளர் ஜெயராணி. இன்னும் நிறைய எழுதவும், விழிப்புணர்வு பரவவும் வாழ்த்துகள் தோழி.

அன்புடன்,
அ.உமர் பாரூக்
முதல்வர்,
கம்பம் அகாடமி ஆஃப் அக்குபங்சர்
healerumar@gmail.com

முன்னுரை

ஒவ்வொரு குழந்தையும் சிறந்த மனிதரே!

குழந்தை வளர்ப்பு பற்றி ஒரு தொடர் எழுத முடியுமா என ‘ஆனந்த விகடனில்’ கேட்ட போது, அதுவரையிலும் சாதியம், மதவாதம், பெண்ணியம், மனித உரிமைகள் போன்றவற்றை மட்டுமே பெரிதளவில் எழுதிக் கொண்டிருந்த சூழலில் சற்று யோசனையாக இருந்தது. எழுதலாமா, வேண்டாமா என்பதல்ல என் சிந்தனை. இந்த களத்தை எப்படி பயன்படுத்திக் கொள்வது என்பதுதான். ஏனென்றால் குழந்தை வளர்ப்பில் நாம் செய்யும் ஆக்கப்பூர்வமான மாற்றங்கள்தான் ஒரு சமூகத்தின் பண்பாட்டு மாற்றத்திற்கு நல்ல வகையில் பங்களிக்கின்றன என்பது என் உறுதியான நம்பிக்கை.

‘அடல்ட்ஸ் ஒன்லி’ என்ற முதல் அத்தியாயத்திலிருந்தே இந்த தொடர் எனக்கு ஒரு புதிய திறப்புதான். பண்பாட்டு ரீதியாக போற்றுதலுக்குரியதாக இருக்கும் நமது குடும்ப அமைப்பு முழுக்கவே சிக்கல்களால் தான் பின்னப்பட்டிருக்கிறது என்பது என் புரிதல் மட்டுமல்ல, அனுபவமும் கூட. சுயநலன், பெண் வெறுப்பு, பாலியல் துன்புறுத்தல், குடும்ப வன்முறை என எனது குழந்தைப் பருவம் ஒரு கொடுங்கனவு. “உன்னுடைய குழந்தைப் பருவத்தில் ஏதேனும் ஒரு விஷயத்தை மறுபடியும் வாழலாம் என ஒரு வாய்ப்புக் கிடைத்தால் எதை விரும்புவாய்?” என ஒரு நண்பன் அண்மையில் கேட்டான். இப்போது வரை யோசித்துக் கொண்டிருக்கிறேன், சில நிமிட நிகழ்வேனும் ஏதாவது தோன்றுமா என. நிச்சயமாக இல்லை. 18 வயது வரையிலான என் குழந்தைமையை நான் நினைத்துப் பார்க்கவும் விரும்பவில்லை.

இங்கே பல வீடுகள் வதைக் கூடங்களாகத் தான் இருக்கின்றன. காலப் போக்கில் நான் பார்த்த ‘வாழத் தகுதியான குடும்பங்கள்’ பலவிதமான மூட நம்பிக்கைகளில், பிற்போக்குத்தனங்களில், பாகுபாடு மற்றும் சக மனிதர்கள் மீதான வெறுப்புணர்ச்சியில் உழல்வதைப் பார்த்தேன். எல்லையற்ற அன்பு, எல்லையற்ற மகிழ்ச்சி என வீடுகளை வைத்து, மனிதர்களை வைத்து நான் கணித்தவை ஒரு மோசமான வரையறையைக் கொண்டிருந்தன.

மகளை அத்தனை சுதந்திரமாக வளர்த்த தந்தை அவள் காதலிப்பது தெரிந்ததும் ஓர் இரவு முழுவதும் ஆத்திரம் தீருகிற வரை அடித்துத் துவைத்தார். தன் நண்பருடன் தங்கை பேசிக் கொண்டிருந்ததைப் பார்த்த அண்ணன் அவ்விடத்திலேயே தங்கையை அறைந்து அவமானப்படுத்தினான். கணவன் மேல் இருந்த கோபத்தில் பெற்ற மகளுக்கு விஷம் கொடுத்துக் கொன்றார் ஒரு தாய். சொத்துத் தகராறில் பெற்றோரை அலைக்கழித்தனர் மகன்கள். நமது குழந்தை வளர்ப்பு இரு பக்கங்களைக் கொண்ட நாணயம். ஒரு பக்கம் அன்பு. இன்னொரு பக்கம் வெறுப்பு. ஒரு பக்கம் பரிசு, இன்னொரு பக்கம் தண்டனை. ஒரு பக்கம் மகிழ்ச்சி இன்னொரு பக்கம் துயரம். பெற்றோரின் விதிமுறைகளுக்கு ஏற்ப குழந்தை வளர்ந்தால் முன்னதெல்லாம் கிடைக்கும். மறுத்தால் வெறுப்பு, தண்டனை, துயரம்.

சமூகம் சீர்கெட்டுக் கிடப்பதில் நமக்கெல்லாம் பெரும் வருத்தம். ஆனால் இச்சமூகம் சீர்கெட்டதில் பெற்றோருக்கும் வீடுகளுக்கும் எந்தப் பங்குமே இல்லையா? பெண்கள் அடிமைப்படுத்தப்பட வேண்டியவர்கள் என்பதை ஒரு குழந்தை எவ்வாறு கற்கிறது? ஒருவர் தீண்டத்தகாதவர், கீழானவர், மரியாதைக் குறைவானவர் என்பதை குழந்தைக்குச் சொல்லிக் கொடுப்பது யார்? உலகின் எந்த குற்றத்தையும் குறிப்பிடுங்கள். அது நம் சமூகத்தில் மேலதிகமாக நடைபெறுவதை ஆதாரப்பூர்வமாக நிரூபிக்க முடியும். தனிநபர் குற்றங்களோடு, பெண் வெறுப்பு, சாதிக் கொடுமை, மதவாதம், ஊழல், மனித உரிமை மீறல் என இந்நாட்டின் தீவிரப் பிரச்னைகள் எதுவாகவும் இருக்கட்டும். ஒவ்வொரு சமூகச் சீர்கேட்டிற்குமான விதை எங்கே ஊன்றப்படுகிறது? நம் வீடுகளில்தான்.

சுயநல உணர்வு, வெறுப்பு, அலட்சியம், பேராசை ஆகியவற்றை தான் வீடுகள் வளர்த்தெடுக்கின்றன. சக மனிதர்களை சுரண்டவும் வெறுக்கவும் கற்பிப்பதால் தான் அது பரவி தம்மையே பலியாக்குகிறது என்பதை குடும்பங்கள் புரியத் தவறுகின்றன. நம்மைப் பொருத்தவரை குழந்தைப் பிறப்பு என்பது குடும்ப கவுரவம், குலப் பெருமை மற்றும் வாரிசுரிமை. வழிவழியாகக் கொண்டு வந்து பண்பாட்டுக் குப்பைகளை அப்படியே பாதுகாத்து தலைமுறைகளுக்குக் கடத்துவதற்கே நாம் குழந்தை பெற்றுக் கொள்கிறோம். அதற்காகவே அவர்களது சிந்திக்கும் திறனை வெகு முன்னரே முடக்குகிறோம்.

ஒரு நல்ல சமூகம் என்பது அற உணர்வின் அடிப்படையிலான வாழ்வியல் விழுமியங்களாலேயே வழிநடத்தப்பட வேண்டும். சாதி, மத, இன, மொழி, நிற மற்றும் பாலின ரீதியான பாகுபாட்டு உணர்வோ, வெறுப்புணர்வோ இல்லாமல் சக மனிதரின் முகம் பார்த்து புன்னகைப்பதிலிருந்து அது

தொடங்குகிறது. ஏற்றத்தாழ்வு உணர்வின்றி எல்லோருக்கும் மாண்புரிமை உண்டென தோழமையுடன் கைகோர்ப்பதில் அது நீள்கிறது. எல்லோருக்கும் சுதந்திரம் உண்டு, எல்லோருக்கும் அந்தரங்கம் உண்டு, எல்லோருக்கும் வாழ்வுரிமை உண்டு எனப் புரிந்து கொள்வதில் அது வலிமையடைகிறது. தன்னைப் போன்ற மனிதர்கள் வாழக் கூடிய இந்த நாட்டின் வளத்தை, மண்ணை, இயற்கையை, சுற்றுச்சூழலை, கண்ணியத்தை, அமைதியை, மரியாதையை காப்பாற்றுவதில் அது முழுமையடைகிறது.

ஒவ்வொரு நாடும் உலக அரங்கில் அதன் பொருளாதார நிலைத்தன்மையாலும் அறிவியல் சாகசங்களாலும் அறியப்படுவதை விட, தன் மக்களின் அறப் பண்பாடுகளாலே தான் மதிக்கப்பட வேண்டும். அமெரிக்க எழுத்தாளர் வால்ட் விட்மன், "சிறந்த மனிதர்களை உருவாக்குங்கள், மற்றவை தானே பின் தொடர்ந்து வரும்" என்கிறார். சிறந்த மனிதர்களை உருவாக்குவதை விடவும் மனிதர்களாகிய நமக்கு வேறு வேலை ஏதாவது இருக்கிறதா? ஆனால் அந்த அடிப்படைக் கடமையை மறந்துவிட்டு நாம் வேறு எதையோ செய்து கொண்டிருக்கிறோம்.

நம்மைச் சுற்றி எத்தனை பிரச்சனைகள் இருக்கின்றன! ஏன் கல்வியின் பெயரால் இவ்வளவு கொள்ளையடிக்கிறார்கள், ஏன் லஞ்சம் வாங்குகிறார்கள், ஏன் மதுவால் மனித வளத்தை சீரழிக்கிறார்கள், ஏன் விலைவாசியை ஏற்றிக் கொண்டே போகிறார்கள், ஏன் ஆபத்தான மருந்துகளை விற்கிறார்கள், ஏன் உணவில் ரசாயனத்தைக் கொட்டுகிறார்கள், ஏன் சக மனிதரை துன்புறுத்துகிறார்கள், ஏன் கோடீஸ்வரர்கள் நிறைந்த நாட்டில் ஒருவேளை உணவுக்கும் அல்லாடும் மனிதர்கள் அதிகமிருக்கிறார்கள், ஏன் காடுகளை அழிக்கிறார்கள், ஏன் ஏரிகளை, மலைகளை விழுங்குகிறார்கள், தான் மட்டும் வாழ்ந்தால் போதுமென ஏன் நினைக்கிறார்கள்? சொல்லுங்கள். ஏனென்றால் நாம் சிறந்த மனிதர்களை உருவாக்குவதை நிறுத்திவிட்டு பணத்தை மட்டுமே உற்பத்தி செய்து கொண்டிருக்கிறோம் என்பதுதான்.

இப்பூமியில் வாழும் ஒவ்வொரு மனிதருக்கும் ஒரு பெருங்கடமை இருக்கிறது. அது இப்பூமியையும் மனித இனத்தையும் காக்க வேண்டிய பொறுப்புணர்வுடன் செயல்படுவது. அந்த பொறுப்புணர்வு திடீரென ஒருநாள் தலைக்குப் பின்னால் ஒளிவட்டமாக முளைத்துவிடாது. அது குழந்தைப் பருவத்திலிருந்து விதைக்கப்படும் அன்பினால் மட்டுமே சாத்தியப்படக் கூடியது. ஒவ்வொரு குழந்தையும் பிறக்கும் போது இச்சமூகத்திற்கு அதை சரியான மனிதராக வளர்த்தெடுக்கும் கடமை வந்து சேர்கிறது. குழந்தையின் சுய அறிவு கண்விழிக்கும் கணத்திலிருந்து அதற்கு அறக்கல்வியை போதிக்கத் தொடங்குவது ஒரு நல்ல சமூகத்தின் பண்பாடாக

இருக்க வேண்டும். ஆனால், இங்கே என்ன நடந்து கொண்டிருக்கிறது? நல்லது சொல்லவில்லையென்றாலும் பரவாயில்லை... நமது வளர்ப்பு முறையும் வாழ்க்கை முறையும் தீயவற்றை மட்டுமே குழந்தைகளுக்கு கற்பிக்கும் வகையில் அமைந்திருக்கின்றன.

இப்புவியில் மலைகள் எத்தனை லட்சம் ஆண்டுகளுக்கு முன் தோன்றி உருமாறி நிலைகொண்டிருக்கின்றன. இங்கே நம்மோடு வாழும் உயிர்கள் எத்தனை வகையின என நாம் கண்டறிந்தது மிகக் குறைவுதான். நதிகள் எவ்வாறு தம் பாதையை அமைத்துக் கொள்கின்றன? அத்தனை பரந்துவிரிந்த கடல்கள் சூரியனின் வெப்பத்தை எவ்வாறு சமன் செய்கின்றன; ஒரு சிறு விதைக்குள்ளிருந்து பெருமரங்கள் எழும்பிவிடும் பேரதிசயம் எவ்வாறு நிகழ்கிறது. இங்கேதான் கண்கள், இவ்வளவுதான் மூக்கு, ஓர் இதயம் இரு சிறுநீரகமென மனித உடல் இத்தனை கனக்கச்சிதமாக எவ்வாறு வடிவமைக்கப்பட்டது? இயற்கை எல்லா செல்வங்களையும் மனிதர்களுக்கு வழங்கி இருக்கும் போது அதை சரியாகப் பயன்படுத்திக் கொள்ளும் பாதுகாத்து அடுத்த தலைமுறைகளுக்கு வழங்கும் பொறுப்பை மனிதர்களாகிய நாம் உணர்ந்தோமில்லை. பொறுப்புணர்வற்றவர்களின் கையில் கிடைத்த புதையலாக இப்பூமி சீரழிந்து கொண்டிருக்கிறது.

குழந்தைகளுக்கு வாழ்வின் உண்மையான தேவையையும், பயனையும் பலனையும் சுட்டிக்காட்ட மறுத்து போலிகளுக்குள் அவர்களை முடக்குகிறோம். அதனால் எல்லாவற்றிலும் அதிகமாகவும் பெரிதாகவும் எதிர்பார்க்கிறார்கள்; நீர் நிலம், காற்று, காடு, மலை, பிற உயிர்கள், சக மனிதர் என தன்னைத் தவிர எல்லாவற்றையும் இப்பூமிக்கு தேவையற்றதென கருதுகின்றனர். நான், என் குழந்தை, என் பேரக் குழந்தை, என் பேரக் குழந்தையின் குழந்தை அதன் சந்ததி மட்டும் வாழ்ந்தால் போதுமென பணத்தைக் கொண்டு போய் பாதாளத்தில் கொட்டி வைக்கின்றனர்.

வீடு, பள்ளிக்கூடம், சமூகம் என்ற மூன்று பெரும் கல்வி நிறுவனங்களும் பொருள் வேட்டையாட மட்டுமே கற்பிக்கையில் எங்கிருந்து அவர்கள் இதயத்தில் அன்பும் கருணையும் பொறுப்புணர்வும் சுரந்துவரும்? எதை செய்ய வேண்டுமென சொல்லித் தர ஏட்டுக்கல்வி போதும், எதை செய்யக் கூடாது என அறிந்து கொள்ள அறிவு வேண்டும். ஆனால் அந்த அறிவை யார் இன்றைய குழந்தைகளுக்கு போதிக்கிறார்கள்? மரங்களை கண்மூடித்தனமாக வெட்டியழிக்கும் ஒரு சமூகத்தின் பாடத்திட்டத்தில் மரங்களை வெட்டாதே என போதிக்கப்படுமானால் குழந்தை எதை பின்பற்றும்? சொல்லையா செயலையா? எந்த குழந்தையும் பெரியோர்களின் சொற்களை கவனிப்பதில்லை, செயல்களையே நோக்குகின்றன எனும் போது, நமது

செயல்களின் மூலம் நம் குழந்தைகள் எதை கற்றுக் கொள்கின்றன. பொய்யான வாழ்க்கையையும் வெறுப்புணர்வையும், அழிவின் மீதான நம்பிக்கையையும்தானே! குழந்தைகளை தவறான மனிதர்களாக வளர்த்துவிட்டு, நாம் போதனைகளை மட்டுமே செய்து கொண்டிருக்கிறோம்.

இந்தியா எல்லைகளின் தேசம். ஒரு வேளை உணவு கிடைக்காத ஏழைகளையும், உலகின் பெரும்பணக்காரர்களையும் அது கொண்டிருக்கிறது. குப்பைக் கூளமாக காட்சியளிக்கும் இதே மண்ணில் புராதனச் சின்னங்கள் நிமிர்ந்து நிற்கின்றன. புனிதங்களுக்கும் இழிவுக்குமான தராசு முள் நட்டநடுவில் இருக்கிறது. அன்பு எவ்வளவோ, அவ்வளவு வெறுப்பு! எவ்வளவு ஆக்கமோ அவ்வளவு அழிவு. எவ்வளவு பக்தியோ அவ்வளவு வெறி. எவ்வளவு வளர்ச்சியோ அவ்வளவு வீழ்ச்சி! எவ்வளவு கறுப்போ அவ்வளவு வெள்ளை.

ஆனால் மனதின் தூய்மையை வலியுறுத்திய புத்தர், தீவிர நிலைகளால் நமக்குத் துயரமே வந்து சேரும் என்கிறார். நன்றாக சிந்தித்துப் பாருங்கள் உங்களுக்கு உண்டான அத்தனை துயரங்களுக்கும் இது அல்லது அது என ஏதேனும் தீவிர உணர்ச்சியே காரணமாக இருக்கும். பெரியவர்கள் மட்டுமல்ல குழந்தைகளுடனான நம் உறவும் சிக்கலுக்குரியதாக மாறியதற்கு நம் தீவிர உணர்ச்சிகளே காரணம். எப்போதும் அன்பும் வெறுப்புமாக இரு எல்லைகளிலேயே நிற்கும் பெற்றோரால் குழந்தைகள் கடும் துயரத்தையே சந்திக்கின்றனர். கெடுவாய்ப்பாக, நம் ஒட்டுமொத்த சமூகமே அத்தகைய சூழலில் தான் தத்தளிக்கிறது.

அன்பு, மகிழ்ச்சி, பரிவு, கருணை, துயரம், அச்சம், கோபம், வெறுப்பு போன்றவை இயல்பான மனித உணர்வுகள்தான். ஆனால் அத்தகைய மனித உணர்ச்சிகள் அனைத்தும் தோன்றி மறையும் தன்மையைக் கொண்டவை. எந்த உணர்வுக்கும் ஆயுள் மிகக் குறைவு. ஆனால், தற்காலிகமான உணர்வுநிலைகளுக்கு நிரந்தரமான ஒரு பாதிப்பை ஏற்படுத்தும் வகையில் நாம் குழந்தைகளை பழக்குகிறோம். அதீத மகிழ்ச்சி, அதீத வெறுப்பு, அதீத கோபம் என எல்லாமே அதீதம். தீவிர உணர்வுகள் எல்லாமே அது மகிழ்ச்சியே என்றாலும் அதுவும் குழந்தைகளின் மனச் சமநிலையை பாதிக்கிறது. எதிர்பார்ப்பை அடக்கத் தெரியவில்லை எனில் ஏமாற்றத்தை அடக்க முடியாது. மகிழ்ச்சியில் அமைதி காக்க முடியாதவர்களால் துயரத்தில் அமைதி காக்க முடியாது. கோபப்படுவதும் வெறுப்பதும் அழிப்பதும் தான் வீரம் என நினைக்கிறோம். உண்மையில் அன்பாகவும் அமைதியாகவும் இருப்பதும் தான் வீரம். ஏனென்றால் அதுதான் ஒரு மலையை புரட்டுவதைவிடவும் மிகவும் கடினமானது. அன்பு என்றால்

எப்படிப்பட்ட அன்பு. அது ஓர் உரையாடலைப் போல இசைவானதாக இருக்க வேண்டும். ஆனால் அன்பையே நாம் வன்முறையின் வடிவமாகத் தானே வைத்திருக்கிறோம்.

அமெரிக்க செல் உயிரியலாளர் ப்ரூஸ் லிப்டன், உணர்வுள்ள வளர்ப்பு *(conscious parenting)* என்ற பதத்தை உலகளவில் பிரபலப்படுத்தி வருகிறார். அதாவது ஏழு வயதிற்குள் குழந்தையின் ஆழ் மனதில் எது பதிகிறதோ அதுவே அதன் வாழ்க்கையை முழுவதுமாகத் தீர்மானிக்கிறது என்கிறார் அவர். அதாவது 95% நாம் இப்போதைய நடத்தை நமது ஆழ் மனதில் தேங்கியவற்றின் அடிப்படையில்தான் தீர்மானிக்கப்படுகிறது. ஆக, ஒருவர் 30 வயதில் ஏதேனும் குற்றமிழைக்கிறார் எனில் அதற்கான விதை அவரது ஏழு வயதிற்குள் ஊன்றப்பட்டிருக்க வேண்டும். இதைப் புரிந்து கொள்ளாமல் நாம் வளர்ந்தவர்களையே திருத்தப் பார்க்கிறோம். உணர்வுள்ள வளர்ப்பு என்பது ஏழு வயதிற்குள் குழந்தைக்கு அறக் கல்வியை கற்பிப்பது, மனச் சமநிலையை உருவாக்குவது. உங்கள் குழந்தைக்கு ஏழு வயது கடந்துவிட்டதா? கவலைப்பட வேண்டாம். ஒரு மரத்தை நடுவதற்கான சிறந்த காலம் 20 ஆண்டுகளுக்கு முன்னர். இரண்டாவது சிறந்த காலம் இப்போது. இப்போதே தொடங்குங்கள்.

ஆனந்த விகடனில் வெளி வந்த ‘அடல்ட்ஸ் ஒன்லி’ என்ற தொடரின் விரிவாக்கப்பட்ட வடிவம் இது. எனக்கு பெரும் கற்றலுக்குரிய வாய்ப்பாக அமைந்த இத்தொடரை எழுதும் வாய்ப்பை அளித்த ஆனந்த விகடனுக்கும், அதன் பொறுப்பாசிரியர் சார்லஸ் அவர்களுக்கும் என் நன்றிகள் பல. தொடர் வந்து கொண்டிருந்த போதே இந்நூலை வெளியிடும் ஆவலை வெளிப்படுத்திய ‘தமிழ்வெளி’ பதிப்பகத்திற்கு நன்றி. இந்நூலின் தன்மையை புரிந்து கொண்டு என் மனம் விரும்பியபடியே வடிவமைத்துத் தந்திருக்கும் வடிவமைப்பாளர் மகேஷ் அவர்களுக்கு அன்பு கலந்த நன்றி.

உடல், மனம் பற்றி பல விதமான மூட நம்பிக்கைகளோடு அறியாமையில் உழன்று கொண்டிருந்த எனக்கு வாழ்க்கை மீதான ஒளியைப் பாய்ச்சி அறிவைத் திறந்தது நான் கற்ற அக்குபங்சர் வாழ்க்கை முறை. கண்களை மூடியபடி நான் ஓடிக் கொண்டிருந்த பாதையை மடைமாற்றி எந்த நற்செயலுக்கும் நல்லுடலே அடிப்படை என தன் அறிவால் என்னை நிதானப்படுத்திய - இந்நூலுக்கு அணிந்துரை எழுதித் தந்திருக்கும் - அக்கு ஹீலர் உமர் பாரூக் அவர்களுக்கு மனம் நிறைந்த அன்பும் நன்றியும்.

என் ஆக்க ஆற்றலான மகள் நேயா மற்றும் அன்பிற்குரிய இணையர் சரவணன் ஆகியோருக்கும் என்னை மகளாக்கி அன்பு செலுத்தும் வெங்கட்ராமன் - லட்சுமி மற்றும் செல்வராஜ் ஆகியோருக்கும், சகோதரிகள்

ஜான்சிராணி, கௌசி, மீனா மற்றும் அவர்களது இணையர்கள் முத்துக்கிருஷ்ணன், பஷீர், வெங்கட் ஆகியோருக்கும் உஷா அக்காவிற்கும் பவித்ரன், ஹரிஷ், மியா செல்லங்களுக்கும் நான் எப்படியோ என்னை அப்படியே ஏற்றுக் கொண்டு என் மீது அக்கறை செலுத்தும் கௌரி மற்றும் சாந்தி அக்காக்களுக்கும் ஆழமான அன்பை சமர்ப்பிக்கிறேன்.

மனச் சமநிலையோடு மகிழ்ந்திருப்போம்.

ஜெயராணி
jeyaranimayil@gmail.com

குழந்தைமையின்
அத்தனை
பரிணாமங்களையும்
பரிமாணங்களையும்
எனக்கு
கற்பிக்கும்
மகள் நேயா
மற்றும்
உலகின்
ஆதாரமான
எல்லா
குழந்தைகளுக்கும்...

உள்ளே

உங்கள் குழந்தை யாருடையது?	17
உணவுக்கு மரியாதை	25
காலத்தே அன்பு செய்!	40
மகள்களும் மனிதர்களே!	52
எண்களா, எண்ணங்களா?	63
பருவத்திற்கு தயார் செய்	79
உங்களுக்கு வாழத் தெரியுமா?	91
அன்பும் நஞ்சாகும்	104
கலவி அல்ல கல்வி	115
உயிர் வளர்த்தல்	128
யாவரும் நம் மக்களே!	140
அறிவா? நம்பிக்கையா?	150
வயதுக்கு வந்தோர் மட்டும்...	160

உங்கள் குழந்தை யாருடையது?

1

"உங்கள் குழந்தைகள் உங்கள் குழந்தைகள் அல்லர்;
அவர்கள் இயற்கையின் குழந்தைகள்.
உங்கள் குழந்தைகள் உங்கள் மூலமாக வந்திருக்கிறார்களேயன்றி,
உங்களிடமிருந்து அல்ல.
உங்கள் குழந்தைகள் உங்களுடன் இருந்தாலும்
உங்களுக்குச் சொந்தமானவர்கள் அல்ல
உங்கள் அன்பை நீங்கள் அவர்களுக்குத் தரலாம்
உங்கள் எண்ணங்களை அல்ல.
அவர்களுக்கென்று தனித்த சிந்தனைகள் உண்டு
அவர்களின் உடல்களுக்குத்தான் நீங்கள் பாதுகாப்பு தரமுடியும்;
ஆன்மாக்களுக்கு அல்ல.
அவர்களின் ஆன்மாக்கள் நாளைய வீட்டில் வாழ்பவை
அங்கே நீங்கள் செல்ல முடியாது
உங்கள் கனவுகளிலும் கூட.
அவர்களைப் போலிருக்க நீங்கள் முயற்சி செய்யலாம்,
ஆனால் அவர்களை உங்களைப்போல் ஆக்கிவிடாதீர்கள்.
வாழ்க்கை பின்னோக்கிச் செல்லாது; நேற்றுடன் உடன்படாது.
நீங்கள் வில்கள். உங்களிடமிருந்து எய்யப்படும் உயிருள்ள அம்புகளே குழந்தைகள்.
அம்பு எதை அடைய வேண்டும் என்ற இலக்கை வில் தீர்மானிக்காது
அம்பை எது எய்துகிறதோ அதுதான் தீர்மானிக்கும்,
அம்பை எய்துவது இயற்கையே! நீங்கள் அல்லர்,
நீங்கள் வெறும் வில் தான்!

கலீல் ஜிப்ரானின் இந்தக் கவிதையை முதன் முதலாகப் படித்த போது அதிர்ச்சியில் உறைந்துவிட்டேன். பல முறை படித்த போதும் அதே உணர்வெழுச்சி தொடர்ந்தது. இவ்வளவு அலட்சிய உணர்வோடு, மரக்கட்டையைப் போல யாரேனும் எழுதுவார்களா என்று சாடினேன். இந்த மனிதனுக்கு அன்பென்றால் என்னவென்றே தெரியவில்லை எனக் கொதிப்புற்றேன்.

எனக்கு குழந்தை பிறந்து சில மாதங்களே ஆகியிருந்தது. 'உலகமே என் குழந்தைதான்' என வாழ்வின் மொத்த ஒளியையும் அச்சின்னஞ்சிறு உயிரில் கண்டு கரைகிற போது இப்படியொரு இடி! ஏற்றுக் கொள்ளவே முடியவில்லை என்றாலும் அக்கவிதையை நான் நாள்தோறும் பலமுறை படித்தேன். அதன் சொற்றொடர்களுக்குள் சிக்கிக் கொண்டதைப் போல அதிலிருந்து மீள முடியவில்லை. அக்கவிதையிலிருந்த ஏதோவொன்று என்னை இறுகப் பிடித்து வைத்துக் கொண்டதாகத் தோன்றியது. அது என்னவென்று பலவாறு யோசித்து, குழம்பி கடைசியில் தெளிந்தேன். படித்துவிட்டு கடந்து போக முடியாத அளவிற்கு அக்கவிதையில் எது என்னைத் தைத்து வைத்திருந்தது தெரியுமா?

உண்மை.

ஆம், உண்மையே தான்.

'உன் குழந்தை உன்னுடையது அல்ல' என்ற அக்கவிஞரின் அறைகூவல் முற்றிலும் உண்மையே எனப் புரிந்தபோது, என் பரிதவிப்பு முடிவுக்கு வந்தது. அலைபாய்ந்த மனம் அமைதியடைந்தது. மூளைக்குள் விழுந்து அழுத்திக் கொண்டிருந்த பெருஞ்சுமை ஒன்று நீங்கிவிட்டதாக உணர்ந்தேன். இக்குழந்தை எனக்காகப் பிறக்கவில்லை... இப்பூமிக்காகவே பிறந்திருக்கிறது. கோடானு கோடி உயிர்களால் நிகழும் இப்பிரபஞ்சத்தின் தடையற்ற இயக்கத்திற்குப் பங்காற்றப் போகும் மற்றுமொரு உயிர் இது என புரிந்தபோது, என் சுயநலம் மொத்தமாக வடிந்துவிட்டது.

நம் அணுக்களைச் சுமந்து, நம் ரத்தத்திலிருந்து உருவாகி வருவதாலேயே குழந்தைகள் மீது நாம் எல்லையற்ற உரிமை பெற்றவர்களாகிறோம். கல்லாப்

பெட்டியில் இருக்கும் பணத்தைப் போன்றோ, பெட்டகத்தில் இருக்கும் நகையைப் போன்றோ அல்லது பட்டா வாங்கப்பட்ட நிலத்தைப் போன்றோ நாம் அவர்களை உடைமையாக்கிக் கொள்ள முனைகிறோம். "நான் சொல்வதை 'எல்லாம்' கேட்க வேண்டும், நான் சொல்வதை 'மட்டுமே' கேட்டு நடக்க வேண்டும்; என் எதிர்பார்ப்புகளின்படியே வாழ வேண்டும்; உனக்கென தனிக் கருத்து எதுவும் இருக்கக் கூடாது; எனது விருப்பங்கள்தான் உனது விருப்பம்; எனது லட்சியம் தான் உன்னுடைய லட்சியம்; என் மூளையைக் கொண்டே நீ சிந்திக்க வேண்டும், என் கால்களால் நான் கைகாட்டும் திசைகளில் நடந்து, என் கண்களால் உலகைப் பார்த்து, என் காதுகளால் கேட்டு வளர வேண்டும்; எனது கட்டளையே உனது சாசனம்" என கட்டற்ற அதிகாரத்தை கையிலெடுத்து விடுகிறோம்.

ஒரு முறை தெருவில் நடந்து வந்து கொண்டிருந்தபோது, ஏழு வயது மதிக்கத்தக்க ஒரு சிறுவனை ஒரு பெண் துரத்தித் துரத்தி அடிப்பதைப் பார்த்தேன். அந்தப் பெண்ணின் முகத்தில் தாங்கவியலா கோபம்! நாயே, பேயே எனத் திட்டியபடி அடி அடியென அடித்துத் துவைத்தார். 'அம்மா, இனிமேல் பண்ணமாட்டேன்மா' என அச்சிறுவன் காலில் விழுந்து கதறினான். சுற்றிலும் நின்றிருந்த வர்கள் இக்கொடூரத்தை வேடிக்கை பார்த்துக் கொண்டிருந்தனர். யாரும் தடுக்கவில்லை. நான் அந்தப் பெண்மணியிடம், 'அடிக்காதீங்க, எதுக்கு இப்படி மோசமா நடந்துக்குறீங்க' என்று கேட்டதும், 'நீ யாரு கேக்குறதுக்கு, நான் அப்படித்தான் அடிப்பேன்' என்று இன்னும் ஆவேசமாகி அந்தச் சிறுவனை சட்டையைப் பிடித்து

இழுத்து வீசினார். 'என் மகனை, நான் அப்படித்தான் அடிப்பேன், மிதிப்பேன்' என்று கத்திக் கொண்டே அவன் மீது பாய்ந்தார். 'அடிக்குறத நிறுத்தலேன்னா, காவல் நிலையத்தில் புகார் செய்வேன்' என்று நான் கோபமாகச் சொன்னதும், அந்தப் பெண் சற்று அதிர்ச்சியடைந்து, சுற்றி இருந்தவர்களிடம்...'என்ன கொடுமை இது. என் மகனை நான் அடிக்க உரிமையில்லையா? ரெண்டு பாடத்துல பெயிலாகிட்டான். அது கூட பரவாயில்லை, அதை என்கிட்ட மறைச்சு பொய் சொல்லிட்டான். இப்பவே கண்டிச்சு வளர்க்கலேன்னா கெட்டுப் போயிர மாட்டானா? என்றதும், அங்கே நின்றிருந்த பெண்கள் அவரின் 'நியாயத்தை'ப் புரிந்து கொண்டனர். 'உனக்கென்னமா, உன் வேலையை பார்த்துட்டுப் போ. அவங்க பையன் அவங்க என்னவோ பண்ணிட்டுப் போறாங்க' என்றனர்.

நானும் விடவில்லை.

"குழந்தைகளை அடிக்க யாருக்கும் உரிமையில்ல. நீங்க கொடுமைப் படுத்துறத கண்ணால பார்த்துருக்கேன். இவ்ளோ பேரும் அதுக்கு சாட்சி. நான் போய் போலிஸை கூட்டிட்டு வர்றேன். டேய் தம்பி, உங்கம்மா அடிச்சுக் கொடுமைப்படுத்துறத போலிஸ்கிட்ட சொல்லணும் என்ன' என்று சொல்லவும், அந்த பையனை இறுக்கிக் கட்டியணைத்துக் கொண்டார் அந்த அம்மா. அவரது கோபம் முழுவதுமாக என் பக்கம் திரும்பியிருந்தது. என்னைத் திட்டியபடி அந்தப் பையனை அழைத்துக் கொண்டு அங்கிருந்து நகர்ந்தார். 'இவளுக்கென்ன வந்துச்சு' என மற்ற பெண்களும் என்னை வேண்டாத பார்வை பார்த்தனர்.

நமக்கு குழந்தைகள் மீது இருக்கும் உரிமை என்பது ஏறக்குறைய இதே தன்மையிலானதுதான். 'என் விருப்பத்திற்கு நட' என்பதே எழுதப்படாத சட்டம். கண்டிப்பு என்ற பெயரில் நம்மில் பலரும் ஒரு வகையான வன்முறையையே குழந்தைகள் மீது ஏவி வருகிறோம். பெற்றோருக்கு பிடித்த வகையில் உடையணிந்து, அவர்களுக்கு பிடித்த பாடத்தைப் படித்து, அவர்களுக்கு பிடித்த மாதிரியான வேலைக்குப் போய், அவர்கள் பார்க்கும் பெண்ணையோ/பையனையோ திருமணம் செய்து கொண்டு, அவர்கள் விரும்புகிற தகுதியிலேயே வாழ்க்கையை அமைத்துக் கொள்ள வேண்டும். அப்படியில்லாத பிள்ளைகளை பெற்றோர்களே அடங்காப்பிடாரி, வீட்டுக்கு ஆகாதது, தண்டச்சோறு, ஓடுகாலி, பிழைக்கத் தெரியாதவன்/ள் என்றுதான் பழிக்கின்றனர்

மருத்துவராக இருக்கும் பெற்றோர் பிள்ளையும் மருத்துவமே படிக்க வேண்டுமென எதிர்பார்க்கின்றனர். காவலர், கலெக்டர், பொறியாளர், திரைப்பட நடிகர், அரசியல்வாதி என யாரும் விதிவிலக்கல்லர். தான் பார்க்கும் வேலையை அப்படியே குலத்தொழிலாக மாற்றிவிட இன்றைய

நவீன இந்தியாவின் படித்த பெற்றோரும் முனைகின்றனர். நூறு மதிப்பெண் பெறும் மாணவர் ஒரு ஏழைத் தொழிலாளியின் குழந்தையாக இருக்கலாம். தேர்ச்சி பெற முடியாதவர் ஒரு மருத்துவரின் பிள்ளையாகப் பிறந்திருக்கலாம். நமது சமூக அமைப்பு எப்படி இருக்கிறதெனில் கல்வியில் அவ்வளவு ஆர்வமும் திறமையும் இல்லாத டாக்டர் பிள்ளை தேர்ச்சி பெறவில்லை என்றாலும் பணத்தைக் கொட்டி செலவழித்து டாக்டராகும் சூழலை உருவாக்கித் தருகிறது. ஆனால் அத்திறமையுள்ள ஒரு மாணவருக்கு வறுமையின் காரணமாக அந்த வாய்ப்பை அளிக்கத் தவறுகிறது. குழந்தைக்கு எதில் ஆர்வம் என்பது குறித்து பெற்றோருக்குக் கவலையில்லை. எத்தனையோ இசைக் கலைஞர்கள், விஞ்ஞானிகள், தொழில் முனைவோர், விவசாயிகள், ஓவியர்கள், அறிஞர்கள், விளையாட்டு வீரர்களைக் கொன்றுதான் இங்கே இத்தனை ஆயிரம் பொறியியல் பட்டதாரிகள் உருவாகினர்.

இப்பூமியின் அழகும் ஆற்றலும் அதன் பன்முகத்தன்மை தான். ஒரு வகுப்பில் 30 மாணவர்கள் இருந்தால் ஏறக்குறைய எல்லோருக்குமே வெவ்வேறு திறமைகளும் லட்சியங்களும் கனவும் இருக்கும். முப்பது பேருக்கும் ஒரே மாதிரியான கற்றல் திறன் இருக்காது. வெகு சிலர் 100/100 வாங்குவார்கள். அதே போன்ற வெகு சிலர் தேர்ச்சி பெறத் தடுமாறுவார்கள். அதிகம் பேர் 40-80 மதிப்பெண்கள் பெறும் சராசரி ஆற்றலோடு இருப்பார்கள். இதுதான் இயங்கியல் விதி. இவர்கள் தமது கல்வித் தகுதியோடு தமக்கு இயல்பாகவே

உள்ள திறமை மற்றும் ஆர்வத்திற்கேற்ப வெவ்வேறு துறைகளுக்குப் போக வேண்டும். முப்பது பேரும் 30 துறைகளில் கால் பதிக்கும் போதுதான் சமூகத்தின் எல்லா வேலைகளிலும் சமநிலை உருவாகும். எல்லா வேலைகளுக்கும் நிபுணர்கள் கிடைப்பார்கள். ஆனால் இப்புவியின் பன்முகத் தத்துவத்திற்கு எதிராக நாம் குழந்தைகளின் மூளையை 'க்ளோனிங்' செய்கிறோம். ஒரே மாதிரி சிந்திக்க, ஒரே மாதிரி இலக்குகள் கொள்ள!

இந்த தலைமுறை பொறியாளர்களில் எத்தனை பேருக்கு அது சொந்தத் தேர்வாக இருந்திருக்கும்! பி.இ. படிக்க வைத்தாலே போதும், எடுத்த எடுப்பிலேயே ஒரு லட்சம் சம்பளம், வெளிநாட்டு பயணம், சொந்த வீடு, வாகனம் என தன் பிள்ளை ஓஹோவென வாழ்ந்துவிடும் என பெற்றோர் நம்புகின்றனர். விருப்பமற்ற ஒரு வேலையில் வாழ்வது சித்ரவதைக் கூடத்தில் உழல்வதற்குச் சமம். ஏன் நம் இளைஞர்கள் மன அழுத்தம், தடுமாற்றம், உடல் நலக் குறைவு, தீய பழக்கங்கள் மற்றும் சிந்தனைகளுக்கு ஆட்படுகின்றனர்? ஏனென்றால் அவர்களுக்கு அவர்கள் வாழும் வாழ்க்கை மகிழ்ச்சி அளிப்பதாக இல்லை. குறைவாக சம்பாதித்தாலும் நிறைவான வாழ்க்கை வாழும் சூழலை விரும்பிய வேலை அளிக்கிறது என்ற உண்மையை நாம் மறுதலிக்கிறோம். இன்று பலரும் பி.இ. சான்றிதழை வைத்துக் கொண்டு ஓட்டலில் சர்வராக, ஆட்டோ ஓட்டுநராக, துணிக்கடையில் சூப்பர்வைஸராக வேலை செய்கின்றனர். இந்த வேலைகளைச் செய்வதில் எந்தத் தாழ்வும் இல்லை. ஆனால் இதற்கு ஏன் அவர்கள் அய்ந்தாண்டுகள் சர்வாதிகாரக் கட்டுப்பாடுகள் நிறைந்த பொறியியல் கல்லூரியில் உழன்றிருக்க வேண்டும். பெற்றோரும் லட்சக்கணக்கில் கடன் வாங்கி அழுதிருக்க வேண்டும்?

அண்மையில் போரூரில் இருந்து ராயப்பேட்டைக்கு வாடகைக் காரில் சென்றேன். ஓட்டுநராக வந்தவர் ஒரு பொறியியல் பட்டதாரி என பேச்சுக் கொடுத்த போது தெரிந்தது. பொறியியல் படிச்சுட்டு ஏன் கார் ஓட்டுறீங்க, வேலை கிடைக்கலயா? என்று கேட்டேன். ‘அட நீங்க வேற, நான் இப்பதான் சுதந்திரமா இருக்கேன். நம்மளால கம்ப்யூட்டர் முன்னாடி உட்கார்ந்துகிட்டு மெஷின் மாதிரி வேலை செய்ய முடியாது. ஒரு ஆறு மாசம் போனேன். அப்பா சாமி விடுங்கடானு ஓடி வந்துட்டேன். கொஞ்ச நாள் சும்மா சுத்திட்டிருந்தேன். தண்டமா இருக்கேன்னு வீட்ல ஒரே பேச்சு. நல்லா யோசிச்சு, ஒரு காரை வாங்கி ஓட்டுறதுனு முடிவு பண்ணேன். வீட்டைப் பொருத்தவரை இது கவுரவக் குறைச்சல்தான். ஆனா எனக்கு இது சுதந்திரம். இந்த டிரிப்போட போதும்னா முடிச்சுட்டு வீட்டுக்குப் போயிருவேன். வாழ்க்கை நம்ம கண்ட்ரோல்ல இருக்கு” என்றார். கேட்கவே மகிழ்ச்சியாக இருந்தது.

பெற்றோர்கள் தனது பிள்ளைகள் தன்னை விடப் பன்மடங்கு அதிகமாக சம்பாதிக்க வேண்டுமென ஆசைப்படுகின்றனர். அதற்கான நிர்பந்தங்களை

சிறுவயதிலிருந்தே விதைக்கத் தொடங்கிவிடுகின்றனர். கவனம் திசை திரும்பிவிடாதபடி கடிவாளங்கள் கட்டப்படுகின்றன. பெருஞ்சுமைகள் ஏற்றப்பட்ட வண்டியில் பூட்டப்படும் இந்த கன்றுக்குட்டிகள் மூச்சுமுட்டி, எச்சில் ஒழுகி, ஆற்றல் அனைத்தும் வடிந்து போகிற வரை துரத்தி ஓட்டப்படுகின்றன. பள்ளிக் கல்வியை முடிக்கும் போது பாதி வாழ்க்கையும் கல்லூரிப் படிப்பை முடிக்கையில் மீதி வாழ்க்கையும் முடிந்துவிடுகிறது. பள்ளியிலோ, குடும்பங்களிலோ வெளியுலகம் பற்றி எதுவுமே கற்பிக்கப்படாமல் வெறும் ஏட்டுக்கல்வியை மட்டும் மூளையில் நிறைத்துக் கொண்டு சமூகம் எனும் சுழலுக்குள் தள்ளப்படுகின்றனர். சதா புரட்டிப் புரட்டிப் போடும் இந்த சுழலில் சிக்கி மடிந்துவிடாமல் பிழைத்திருப்பதுதான் வாழ்க்கை என்றாகிவிடுகிறது இவர்களுக்கு.

உண்மையில் வாழ்க்கை என்பது என்ன? தப்பிப் பிழைத்துக் கொண்டே இருப்பதா? துரத்தத் துரத்த ஓடிக் கொண்டே இருப்பதா? நாம் அப்படித்தான் நம் குழந்தைகளுக்கு கற்பிக்கிறோம். இல்லை அச்சுறுத்துகிறோம். வாழ்க்கை என்பது வாழ்தல் தானே! நம்மில் எத்தனை பேருக்கு வாழ்தல் என்ற சொல்லின் அர்த்தம் தெரியும்? அன்பு செலுத்தி, நோயின்றி, இளைப்பாறி, இன்புற்றிருத்தலே வாழ்தல்! பணம் உட்பட மற்றதெல்லாம் அப்புறம்தான். நாம் நம் குழந்தைகளுக்கு வாழக் கற்பிக்கவில்லை. மாறாக தப்பிப் பிழைத்திருக்கச் சொல்லித் தருகிறோம். உயிர்களின் மகிழ்வில் தான் பூமியின் உயிர்ப்பு இருக்கிறது. உயிர்கள் அல்லலுற்று அழிவுறும் போது பூமியும் அழியத் தொடங்குகிறது. ஆனால் நாம் இதைப் புரிந்து கொள்வதில்லை.

மனிதர்கள் சமூக விலங்கு எனில் குழந்தைகள் அதன் குட்டிகள். அவர்களை சமூகத்திற்கு தகுதியானவர்களாக வளர்க்கும் பொறுப்பு ஒவ்வொரு பெற்றோருக்கும் இருக்கிறது. ஆனால் இதைப் புரிந்து கொள்ளாமல் குழந்தை பெற்றுக் கொள்ளுதலை தனிப்பட்ட குடும்ப விருத்திக்கான விஷயமாக நாம் பார்க்கிறோம். 'என் குழந்தை வளர்ந்து, கல்வி கற்று, பெரும்பணமீட்டி, நல்ல அந்தஸ்துடன் வாழ்ந்து, என் வம்சத்தை விருத்திச் செய்ய வேண்டும். அவ்வளவுதான்.' உண்மையில், இயற்கையின் கண்ணி அறுபடாமல் பாதுகாக்கும் ஒரு சமூகச் செயற்பாடு தான் குழந்தை பெறுதல். நாம் நமக்காக குழந்தை பெற்றுக் கொள்வதாக நினைக்கிறோம். ஆனால் குழந்தைகள் இந்த பூமியின் இயக்கத்திற்காகப் பிறக்கிறார்கள். அதைத்தான் கலீல் ஜிப்ரான் சொல்கிறார்.

நம்மால் படைக்கப்படுவதாலேயே நம் பிள்ளைகளை நமக்கு வாய்த்த அடிமைகளென நினைக்கிறோம். குழந்தைகள் முன்னிருக்கும் கடமை மிகப் பெரியது. அவர்கள் எதிர்கால சமூகத்தை கட்டமைக்கப் பிறக்கிறார்கள். அவர்களுக்கு முன்னர் பிறந்தவர்கள் என்ற முறையில் நமக்கு நிறைய

பொறுப்புகள் இருக்கின்றன. குழந்தை வளர்ப்புக்கென நவீன உத்திகளை நாம் ஆராய்ந்து கொண்டிருக்கிறோம். ஆனால் பல்லாயிரம் ஆண்டுகளுக்கு முன்னர் வாழ்ந்த நமது தொன்மைச் சமூகங்கள், குழந்தைகளின் முக்கியத்துவத்தை, இப்பூமியில் குழந்தைகளுக்கான இடத்தை அறிந்து மதித்தவர்களாக இருந்தன. 'நாம் இந்த பூமியை நமது முன்னோர்களிடமிருந்து உரிமையாகப் பெறவில்லை. நம் குழந்தைகளிடமிருந்து இரவல் பெற்றிருக்கிறோம்' என்கிறது செவ்விந்திய சொல்வழக்கு. அதை நாம் இப்படியும் சொல்லலாம். இந்த பூமி குழந்தைகளை நமக்கு இரவல் தந்திருக்கிறது. இரண்டின் மதிப்பும் தெரியாததால் இரண்டையும் நம் போக்கிற்கு ஆட்டிப் படைத்துக் கொண்டிருக்கிறோம்.

பெரியோரே, பெற்றோரே! நமக்கு நம் குழந்தைகள் மீது பொறுப்புதான் இருக்கிறது, அதிகாரமில்லை. பொறுப்போடு நாம் செய்ய பல கடமைகளும் காத்திருக்கின்றன. முதலில் குழந்தைகள் முன் நீங்கள் கிழித்து வைத்திருக்கும் அந்த நேர்க்கோட்டை அழியுங்கள். நாம் அங்கிருந்து தொடங்குவோம்!

2

உணவுக்கு மரியாதை

மனித வாழ்வில் அதி அற்புதமான விஷயங்களை சொல்லுங்கள் என நண்பர்கள் சிலரிடம் கேட்டேன். அவர்கள் ரொம்ப சீரியஸாகி (அற்புதம் என்றாலே சீரியஸ் தானே) கீழ்க்கண்ட விஷயங்களை சொன்னார்கள்.

இசை, புத்தகம், சினிமா, பயணம், வீடு, நட்பு, நாய், மழை, கடல், காதல், அம்மா, செல்போன், பைக், பணம்...

ஒரு பதிலை எதிர்பார்த்துதான் அந்தக் கேள்வி கேட்கப்பட்டது. ஆனால், எதை எதிர்பார்த்தேனோ அது பதிலாக யாரிடமும் வரவில்லை. மனித வாழ்வின் அதி அற்புதமான விஷயங்களில் முதன்மையானது எது தெரியுமா?

உணவு. ருசிக்காக அல்ல, பசிக்காக!

சிரிக்க வேண்டாம். உண்மையாகவே உணவுதான். உயிரைப் போல மிக மிக உன்னதமானது அதுவே. வேளா வேளைக்கு விதவிதமாக

கிடைத்துவிடுவதால் நமக்கு அதன் மேன்மை புரிவதில்லை. உணவின் மகத்துவத்தை அறிய பசித்திருக்கும் ஓர் ஏழையின் வயிறு நமக்குத் தேவை. மனித இனம் தோன்றிய காலம் தொட்டு ஒரு விஷயத்திற்காக தொடர்ந்து போராடி வருகிறதெனில் அது உணவுக்காக மட்டுமே. வாழ்க்கையில் எது இல்லையென்றாலும் பிழைத்திருக்க முடியும். உணவில்லையெனில்...? ஒரு நாள், இரண்டு நாட்கள்... திராணியுள்ளவர்களுக்கு சில வாரங்கள் என்று கூட வைத்துக் கொள்ளுங்கள். அதற்குப் பின்னர்? உணவில்லை எனில் மனித இனம் அழிந்து போகும் எனும் போது அது ஏன் நமது அற்புத பட்டியலில் இடம் பிடிக்கவில்லை? ஏனென்றால் இன்றைய நமக்கு உணவு மீது அன்பில்லை. நேசிக்கப்படாத ஒன்றுக்கு எப்போதும் மதிப்பிருக்காது. மதிப்பற்ற எதுவும் வீணாக்கப்படும் என்பது விதி. உணவுக்கும் நம் வாழ்வில் அந்த நிலையே.

இந்நாட்டில் சுமார் 20 கோடி பேர் பசியால் எப்போதும் வதங்கிப் போயிருக்கின்றனர். சுமார் 47 சதவிகித இந்தியக் குழந்தைகள் ஊட்டச்சத்துக் குறைபாட்டால் அவதிப்படுகின்றன. ஆனால் இந்தியாவில் வீணாகும் உணவின் மதிப்பு என்ன தெரியுமா? ரூபாய் 58 ஆயிரம் கோடி. உணவுப் பொருட்கள் உற்பத்தியாகி, அது நம்மை வந்தடைவதற்குள் மூன்றில் ஒரு பங்கு வீணாகிவிடுகிறது. ஏழு மலைகள் கடந்து மூச்சு வாங்கி நம்மிடம் வந்து சேர்ந்த பின்னர் அது மேலும் நாசமடைகிறது.

என் குழந்தையை எப்படி சிறப்பாக வளர்ப்பது என யோசித்துக் கொண்டிருக்கும் எனக்கெதுக்கு இந்தத் தகவல் என்று கேட்கிறீர்களா? பசித்திருக்கும் வயிறுகளுக்கும் வீணாகும் உணவுக்குமிடையில் நம் ஒவ்வொருவரின் மனசாட்சியும் உறங்கிக் கொண்டிருக்கிறது. அதை நாம் உடனே எழுப்பியாக வேண்டும். ஏனெனில் தனிநபர்களாக நம்முடைய ஒவ்வொரு செயல்பாடும் சமூகத்தோடு தொடர்புடையது. ஒரேயொரு காகிதத்தை சுருட்டி வீதியில் எறிந்தாலும் அச்செயலுக்கு ஒரு சமூக விளைவு இருக்கிறது. நாம் வாழ்கிற இதே மண்ணில் கோடிக்கணக்கான மக்கள் ஒருவேளை உணவு கூட கிடைக்காமல் அல்லாடும் போது, வீணாகும் உணவுக்கும் நமக்கும் எத்தொடர்பும் இல்லையென நாம் எவ்வாறு தப்பித்துக் கொள்ளவியலும்! உணவின் மேன்மை குறித்த உணர்வே இல்லாத தலைமுறை இங்கே உருவாகிவிட்டதில் பெற்றவர்களுக்கு பங்கில்லாமல் போகுமா? யாருக்கோ பசிக்கிறது எங்கோ உணவு பாழாகிறது, இதில் எனக்கோ என் பிள்ளைக்கோ என்ன தொடர்பிருக்கிறது என்கிறீர்களா?

தொடர்பு இருக்கிறது நண்பர்களே! உணவு விஷயத்தில் மூன்று முக்கியமான பிரச்னைகளை இந்திய குழந்தைகள் எதிர்கொள்கின்றன. அதை ஒவ்வொன்றாகப் பார்ப்போம்.

முதலாவது...

முன்பு செல்வந்தர்களிடம் மட்டுமே காணப்பட்ட, 'காசு கொடுத்தால் கிடைக்கிறது' என்ற உணவு குறித்த, அலட்சிய உணர்வு கீழிறங்கி இந்திய நடுத்தரக் குடும்பங்களை ஆட்டிப் படைக்கிறது. அதனால் காசிருப்பவர்கள், பார்க்கும் எல்லாவற்றையும் வயிற்றில் போட்டுக் கொள்ளத் துடிக்கிறார்கள். சந்தையில் புதிதாக ஒரு ஊட்டச் சத்து பானம் அறிமுகமாகி அதை வாங்காமல் இருந்துவிட்டால், சத்துக்கள் அனைத்தையும் இழந்துவிட்டதைப் போல சோர்வடைகின்றனர். உணவு பற்றிய நமது மதிப்பீடு மாறிப் போனதால் நிறைய விலை கொடுத்தால்தான் பசியாற முடியும்; நிறைய செலவழித்தால் மட்டுமே ஆரோக்கியம் கிடைக்கும் என தவறான முடிவுக்கு வந்துவிட்டோம். நேரந்தவறாமல் பார்த்துப் பார்த்து கண்டதையும் உண்ணுதல் இன்றைய பண்பாடாகவே மாறிவிட்டது. அதீதம் தான் நமது பிரச்னையே! வாங்குவதும் அதிகம், வீணடிப்பதும் அதிகம்.

சென்ற தலைமுறை குழந்தைகளான நமக்கு உணவுடனான அனுபவம் எப்படிப்பட்டதாக இருந்தது? ஒரு சின்னஞ்சிறிய தேன்மிட்டாயை நாள் முழுவதும் நக்கி சுவைத்துத் திரிந்திருப்போம். மாங்காய் அடிப்பது, புளியம்பழம் உலுப்புவது என உணவைப் பெறுதல் ஒரு சுவாரஸ்யமான விளையாட்டாக இருந்தது. பள்ளி வாசலில் நெல்லிக்காய் விற்கும் பாட்டி, நம்மை மகிழ்விக்கப் பிறந்த தேவதை. காக்காய் கடி கடித்துப் பங்கிட்டு உண்ட இப்படியான பண்டங்களில் எதுவொன்றையும் வீணாக்கும் மன தைரியம் நமக்கிருந்தது இல்லை. தவறி கீழே விழுந்தால் சாம்ராஜ்யமே சரிந்ததாகப் பதறி எடுத்து கழுவித் தின்றோம். உணவு பரிமாறப்பட்ட தட்டில் முகம் பார்க்கிற அளவுக்கு ஒரு பருக்கை மிச்சம் வைக்காமல் உண்டே

❀ ஜெயராணி ◆ 27

பசித்துப் புசி!

பசியின் அளவு எல்லோருக்கும் ஒரே மாதிரி இருப்பதில்லை. சிலருக்கு ஒரு வேளை உணவே போதுமானது. சிலருக்கு உடலுழைப்பிற்கு ஏற்ப மூன்று வேளைகள் தேவைப்படலாம். உங்கள் குழந்தை எந்த வகை என்பதை கவனித்து முடிவு செய்ய வேண்டும். வயிறு முட்ட உண்ணும் குழந்தைகள் மந்தமாகவும் பசிக்கு உண்பவை சுறுசுறுப்பாகவும் இருப்பதை உற்று நோக்கினால் உங்களால் கவனிக்க முடியும். காரணம் வயிற்றில் உணவு இருக்கும் போது, உடலின் ஆற்றல் செரிமானத்திற்கே செலவாகிறது. இதனால் ஓடியாட சக்தியின்றி குழந்தை சோர்வுறுகிறது. அதுமட்டுமல்ல; பசிக்காமல் உண்ணும் போது உடலுக்குள் செல்லும் உணவு கழிவாகவும் குப்பையாகவும் தேங்கி நோய்களுக்கு வழிவகுக்கிறது. அதனால் பசிக்கிறது என குழந்தை கேட்கிற வரை பொறுமையாக இருங்கள். பசியெடுக்குமாயின் நிச்சயம் கேட்கும். போதுமென சொன்னால் விட்டுவிடுங்கள். குழந்தை ஒல்லியாக இருக்கிறதா? தவறில்லை. சுறுசுறுப்பாக உள்ளதா என்று மட்டும் பாருங்கள்!

சுத்தமாக்குவதில் கில்லாடி நாம். உணவைச் சிதறி உண்ணுதல் ஒருவகையான ஒழுக்கக்கேடு. அரிசி களையும் போது கவனக்குறைவாய் ஒன்றிரண்டு கீழே சிதறிவிட்டால் பெண் குழந்தைகள் சாத்து வாங்கினர். சிக்கனம் எனும் வாழ்க்கைத் தத்துவம் உணவில் இருந்துதான் தொடங்கப்பட்டது. பணத்தை விடவும் பன்மடங்கு உயர்வானதாக உணவே மதிக்கப்பட்டது. நமக்கு முந்தைய தலைமுறைகள் பஞ்சத்திற்கு செத்தவை என்பதால் அதன் பாதிப்புகள் அப்போதும் தொடர்ந்தன. அதனால் உணவை வீணாக்குவது பெரும் சமூகக் குற்றமாகவே கருதப்பட்டது.

போதாமைதான் அன்றைய வாழ்க்கை என்றாலும் அதிலும் ஒரு நிறைவு இருந்ததா, இல்லையா? ஆனால் இன்று எல்லாமே கிடைக்கிறது. நிறையவே கிடைக்கிறது. ஆனாலும் நிறைவடைய முடியவில்லை. விளம்பரங்களில் பார்க்கும் அத்தனை பொருட்களையும் வாங்கிப் பார்க்கிறோம். திறக்கப்படும் அத்தனைக் கடைகளிலும் தின்று தீர்க்கிறோம். ஆனாலும் திருப்தியில்லை ஏன் சொல்லுங்கள், நம் பசி தகித்துக் கிளம்புவது வயிற்றில் அல்ல, மனதில். அதனால் எல்லாவற்றையும் வாங்குகிறோம். அதே வேகத்தில் வீணடிக்கிறோம்.

“எனக்கு கிடைக்காதது எல்லாம் என் பிள்ளைக்கு கிடைக்க வேண்டும் என பெற்ற மனம் துடிக்கக் கூடாதா? நான் காணாத சுகத்தை என் பிள்ளை பெற வேண்டுமென நினைக்கக் கூடாதா?” தாராளமாக துடிக்கலாம், நினைக்கலாம். நிச்சயமாக நாம் பட்ட எந்த கஷ்டத்தையும் குழந்தைகள் படக் கூடாதுதான். ஆனால், அவற்றுக்கு தன் தட்டில் இருக்கும் உணவின் மதிப்புத் தெரிந்தாக வேண்டும். அதற்காக நாம் படும் பாட்டின் மதிப்பு தெரிந்தாக வேண்டும். இன்றைய பெற்றோர் இவ்விரண்டையுமே

குழந்தைகளுக்கு கற்பிக்கவில்லை. காரணம் இவ்விரண்டின் மதிப்பும் அவர்களுக்கே புரியவில்லை.

ஒரு டிராலியை எடுத்துக் கொண்டு சூப்பர் மார்க்கெட்டை ஒரு முறை சுற்றி வந்தால், ஓர் ஊருக்கே சோறு போடுகிற அளவுக்கு மளிகை சாமான்களை அள்ளிப் போட்டு வீடு திரும்புகிறோம். குளிர்சாதனப் பெட்டியில் திணித்து, சமையலறையின் டப்பாக்களை நிரப்பிய பின்னர் தான் மனம் அமைதியடைகிறது. ஒவ்வொரு பொருளாக கெட்டுப் போய், புழு பிடித்து தூக்கியெறியப்படும் சம்பவம் அடுத்தடுத்த நாட்களில் நடக்கிறது. இதை நம் குழந்தைகள் பார்க்கின்றன. அவையும் வீசியெறியப் பழகுகின்றன. பெற்றோர் ஒரு பக்கம் வீட்டுக்குத் தேவையான பொருட்களை எடுக்க, குழந்தை தனக்குத் தேவையான சாக்லெட்டுகள், நூடுல்ஸ்கள், ஹெல்த் டிரிங்குகளை எடுத்து அடுக்குவதை பார்க்க முடிகிறது. பெரும்பாலான பெற்றோர் இதைத் தடுப்பதில்லை. இவற்றை எல்லாம் உண்டால் தானே குழந்தை ஆரோக்கியமாக, ஊட்டச் சத்துடன் இருக்கும் என்ற நல்லெண்ணத்தில் அவர்கள் விட்டுவிடு கின்றனர்.

இன்றைய பெற்றோரின் பெருங்கவலை என்ன தெரியுமா? குழந்தை நன்றாக உண்பதில்லை என்பது. ஆனால், இன்றைய குழந்தைகளின் பெருங்கேடு என்ன தெரியுமா? அவர்களுக்கு பசியென்றால் என்னவென்றே தெரியாதது. பசி எனும் உணர்வைப் பெறாதவர்களுக்கு உணவின் அருமை எப்படிப் புரியும்? காலையில் எழுவதில் தொடங்கி குழந்தையின் வாயில் ஏதேனும் உணவை அம்மாக்கள் திணித்துக் கொண்டே இருக்கின்றனர். அழுதாலும் துப்பினாலும் விடுவதில்லை. ஒல்லியாக இருந்தாலோ, உயரம் குறைவாக இருந்தாலோ விளம்பர அம்மாக்களைப் போல கவலைப்படத் தொடங்கிவிடுகின்றனர்.

நொறுங்கத் தின்றால் நூறு வயது!

இன்றைய அவசர வாழ்வில் உணவை நொறுங்கத் தின்ன ஏது நேரம்? சில அம்மாக்கள் உணவை வாயில் வைத்துவிட்டு அப்படியே தண்ணீரை ஊற்றி விழுங்கச் செய்வதைப் பார்க்க முடியும். உமிழ்நீர் சேராத உணவு நஞ்சாகிறது. அதனால் பொறுமையாக உண்ணக் குழந்தைக்கு சொல்லிக் கொடுங்கள். எந்த உணவாக இருந்தாலும் அது வாயில் நூறு சதவிகிதம் அரைபட்டப் பின்னரே வயிற்றுக்குள் அனுப்பப்பட வேண்டும். உணவை அரைப்பதற்குதான் பற்களை இயற்கை நமக்கு வழங்கி இருக்கிறது. வயிற்றுக்குள் பற்கள் இல்லை என்பதை நினைவில் வையுங்கள். செரிமானம் செய்வதற்கு தேவைப்படும் அமிலம் மட்டுமே உள்ளது. உணவோடு தண்ணீரை சேர்த்து அனுப்பும் போது செரிமானம் தடைபடும் என்பதால் உண்பதற்கு அரை மணி நேரம் முன்போ, பின்போ மட்டுமே நீரை அருந்தப் பழக்குங்கள். இன்னொரு முக்கியமான விஷயம்; டிவி பார்த்துக் கொண்டோ, மொபைலில் விளையாடிக் கொண்டோ உணவருந்தக் கூடாது. சாப்பிடுவது ஒரு தியானம் போல நிகழ வேண்டும்.

ஹெல்த் டிரிங்க், காய்கறிகள், பழங்கள், நட்ஸ் என இன்றைய குழந்தைகளுக்கு 'டூ மச் நியூட்ரிஷன்' ஒரு வாழ்வியல் துயரமாக உருவெடுத்துவிட்டது. விளையாட்டு எனும் உடல் செயல்பாடு முற்றிலுமாகத் துடைத்தழிக்கப்பட்டுவிட்ட காலகட்டத்தில் வயிற்றுக்குள் போய் சேரும் இவ்வளவு உணவும் குழந்தையின் ஆரோக்கியத்திற்கு கேடாக மாறுகிறது. எப்போதும் எதையாவது தின்று கொண்டே இருப்பது நல்ல உணவுப் பழக்கமல்ல என்பதை அன்பிற்குரிய பெற்றோர் புரிந்து கொள்ள வேண்டும். உடல் பருமனோடும், மனச் சோர்வோடும் குழந்தைகள் அவதிப்பட அடிப்படைக் காரணம் பசிக்காமல் உண்பதே! குழந்தை நீண்ட ஆயுளோடு நோயற்ற வாழ்வு வாழ வேண்டுமென பெற்றோர் விரும்பினால் குழந்தைக்கு பசியை உணரக் கற்றுக் கொடுங்கள்.

சில ஆண்டுகளுக்கு முன்னர், ஒரு தொலைக்காட்சி நிகழ்ச்சிக்காக வடகிழக்கு மாநிலமான மணிப்பூரில் உள்ள கிராமம் பற்றி ஒரு நிகழ்ச்சியை தயாரித்திருந்தோம். அவ்வூரின் சிறப்பு என்னவென்றால் 100 வயதைக் கடந்தவர்களை மிகச் சாதாரணமாக பார்க்க முடியும் என்பதுதான். சுறுசுறுப்பான கிழவிகள் வயல்களில் வேலை செய்து கொண்டிருந்தனர். அவ்வூரிலேயே அதிக வயதான 108 வயது பாட்டியை பேட்டி எடுத்திருந்தோம். முதுமை காரணமாக அவரால் நடமாட முடியவில்லை. ஆனால், கண் பார்வையில் குறைபாடும் இல்லை, பற்கள் ஒன்று கூட விழாமல் வரிசையாக இருந்தன. இவ்வளவு வயது வரை ஆரோக்கியமாக வாழும் அந்த மூதாட்டியின்

வழக்கமான உணவுமுறை என்ன தெரியுமா? பசியெடுக்கும் போது ஒரு கைப்பிடியளவு சோறும் ஒரு கைப்பிடியளவு கீரை மசியலும்தான். 'பொறுமையாக உணவை மென்று தின்னுங்கள்' என்பதுதான் அவர் கொடுத்த ஒரே அறிவுரை.

ஆனால், ஆரோக்கியமாக வாழ நாம் இன்று எவ்வளவு சிரத்தைகளை எடுக்கிறோம். என் மகளுடன் படிக்கும் குழந்தையின் அம்மாவிடம் அவர் பின்பற்றும் உணவுமுறையைக் கேட்டேன்.

காலை ஆறரை மணிக்கு ஒரு கிளாஸ் பால், ஏழரை மணிக்கு காலை உணவு, 11 மணியளவில் சிற்றுண்டி, 1 மணிக்கு லஞ்ச், 3 மணிக்கு மறுபடியும் சிற்றுண்டி, 5 மணிக்கு பால், எட்டு மணிக்கு இரவு உணவு, 10 மணிக்கு மறுபடியும் பால்.

அடேங்கப்பா! நிஜமாகவே எனக்கு தலை சுற்றியது. இது உண்மையிலேயே ஒருவகையான வன்முறை. அந்தச் சிறுமி எப்போதும் மந்தமாக இருப்பதற்கும் இந்த உணவுப் பட்டியலுக்கும் தொடர்பில்லாமல் இருக்காது. உடம்பின் வேலை என்ன, வெறுமனே செரிமானம் செய்து கொண்டே இருப்பதா? எதையேனும் வயிற்றுக்குள் அனுப்பிக் கொண்டே இருந்தால் உடல் தனது மற்ற கடமைகளை எப்போது கவனிக்கும்? பொதுவாக வயிற்றுக்குள் உணவிருந்து செரிமானம் நடந்து கொண்டிருந்தால் உடல் சோர்வாக இருக்கும். உண்ட மயக்கம் என இதைக் குறிப்பிடுவோம். ஆக, அதிகமாக உண்ணும் குழந்தை எப்போதும் மந்தமாகவே இருக்கும். அதை ஓடு, விளையாடு, படி என நாம் விரட்டுவதால் ஒரு பயனும் இல்லை.

டிவியை போட்டுவிட்டோ, மொபைல் போனை கையில் கொடுத்தோ குழந்தையை மயங்க வைத்து அந்த நிலையில் வாய்க்குள் உணவைத் திணிக்கும்

இரவும் உணவும்

நாம் ராப்பட்சிகளாக வாழ்கிறோம். நம்மைப் போலவே குழந்தைகளும் இரவு உணவை மிகத் தாமதாக உண்டு, முழு வயிற்றோடு உறங்கப் போகின்றன. இது தவறு. இரவு என்பது ஓய்வுக்கும் உறக்கத்திற்கும் ஆனது. அதனால், மாலை ஆறு மணிக்குள் இரவு உணவை முடித்துவிடுங்கள். பெற்றோர் பழகினால், குழந்தைகள் அதை பின்பற்றத் தொடங்கிவிடும். இரவு உணவை முன்னரே முடித்து, முன்னரே படுத்தால் ஆழமான உறக்கம் வரும். உடலும் ஆரோக்கியமாக இருக்கும்.

கொடுமை இன்று பெரும்பாலான வீடுகளில் நடக்கிறது. எப்படியேனும் அம்மா நிர்ணயித்த அளவை குழந்தை விழுங்கிவிட வேண்டும். மெல்லக் கூடத் தேவையில்லை. ஒரு வாய் சோறு, ஒரு மடக்கு நீர். அவ்வளவுதான்.

பசிக்கும் போதுதான் செரிமானத்திற்கு தேவைப்படும் ஹைட்ரோக்ளோரிக் அமிலம் வயிற்றில் சுரந்திருக்கும். மற்ற நேரங்களில் அது சுரக்காது. காலை 7 மணி, மதியம் ஒரு மணி, இரவு 8 மணி என நாம் உண்பதற்கு நிர்ணயித்த பொழுதுகளில் அது சுரப்பதில்லை. உடலுக்கு ஆற்றல் தேவைப்படும் போது மட்டுமே பசி என்ற உணர்வால் உடல் உணவைக் கேட்கும். அப்போது ஹைட்ரோ க்ளோரிக் அமிலத்தை அது செரிமானத்திற்காக சுரக்கச் செய்கிறது. பசி இல்லாத போது உணவு உண்டால் அந்த அமிலச் சுரப்பு இல்லாமல் உடல் செரிமானத்திற்கு மிகவும் சிரமப்படும். அதே போல செரிக்க அதிக நேரத்தையும் எடுத்துக் கொள்ளும். ஒரு பொழுது உணவு செரிக்கும் முன்பே மறுபொழுது உணவை நாம் திணிக்கிறோம். இதனால் குழந்தையின் உடல் இயக்கம் அகத்திலும் புறத்திலும் கடுமையாக பாதிக்கப்படுகிறது. பசிக்கும் போது, பசியின் அளவிற்கேற்ப, நிதானமாக மென்று உண்ணும் குழந்தைகளை கவனியுங்கள். அவை சுறுசுறுப்பாக ஓடி ஆடி விளையாடும். அவற்றின் உடலில் முறையான ஆற்றல் பகிர்மானம் நடப்பதன் அறிகுறி இது.

பசி என்ற உணர்வே தெரியாத தலைமுறை நோய்களால் அலைக்கழிக்கப்படும். இப்போது அதுதான் நடக்கிறது. உண்ட உணவு செரிப்பதற்கான கால இடைவெளி தந்து, உணவு உண்பவர்வர்களின் உடலுக்கு மருந்தே தேவையில்லை என்கிறார் வள்ளுவர். பெற்றோரின் ராணுவ டயட்டில் குழந்தைகள் எவ்வாறு பசியை உணரும்? பசிக்காத போது கொடுக்கப்பட்ட உணவின் மீது குழந்தைகளுக்கு வெறுப்பும் அலட்சியமும் உண்டாகிறது. கேட்காமலேயே கிடைத்துவிடும் பொருளின் மீது அவற்றுக்கு மரியாதையே வருவதில்லை. அதனாலேயே அவை உணவை வீசியெறியத் துணிகின்றன.

இரண்டாவது...

பசி என்றே உணர்வே தெரியாத தலைமுறையால் வறுமையில் வாடுவோரின் துயரை எப்படி புரிந்து கொள்ள முடியும்?

உண்ணாமல் தூக்கியெறிவது மட்டுமல்ல, தேவையில்லாமல் உண்பதும் கூட உணவை வீணாக்குவதன் வேறொரு வடிவமே. வசதியை வைத்து பசியை ஒருபோதும் அளவிடாதீர்கள். நாம் அதிகம் சம்பாதிப்பதால் நமக்கு அதிகம் பசித்துவிடாது. எல்லோரின் வயிற்றின் அளவும் அவர்களது கையகலம் மட்டுமே. ஒருவர் நல்ல பசியோடு இருக்கும் போது எவ்வளவு திக்கித் திணறி முயன்றாலும் 350 கிராமுக்கு மேல் உண்ண முடியாது எனும் போது உணவு மேல் நாம் எவ்வளவு பேராசைப்படுகிறோம் என நினைத்துப் பாருங்கள். உணவை பசியாற்றும் அற்புதமாகக் கருதாமல், கொண்டாட்டமாகவும் கேளிக்கையாகவும் கவுரவமாகவும் கையாள்கிறோம். பிறந்த நாள் நிகழ்ச்சி, திருமண விருந்து இவற்றுக்கெல்லாம் சுமார் 50 வகையான உணவுகள் பறிமாறப்படுவது சர்வ சாதாரணமாகிவிட்டது. யாராலும் அவ்வளவு பண்டங்களைத் தின்ன முடியாது என்றாலும் கவுரவத்தைக் காப்பாற்ற இந்த கொடுமை தொடர்கிறது.

அது மட்டுமல்ல, காய்கறிகள், பழங்கள், பால் பொருட்கள் என ஒவ்வொரு வீட்டு குளிர்சாதனப் பெட்டியும் மூச்சு முட்டி பிதுங்கி வழிகிறது. ஒவ்வொரு மாதமும் அளவுக்கு அதிகமாக வாங்கப்படும் மளிகை சாமான்கள் புழுபிடித்துக் குப்பைக்குப் போகின்றன. கை நீட்டினால் கிடைக்கும் சிப்ஸுகளும் பிஸ்கெட்டுகளும் நமத்துப் போய் வீசியெறியப்படுகின்றன. ஒவ்வொரு நாள் இரவும் மிஞ்சும் உணவு தெருநாய்க்கு கூட போட மனமில்லாமல் குப்பைத் தொட்டிக்குப் போகிறது. ஒருவேளை சமைக்கப்பட்ட

சமையலறையில் சமத்துவம்

ஆயத்த உணவு, துரித உணவு போன்றவற்றை அடிக்கடி உண்பதற்கு நேரமின்மை ஒரு காரணமாகிவிட்டது. சமையல் என்பது அம்மாக்களின் வேலையாக மட்டும் இருப்பதால் அதன் மீது அலுப்பு வந்து நூடுல்ஸ் போன்றவை தவிர்க்க முடியாத இடத்தைப் பிடித்துவிடுகின்றன. ஆரோக்கியமான உணவைத் தயாரிக்க ஆண் பெண் வித்தியாசமில்லாமல் அனைவரும் பங்கேற்க வேண்டும். அசைவம், காய்கறிகள் என விரும்பும் எந்த உணவையும் பசியின் அளவிற்கேற்ப எவ்வளவு வேண்டுமானாலும் உண்ணலாம். சமையல் வேலையில் ஆண்-பெண் வேறுபாடின்றி குழந்தைகளை ஈடுபடுத்துங்கள். உணவை தயாரிக்கும் போது அதன் மீது மதிப்பும் மரியாதையும் வரும். பெண் குழந்தை குறைவாகவும், ஆண் குழந்தை அதிகமாகவும் உண்ணும் என்பது கட்டமைக்கப்பட்ட மூட நம்பிக்கை. எவ்வளவு பசிக்கிறதோ அவ்வளவு உணவை பாகுபாடில்லாமல் அளியுங்கள்.

உணவு அடுத்த வேளைக்குள் பழையதாகிவிடுகிறது. வீட்டில் உணவிருந்தாலும் மனம் சொன்னால் ஹோட்டலுக்கு ஓடுகிறோம். அதே மனம் விரட்டப் பார்க்கிறதெல்லாம் பரபரவென்று ஆர்டர் செய்து உண்ண முடியாமல் போட்டுவிட்டு வீடு திரும்புகிறோம். விருந்துகளில் கேட்கவே வேண்டாம். தேவைக்கு அதிகமாக பன்மடங்கு சமைத்து வீணடிப்பது இங்கே பண்பாடாகவே இருக்கிறது. வெறுக்கத்தக்க ஒருவரைப் போல நம் கைகளில் உணவு எனும் அற்புதம் சிதைபடுகிறது.

வீடு, சுற்றம் என எங்கும் உணவு வீணாக்கப்படுவதைப் பார்க்கும் குழந்தைகளுக்கு அதன் மீது அலட்சியமும் வெறுப்பும் மரியாதைக் குறைவும் உண்டாகிறது. இது மிகப்பெரிய சமூகத் தீங்கு. உணவின் மீது அன்பு செலுத்த சொல்லித் தாருங்கள். உண்டும் உண்ணாமலும் வீணாக்கப்படும் உணவு எங்கோ யாரோ பசியோடிருக்கக் காரணமாகிறது என்பதைப் புரிய வையுங்கள். உணவு ஒருபோதும் தனியுடைமை ஆக முடியாது. அதனால் சிறுவயதிலிருந்தே பகிர்ந்துண்ணப் பழக்குங்கள். பணக்காரரானாலும் எதையும் விலை கொடுத்து வாங்கும் வல்லமை கொண்டவரானாலும் உணவின் முன் தலை வணங்கி நிற்க வேண்டும். நாளை இந்த உணவு கிடைக்காமல் போனால் என்னாகும் என்ற அச்சம் ஒவ்வொரு உயிருக்கும் இருக்கிறது. எறும்புகள் அதனாலேயே பாடுபட்டு சேமிக்கின்றன. பசியின் கொடுமையையும் உணவின் அருமையையும் உணர்வோரே பட்டினிச் சாவில்லாத உலகை உருவாக்க முடியும். நம் நாட்டிலேயே கோடிக்கணக்கானோர் வறுமைக் கோட்டுக்குக் கீழே உழல்வதைக் குழந்தைகளுக்குப் புரிய வைத்தால் அவர்கள் ஒரு போதும் அதை வீணடிக்க மாட்டார்கள்.

மூன்றாவது

உணவிலும் குழந்தைகளுக்கு உயர்வு தாழ்வை போதிக்கிறோம். மாட்டிறைச்சி உண்பவர்கள் இழிவானவர்களாகக் கருதப்படுகின்றனர். அசைவம் உண்பவர்கள் சைவர்களை விட எப்போதும் ஒருபடி கீழ் தான். உணவுப் பழக்கம் என்பது அந்தந்த பகுதியின் தட்பவெப்பம், விளைச்சல், உயிர் உற்பத்தி ஆகியவற்றாலேயே பண்பாடாகத் தீர்மானிக்கப்படுகிறது. ஆஸ்திரேலியர்கள் கங்காரு கறியை உண்கிறார்கள். மேற்கத்தியர்களின் டயட்டில் பன்றியும் மாட்டிறைச்சியும் அடிப்படை. சீனர்கள் பாம்பை உண்கிறார்கள். ஜப்பானியர்களுக்கு பச்சை மீன் விருப்பத்திற்குரிய உணவு. பழங்குடி மக்கள் சிறு விலங்குகளையும் பறவைகளையும் சமைக்கின்றனர். நம் கிராமங்களில் நத்தை, வவ்வால், முயல், உடும்பு போன்றவை உண்ணப்படுகின்றன. வட கிழக்கு மாநிலங்களில் சந்தையில் நண்டுகளைப் போல தவளைகளை கூறு கட்டி விற்கிறார்கள். இந்த வகையில் தான் மாட்டிறைச்சி உண்பவர்களும் இங்கே வாழ்ந்து வருகிறார்கள். ஓர் உணவை நான் உண்பதில்லை என்பதற்காக அது தாழ்வானது என எப்படி கருத முடியும்? ஆனால் அப்படித்தான் நம்புகிறோம். குழந்தைகளையும் நம்பச் செய்கிறோம்.

என் மகள் படிக்கும் பள்ளியில் அசைவ சாப்பாட்டிற்கு அனுமதி இல்லை. நிறைய தனியார் பள்ளிகளில் இப்படியொரு கட்டுப்பாட்டை வைத்திருக்கிறார்கள். வகுப்பு ஆசிரியரிடம் இது குறித்து கேட்ட போது,

உணவு வீணாவதைத் தவிர்க்க...

கடைக்குச் செல்வதற்கு முன்பாக என்னென்ன பொருள் இருக்கிறது, இல்லை என்று கண்டறியுங்கள். தேவையில்லாத எதையும் வாங்காதீர்கள். வாங்குகிற பொருட்களைப் பாதுகாப்பாக வையுங்கள்.

பழைய காய்கறிகளை சமைத்து உண்பதற்கென்று வாரத்தில் ஒரு நாளை ஒதுக்குங்கள். இல்லையெனில் தேவைப்படுவோருக்கு கொடுத்துவிடுங்கள்.

காய்கறிகள், பழங்கள், அசைவ உணவுகளை பிரிட்ஜில் சரியான வெப்பநிலையில் பாதுகாத்தால் கெட்டுப் போவதை தவிர்க்கலாம்.

மொத்தமாக போட்டு உண்பதைத் தவிர்த்து, சிறிது சிறிதாக உண்ணப் பழகுங்கள். பசி மறையும் போது உண்பதை நிறுத்திவிடுங்கள். மிச்சம் வைக்காமல் சாப்பிட இந்த முறை உதவும்.

பிரிட்ஜ் தான் இருக்கிறதே என அதிகம் சமைத்து சேமிக்காதீர்கள். எப்படியும் அது குப்பைக்குதான் போகும்.

விருந்துகளின் போது சரியாகத் திட்டமிடுங்கள். வீணாகக் கூடும் எனத் தெரிந்தால் ஆதரவற்றோர் இல்லங்களுக்கு அளிப்பது போன்ற மாற்று ஏற்பாட்டை முன் கூட்டியே செய்யுங்கள்.

உணவின் மதிப்பை சிறு வயதிலேயே குழந்தைகள் மனதில் பதித்துவிடுங்கள்

பள்ளி விதிமுறை என ஒரே வரியில் முடித்துக் கொண்டார். சில பெற்றோர் மீனோ, முட்டையோ கொடுத்துவிடும் போது வகுப்பறையே பரபரப்பிற்கு உள்ளாகிறது. ஒரு முறை ஒரு குழந்தை கோழிக் குழம்பு எடுத்து வந்த போது, எல்லோருமாக சேர்ந்து டீச்சரிடம் சொல்வோம் என மிரட்டி அழ வைத்திருக்கிறார்கள். இறைச்சி உண்ணாத சில குழந்தைகள், ‘நீ எப்படி நான்-வெஜ் எல்லாம் சாப்பிடுற. வெஜிடேரியன் தான் கிரேட் தெரியுமா’ எனப் பெருமிதத்தோடு சொல்லியிருக்கின்றன. இதனால் அசைவம் சாப்பிடும் பிள்ளைகள் கடுமையான உளவியல் நெருக்கடிக்கு ஆளாகின்றனர்.

சைவம் தான் உயர்ந்தது என குழந்தைகள் பேசுகின்றன எனில் அதற்கு யார் பொறுப்பு? பெற்றோர்கள் தானே! விரும்பிய உணவை உண்பதற்காக மனிதர்கள் வெட்டிக் கொல்லப்படும் கொடுங்காலத்தில் நாம் இருக்கிறோம். இங்கே நிகழ்த்தப்படும் சைவ பயங்கரவாதத்தை உலகச் சமூகம் அதிர்ச்சியோடு கவனிக்கிறது. ஏனெனில் உலகில் எங்கேயுமே உணவை வைத்து மனிதர்களுக்குள் பாகுபாடு பார்க்கும் கொடுமை இல்லை. ‘உனக்குப் பிடித்ததை நீ சாப்பிடு, அவருக்குப் பிடித்ததை அவர் சாப்பிடட்டும் என்ற ஜனநாயகப் பண்பு தழைத்தோங்கி இருக்கிறது.

உலகின் பிற பகுதிகளில் 'வெஜிட்டேரியன்' என்ற வகையறாவே கிடையாது. அங்கெல்லாம் அசைவம் உண்ணுவோர் (மீட்டேரியன்ஸ்) அசைவம் உண்ணாதோர் (நான் - மீட்டேரியன்ஸ்) என்று தான் வகைப்படுத்துகின்றனர். நம் நாட்டைப் போல 'வெஜிட்டேரியன்' - 'நான் வெஜிட்டேரியன்' என்று பிரிக்கவில்லை. காரணம் மனித இனம் இயல்பிலேயே மாமிசம் உண்ணக் கூடியது. உயிரியலின் தாவர உண்ணிகள், மாமிச உண்ணிகள், அனைத்துண்ணிகள் என்ற மூன்று பிரிவுகளில் மனிதர்கள் மூன்றாவது வகையில் வருகின்றனர். 'தாவரம் போதும்' என்பது தனி மனிதர்களின் தேர்வு மற்றும் விருப்பத்தின் அடிப்படையிலானது மட்டுமே. மக்கள் தொகையில் தாவர உண்ணிகள் மிகக் குறைவு. ஆனால் இந்த உண்மை புரியாமல் நம் நாட்டில் சைவம் - அசைவம் எனப் பிரித்து சைவம்தான் உயர்ந்தது என ஆக்கி வைத்திருக்கிறோம். உயிர் வாழ்வதற்கு அடிப்படைத் தேவையான உணவில் எப்படி உயர்வு தாழ்வு இருக்க முடியும்? எந்தவோர் உணவையும் பிடித்தால் உண்ணுங்கள். இல்லையென்றால் தவிர்த்துவிடுங்கள். உண்பவர்களை ஏன் தாழ்வாகப் பார்க்க வேண்டும்? 'உணவில் புனிதமும் இல்லை இழிவும் இல்லை' என்ற அந்த ஜனநாயகப் பண்பை முதலில் பெற்றோர்கள் வளர்த்துக் கொள்ள வேண்டும். எல்லா தரப்பினரையும் ஏற்று அங்கீகரித்து வாழும் போதுதான் இந்நாடு வாழ்வதற்கு தகுதியான அமைதியைப் பெறுகிறது. அடுத்த தலைமுறைக்கேனும் அந்த அமைதியை நாம் உருவாக்கித் தர வேண்டும்.

நான்காவது

துரித உணவு கலாச்சாரம். பாக்கெட்டிலும், பாட்டிலிலும் எது அடைக்கப்பட்டு வந்தாலும் அதன் மீது எந்த கேள்வியும் நமக்கு வருவதில்லை.

‘ஹைலி நியூட்ரிஷியஸ்’ என்று வெள்ளைக் கோட்டை அணிந்த ஒரு மாடல் டாக்டர் வந்து சொல்லிவிட்டால் போதும். அது நம் சமையலறை அலமாரிக்குள் வந்துவிடுகிறது. கவர்ச்சிகரமான பேக்கிங், பிரபலமானவர்களின் பரிந்துரை, விளம்பர உத்திகள் என பலவும் நம்மை பித்து பிடிக்கச் செய்கின்றன. உணவு கெட்டுப் போகாமல் இருக்க பல விதமான வேதிப் பொருட்கள் துரித உணவுகளில் கலக்கப்படுகின்றன. எந்தப் பொருளை வாங்கும் போதும் அது குறித்த அறிவை முதலில் பெற்றோர் பெற வேண்டும். உள்ளடக்கப் பட்டியலைப் பார்த்து அதில் உள்ள பொருட்களின் உண்மைத் தன்மையை இணையத்தில் தேடினால் துரித உணவுகள் முழுக்கவே ரசாயனக் குப்பை என்பது புலப்படும்.

இப்போதெல்லாம் பள்ளி உணவகத்தில் துரித உணவுகள் மற்றும் கார்பனேட்டட் குளிர்பானங்கள் தீவிரமாக விற்பனை செய்யப்படுகின்றன. பள்ளி நிர்வாகத்திடம், தலைமை ஆசிரியரிடம், ஆசிரியர்களிடம், உணவு விடுதி உரிமையாளரிடம் பெற்றோர்கள் இது தொடர்பாகப் பேச வேண்டும். பழங்கள், பழச்சாறுகள், உலர் பழங்கள், பருப்பு வகை நொறுக்குத்தீனிகள், இளநீர், மோர் போன்ற ஆரோக்கியமான உணவுப் பொருட்களை பள்ளியில் விற்கும்படி செய்யலாம். சில மேற்கத்திய நாடுகளில் இந்த முறையை நடைமுறைப்படுத்திப் பார்த்ததில் நல்ல பலன் கிடைத்ததாக ஆய்வுகள் குறிப்பிடுகின்றன. ஆனால் பெற்றோருக்கு இதற்கெல்லாம் நேரம் இருப்பதில்லை.

பெரும்பான்மையான துரித உணவு தயாரிப்பு முன்னணி நிறுவனங்கள் லாப நோக்கத்திற்காக ஆபத்தான உணவுகளை உற்பத்தி செய்கின்றன. பார்க்க கவர்ச்சிகரமாக இருப்பதற்கு ஒரு ரசாயனம், அடிமைப்படுத்தும் சுவைக்கு ஒரு ரசாயனம், கெட்டுப் போகாமல் இருக்க ஒரு ரசாயனம் என ‘அனுமதிக்கப்பட்ட அளவு’ என்ற போர்வையில் விஷத்தைச் சேர்க்கிறார்கள். தக்காளி சாஸில் தக்காளி இருப்பதில்லை, பாலாடையும் வெண்ணெய்யும் முழுமையான பாலில் தயாரிக்கப்படுவதில்லை. அவ்வளவு ஏன் (பாக்கெட்) பாலே பசுவிலிருந்து வருவதில்லை. முழுக்கவும் ரசாயனக் கலவைதான். கடலை, நல்லெண்ணெய், சூரியகாந்தி எண்ணெய்யில் மினரல் ஆயில் மற்றும் ‘லிக்விட் பாரபின்’ மாதிரியான பெட்ரோலிய பொருட்கள் பெருமளவில் கலப்படம் செய்யப்படுகின்றன. இது குறித்த விழிப்புணர்வு முதலில் பெற்றோருக்கு இருக்க வேண்டும். பாக்கெட் உணவு நிறுவனங்கள் பேக்கேஜிங்கிற்கும் விளம்பரத்திற்கும் தான் அதிகம் செலவழிக்கின்றன, தரத்திற்கு அல்ல.

ஒரு புறம் ஊட்டச்சத்து குறைபாடு காரணமாக இந்தியாவில் நாள்தோறும் 5 வயதிற்குட்பட்ட குழந்தைகள் உயிரிழக்கின்றன. மறுபுறம் அதிக பணம்

கொடுத்து குழந்தைகளுக்கு ரசாயனக் குப்பைகளை வாங்கிக் கொடுப்பதன் மூலமும் ஊட்டச்சத்திற்கு தட்டுப்பாடு ஏற்படுகிறது. குழந்தைகளின் மூளை வளர்ச்சியில் உணவின் பங்களிப்பு அதிகம் எனும் போது ஆரோக்கியமான உணவுப் பழக்கத்திற்கு முதலில் பெற்றோர் பழக வேண்டியிருக்கிறது.

பசியறியாமை, உணவின் மீதான அலட்சியம், உணவை வைத்து பாகுபாடு, அடிமைப்படுத்தும் உணவுப் பழக்கம் என இந்த நான்கு சீரழிவுகளில் இருந்தும் குழந்தைகளை விடுவிக்க வேண்டியது பெற்றோர் முன் இருக்கும் மிகப் பெரிய சவால்கள். வாழ்வதற்காகத் தான் உண்கிறோம். அதனாலேயே அது உன்னதமாகிறது. நீங்கள் ஐந்து நட்சத்திர உணவகத்தில் சாப்பிடுகிறீர்கள் என்பதற்காக உணவு ஒரு சொகுசுப் பொருள் ஆகிவிடாது. எங்கே உண்டாலும் அதன் வேலை பசியாற்றுவதுதான். அதனால் பசித்து, ரசித்து, ருசிக்க குழந்தைகளுக்குக் கற்றுக் கொடுங்கள். வேட்டையாடிக் கொண்டு வந்தாலும் விவசாயம் செய்து விளைவித்தாலும் தொழிற்சாலைகளில் உற்பத்தி செய்யப்பட்டாலும் ஒவ்வொரு உணவுப் பொருளும் கடும் உழைப்பின் பின்னணியில்தான் உருவாகி வருகிறது. அதற்குரிய மரியாதையை அளிக்க குழந்தைகளுக்கு சொல்லித் தாருங்கள். எதிர்காலத் தலைமுறையின் ஆரோக்கியமும், எதிர்காலச் சமூகமும் மேம்பட்டிருக்க பெற்றோராகிய உங்களது சிறிய ஆனால் முக்கியமான பங்களிப்பு இது.

 ஜெயராணி

காலத்தே அன்பு செய்!

3

ஒரு தூய நதி ஓடிக் கொண்டிருக்கிறது. கரையில் அமர்ந்து அமைதியாக அதைப் பாருங்கள். மனதின் சஞ்சலங்களை மட்டுப்படுத்தி அதன் ஓட்டத்தைக் கவனியுங்கள். நீர் நகர்கிறது. உள்ளே இருக்கும் மீன்கள் தெரிகின்றன. அதனடியில் கூழாங்கற்கள். நதியின் ஈரத்தை தடவியெடுத்து காற்று உங்கள் மீது பூசுகிறது. நீங்கள் சிலிர்த்துப் போகிறீர்கள். வெளியே ஓடும் நதி உள்ளூர ஓடுவதை இப்போது உணர்கிறீர்கள். கண்களை மூடி யோசியுங்கள். கடைசியாக எப்பொழுது உங்கள் குழந்தையுடன் இப்படியொரு இடத்திற்கு வந்தீர்கள். வந்திருந்தால் என்ன உரையாடினீர்கள்? நினைவுபடுத்துங்கள்.

ஓர் இருபதாண்டுகளுக்கு முன்பு வரை, பாரபட்சமில்லாமல் எல்லா பெண் குழந்தைகளுக்கும் வீடு என்பது சிறைதான். திருமணம் முடிக்கிற வரை வீட்டில் வைத்து என்ன செய்வது என்றுதான் நிறைய பெண் குழந்தைகளை படிக்க அனுப்பினார்கள். வெளியில் போனால் பாதுகாப்பில்லை எனப்

பூட்டி பூட்டி வைத்தனர். ஆண்களை நிமிர்ந்து பார்க்கக் கூடாது, தொட்டுப் பேசக் கூடாது, வீட்டைவிட்டு வெளியில் போகக் கூடாது, விளையாடக் கூடாது என ஏகப்பட்டக் கட்டுப்பாடுகள். சமையல், வீட்டு வேலைகள், குழந்தை பராமரிப்பு போன்றவை கற்பிக்கப்பட்டு வீடுகளோடு முடக்கப்பட்டனர். பிறந்த வீட்டிலிருந்து நேராக புகுந்த வீட்டிற்குப் போய் அங்கேயே அவர்களின் வாழ்க்கை முடிந்து போனது என்பதுதான் சென்ற தலைமுறை பெண்களின் வாழ்க்கை வரலாறு. பெண் குழந்தைகளை ஏன் சிறை வைக்கிறீர்கள் என்ற கேள்விக்கு அன்றைய பெற்றோரிடமிருந்த ஒரே பதில் 'காலம் கெட்டுக் கிடக்கு. பெண்களுக்குப் பாதுகாப்பில்லை'. அதற்கு முந்தைய தலைமுறைகளும் இந்த காரணத்தையே சொல்லிக் கொண்டிருந்தனர்.

உண்மையில், பெற்றோரின் இந்த வசனம் எக்காலத்திற்கும் பொருந்தக்கூடியதே! கல்வியிலும் பொருளாதாரத்திலும் தொழில்நுட்பத்திலும் ரொம்பவே முன்னேறியிருக்கிறோம். அதனால் கெட்டுப் போயிருந்த காலம்

ஜெயராணி

இன்று சரியாகிவிட்டதா என்ன? இன்னும் மோசமாகியல்லவா நிற்கிறது. பெண் குழந்தைகளுக்கானதாக இருந்த ஆபத்துகள் ஆண் குழந்தைகளிடமும் இன்று படர்ந்துவிட்டது. பெண்களுக்கு பாதுகாப்பில்லாத சூழல் நிலைகொண்டிருந்த போதே இந்த சமூகத்தை நாம் சீர்படுத்தியிருக்க வேண்டும். அப்படி செய்யாமல், எங்கே என்ன நடந்தால் எனக்கென்னவென்று வீட்டுக்குள் பூட்டி வைப்பதிலேயே குறியாக இருந்தோம். இப்போது ஆண்/ பெண் வித்தியாசமில்லாமல் யாருக்குமே பாதுகாப்பில்லை. அதனால் ஆண் குழந்தைகளையும் வீட்டிற்குள் சிறை வைக்க வேண்டிய அவலம். இப்போதும் நாம் காலத்தின் மேல் பழியைப் போட்டு கதவை சாத்திக் கொள்கிறோம். ஆனால் ஆபத்து கதவை உடைத்துக் கொண்டு எப்போது வேண்டுமானாலும் உள்ளே நுழைவேன் என மிரட்டுகிறது.

சரி இந்தக் கேள்விக்கு பதில் சொல்லுங்கள். காலம் என்றால் என்ன? காலம் என்பது அத்தலைமுறையின் மனிதர்கள் இல்லையா? நம் குழந்தைகளால் தெருவில் இறங்கி விளையாட முடியவில்லை, கடைகளுக்கு போய் வர முடியவில்லை, பக்கத்து வீட்டிற்கு கூட தைரியமாகச் செல்ல முடியவில்லை, பள்ளிக்குப் போனால் எவ்வித பாதிப்பும் இல்லாமல் திரும்பி வருவார்களா என்ற நிச்சயமில்லை. இதைவிட அச்சுறுத்தலான சூழல் உருவாக முடியுமா? நாம் வாழ்கிற இந்தக் காலத்தை இவ்வளவு பாதுகாப்பற்றதாக ஆக்கியதில் நமக்கு எந்தப் பங்களிப்பும் இல்லையா?

குழந்தைகள் சிதைக்கப்படும் கொடுங்கதைகள் நாள்தோறும் நம் காதுகளை வந்தடைகின்றன. அபார்ட்மெண்ட் வாசலில் விளையாடிக் கொண்டிருந்த 7 வயது ஹாசினி, பாலியல் கொடுமையால் எரித்துக் கொல்லப்பட்டாள். டெல்லியில் 8 வயது சிறுவன் பாலுறவுக்கு மறுத்ததால் கழுத்தை அறுத்துக் கொல்லப்பட்டான். தஞ்சையில் மது அருந்துவதை வீட்டில் சொல்லிவிடுவேன் என கூறியதற்காக கிஷோர் என்ற சிறுவன் கொன்று புதைக்கப்பட்டான். சென்னை அபார்ட்மெண்ட்டில் மாற்றுத் திறனாளி சிறுமி 17 பேரால் 7 மாதங்களாக பலாத்காரம் செய்யப்பட்டாள். இப்படி அன்றாடம் ஒரு

தரமான நேரத்தைத் தாருங்கள்

குழந்தை பெற்றோரை சார்ந்திருக்கும் காலகட்டம் இருவருக்குமே மிகவும் முக்கியமானது. எவ்வளவு மணி நேரம் குழந்தைகளுடன் இருக்கிறோம் என்பதல்ல. அரை மணி நேரமே இருக்க முடிந்தாலும் எவ்வளவு மனமொன்றி குழந்தைகளுடன் செலவழித்தோம் என்பதுதான் முக்கியம். அளவு அல்ல தரமே சிறந்தது.

குழந்தை வளர்ப்பு தியானம்

தியானம் செய்யும் போது எப்படி இருப்போம். கவனத்தை சிதறவிடாமல், மனதை ஒருநிலைப்படுத்தி குவித்திருப்போம். இல்லையா? குழந்தையுடன் செலவழிக்கும் நேரத்தை ஒரு தியானமாக மாற்றுங்கள். குழந்தைகளுடன் அன்று எதைப் பற்றிப் பேச அல்லது விளையாடப் போகிறீர்கள் என முன் கூட்டியே முடிவு செய்யுங்கள். கவனம் சிதறவே கூடாது.

கொடூரம்! குற்றங்கள் நகர்ந்து நகர்ந்து நம்மருகே வந்துவிட்டன. நம்மால் என்ன செய்ய முடியும்? நம் குழந்தை தப்ப வேண்டுமெனில் இருக்கும் ஒரே வழி வீட்டில் அடைப்பதுதான். நம் கண்களுக்குள் வைத்துக் கொள்ள வேண்டியதுதான். ஆனால், அதுவும் ஆபத்தில்தான் முடிகிறது. சமூகக் கலப்பு இல்லாமல் பெற்றோர் முகத்தையும் தொலைக்காட்சி/செல்போன் பாடப் புத்தகங்களோடு தனிமையில் அனுபவங்களின்றி குழந்தைகள் கடுமையான மன அழுத்தத்திற்கு ஆளாகின்றன. ப்ளூவேல் மாதிரியான சைக்கோ விளையாட்டுக்கெல்லாம் பலியாகின்றன.

இரண்டு விதமான சவால்கள் இந்திய பெற்றோர் முன் உறுதியாக நிற்கின்றன. ஒன்று குற்றங்களுக்கு பலியாகாமல் குழந்தைகளைப் பாதுகாப்பது, அடுத்தது குற்றங்கள் புரிந்துவிடாமல் தடுப்பது. கொலை, பாலியல் தொல்லை, கடத்தல் என குற்றங்களுக்கு ஆளாக்கப்படும் குழந்தைகளின் எண்ணிக்கை ஒவ்வோர் ஆண்டும் அதிகரிக்கிறது. 6-18 வயது வரையிலானவர்கள் தீவிரமான பாலியல் தாக்குதல்களுக்கு ஆளாகின்றனர். ஆய்வு முடிவுகளின்படி பாலியல் தாக்குதலுக்கு உள்ளாகிறவர்களில் ஆண் குழந்தைகளே அதிகம். ஆனால் இது போன்ற கொடுமைகள் பெண்களுக்கே நேரும் என நாம் மூடத்தனமாக நம்புகிறோம்.

சிறுவர்களின் பருவ மாற்றங்கள், உடலியல் வளர்ச்சி குறித்தெல்லாம் பெரும்பாலானவர்களுக்குப் புரிதல் இருப்பதில்லை. அதனால் அவர்களுக்கு என்ன மாதிரியான பாலியல் தொல்லைகள் வரலாம் என்பது குறித்த அறிவை வளர்த்துக் கொள்ளவோ, மகன்களுக்கு அது குறித்து கற்பிக்கவோ நாம் முயல்வதில்லை (இது குறித்து வேறொரு தலைப்பில் விரிவாகப் பேசலாம்). பெண் குழந்தைகள் வைத்திருக்கும் பெற்றோர் தான் நல்ல தொடுதல், தீய தொடுதல் போன்ற பாடங்கள் பற்றி எல்லாம் ஓரளவுக்கேனும் கவனமாக இருக்கின்றனர். பெரும்பாலும் நெருங்கிய குடும்ப வட்டாரத்தில் தான் இக்கொடுமை இழைக்கப்படுகிறது. அதற்கடுத்து பள்ளியில். பல சூழல்களில் அந்நியர்களுக்கு இதில் தொடர்பிருப்பதில்லை. இப்படி ஏதேனும் ஒரு

கட்டுரையை எங்கேயாவது படிக்க நேர்ந்தால் உடனே ஓடிப் போய் கதவை சாத்திக் கொள்வோம். யாரையும் நம்ப முடியாமல், யாரிடமும் பழக விடாமல் எவ்வளவு காலத்திற்குதான் குழந்தைகளை ஒளித்து வைக்க முடியும்?

குழந்தைகள் மீதான வன்முறை ஒரு பக்கம் அதிகரிப்பதைப் போலவே அவர்கள் குற்றங்களில் ஈடுபடுவதும் இன்று பெருகியிருக்கிறது. திருடுவதில் தொடங்கி கொலை மற்றும் பாலியல் வன்முறைகள் போன்ற அதீத கொடூரங்களைச் செய்ய ஒரு பிஞ்சு மூளை எப்படி தயாராகிறது? எதுவும் கிடைக்காதவர்கள் மட்டுமல்ல, எல்லாமே கிடைக்கும் குழந்தைகளும் குற்ற வலையில் சிக்குகின்றன என்றால் அதெப்படி? முன்னேறும் புதிய இந்தியா புதிய சவால்களை எல்லா தரப்பு பெற்றோருக்கும் ஏற்படுத்தியிருக்கிறது. படித்தவர் படிக்காதவர், பணக்காரர் ஏழை என எந்தப் பின்னணியைச் சேர்ந்தவர்களுக்கும் குழந்தை வளர்ப்பு பெரும் சவாலாகி நிற்கிறது. இது எதனால் தெரியுமா?

கண்ணுக்குத் தெரியாத லட்சம் நரம்புகளால் பிணைக்கப்பட்ட குழந்தைகளோடு நமக்கிருக்கும் தொடர்பு துண்டிக்கப்பட்டதே! ஆம். அக்கொடுமையை இழைத்தவர்கள் நாம் தான். இந்த பூமியில் நம் சந்ததியை பெருக்க குழந்தைகள் பிறக்கின்றனர். இனி அவர்களுக்குத் தேவையான பொருளை ஈட்ட வேண்டுமென ஒவ்வொருவரும் ஓடத் தொடங்குகிறோம். அதைத் தவிர்த்து, நம்முடைய 'பெரிய மனுஷ' வாழ்வில் குழந்தைகளுக்கு ஒதுக்கப்பட்ட இடத்தின் அளவைச் சொல்லுங்கள். 'உடல், பொருள், ஆவி அனைத்துமே என் குழந்தைதான்' என்பதுவே பலரது பதிலாக இருக்கும்.

உண்மைதான். குழந்தைப் பிறப்பு இந்தியர்களின் வாழ்வில் ஒரு முக்கியமான திருப்புமுனை. அதற்கு முன் இருந்த ராஜாவாக, ராதாவாக பின்னெப்போதும் இருக்க முடிவதில்லை. கருத்தரித்ததுமே சுமக்க முடியாத ஒரு பெரிய பாறாங்கல்லைத் தூக்கி ஒவ்வொரு தம்பதியரும் தம் தலையில் வைத்துக் கொள்கின்றனர். அந்தப் பாறாங்கல்லின் பெயர் சம்பாதித்தல். இந்தப் பெருங்கல் தான் குழந்தை எனும் உறவு நம்முடன் இருப்பதை

இரவு உணவை சேர்ந்து உண்ணுங்கள்

குழந்தைக்கென தனி நேரம் ஒதுக்க முடியாதவர்கள் இரவு உணவை அதற்கான வாய்ப்பாக அமைத்து கொள்ளலாம். குழந்தைகள் பின்னிரவுக் சாப்பிடக் கூடாது என்பதால், ஒரு ஏழு மணிக்குள் சாப்பிட உட்காருங்கள். நிதானமாக சாப்பிடுங்கள்.

சேர்ந்து சமைத்திடுங்கள்

குழந்தைகள் சமையலறையில் இருக்க விரும்புவார்கள். ஆண்/பெண் பாகுபாடில்லாமல் இருவருக்கும் சமையலறை வேலையை கற்பியுங்கள். காய்கறிகளை நறுக்குவது, எலுமிச்சம் பழத்தை பிழிவது, புளியைக் கரைப்பது போன்ற வேலைகளில் ஈடுபடுத்துங்கள். இவையெல்லாம் உங்கள் கண்காணிப்பில் நடக்க வேண்டும். சமையலை கற்ப தோடு, உங்களோடு அதிக நேரம் இருப்பதாக குழந்தைகள் உணர்வார்கள்.

நினைவுபடுத்திக் கொண்டே இருக்கிறது. ஒட்டுமொத்த உலகையும் அதைச் சுற்றி சுழலவிட்டு விடுகிறோம். மற்றபடி அச்சிறு உயிருக்கும் நமக்கும் எந்தத் தொடர்பும் இல்லை. ஒரு தலைமுறையின் தொடர்ச்சியாக அவர்களை நாம் மதிப்பதில்லை. அவர்களுக்கு வசதியான வாழ்க்கையைக் கொடுக்கத்தான் நாம் துடிக்கிறோமே தவிர, அன்பான, அமைதியான, பிரச்னைகளற்ற வாழ்வைத் தர நாம் எந்த சிரத்தையும் எடுப்பதில்லை.

காலை எழுவதில் தொடங்கி இரவு உறங்கப் போவது வரை குழந்தைக்கென நீங்கள் தனித்துவமாகச் செய்யும் விஷயங்களை நினைவுகூருங்கள். பள்ளிக்குக் கிளப்புதல், பாடம் சொல்லிக் கொடுத்தல், உணவு தயாரித்தல் இவற்றைத் தவிர என்னவெல்லாம் செய்கிறீர்கள் என்று பட்டியலிடுங்கள். நான் பார்த்த வரையில் அல்லது ஆய்வு செய்த வரையில் குழந்தைக்கென சிறப்பான நேரத்தை நாம் யாரும் ஒதுக்குவதில்லை. மாறாக, நம் பல்வேறு வேலைகளுக்கிடையில் குழந்தையை வளர்க்கிறோம். சமைத்துக் கொண்டு, டிவி பார்த்துக் கொண்டு, அலைபேசிக் கொண்டு, சாட் செய்து கொண்டு, முகநூலைப் புரட்டிக் கொண்டு, புத்தகம் படித்துக் கொண்டு, அலுவலக வேலையைப் பார்த்துக் கொண்டு என நமது செயல்களுக்கிடையே குழந்தையை கண்காணிக்கிறோம், அவர்களின் கேள்விகளுக்கு பதில் சொல்கிறோம், அவர்களுக்கான உத்தரவுகளை இடுகிறோம். பல நேரங்களில் நமது குரல் முதலாளியின் தோரணையிலேயே இருக்கிறது. "போய் படி, டிவி பார்க்காத, ஒழுங்கா சாப்பிடப் போறியா இல்லையா? ஹோம் ஒர்க்க முடி" என்பதாக அதட்டுகிறோம்.

ஒவ்வொரு நாளிலும் குழந்தைக்கென இந்த நேரத்தை ஒதுக்கியிருக்கிறோம்; அந்நேரத்தில் நாங்கள் உரையாடுவோம், விளையாடுவோம், கதைகள் பேசுவோம் என எத்தனை பேரால் சொல்ல முடியும்? பக்கத்து வீட்டுக்கு கூட போக முடியாத வகையில் குழந்தைகளின் வெளி மிக சுருங்கிப்

போய்விட்டது. குறுகலான அந்த வெளியில் பெற்றோர் மட்டுமே இருக்கிறார்கள். ஆனால், அது வெறும் உடலளவிலான இருத்தல் ஆக மட்டுமே இருப்பதுதான் பிரச்சனையே! உடல் குழந்தைக்கு அருகில் இருக்கிறது; மனம் எங்கோ தொலைவில் அலைகிறது. இதை யாரால் புரிந்து கொள்ள முடிகிறதோ இல்லையோ, குழந்தைகளால் நன்கு உணர முடியும்.

மேற்கத்தியர்களின் குழந்தை வளர்ப்பு முறை குறித்து நாம் எப்போதும் தாழ்வாகவே நினைக்கிறோம். ஆனால் அது தவறு என்பதை அவர்களது வளர்ப்பு முறையை கவனிப்பவர்களால் புரிந்து கொள்ள முடியும். அண்மையில் ஆஸ்திரேலியாவுக்கு அலுவலக நிமித்தமாகப் போயிருந்தேன். திரும்புகையில் சிங்கப்பூரில் இறங்கி வேறு விமானம் மாறி வர வேண்டும் ஆஸ்திரேலியாவிலிருந்து சிங்கப்பூர் வரையிலான விமானப் பயணம் ஏறக்குறைய 11 மணி நேரம். மேற்கத்தியர்களும், சீனர்களும் அதிகளவில் அந்த விமானத்தில் இருந்தனர். நிறைய குழந்தைகள் அவர்களோடு தென்பட்டன. ஆனால் அந்த 11 மணி நேரமும் விமானம் முழு அமைதியில் இருந்தது. தொடர்ச்சியாக அமர முடியாததால் எழுந்து நடக்கத் தொடங்கினேன். அப்போது நான் கவனித்தவை வியப்பை அளித்தன. ஒரு பெண்மணி தன் குழந்தைக்கு கதைப் புத்தகத்தை எடுத்து வாசித்துக் காட்ட அக்குழந்தை ஆர்வமாகக் கேட்டுக் கொண்டிருந்தது. ஒரு தந்தை குழந்தையோடு சேர்ந்து படம் வரைந்தார். இன்னொரு குழந்தை 'மேக் மீ' விளையாட்டை சகோதரியோடு விளையாடியது. விமானம் தரையிறங்குகிற வரை தமது குழந்தைகளுடன் பெற்றோர் நேரத்தை செலவிட்டனர்.

அதன் பின் சிங்கப்பூர் விமானத்தில் ஏறினேன். சில குழந்தைகளோடு நிறைய இந்தியர்கள் இருந்தனர். இரண்டு மணி நேரம்தான். ஆனால், இந்திய குழந்தைகள் கத்தி அழுதன. சத்தம் போட்டு பேசின. எனக்கு பின்னால் அமர்ந்திருந்த குழந்தை என் சீட்டை டங் டங்கென இடித்துக் கொண்டே இருந்தது. நான் எழுந்து சொன்னபோது அந்தப் பெற்றோர் 'குழந்தை பண்ணினா நாங்க என்ன செய்ய முடியும்' என்று முறைத்தபடி வெடுக்கென

வீட்டு/மாடித் தோட்டம் அமையுங்கள்

இதுவும் குழந்தைகளை ஈர்க்கும் வேலைதான். செடிகளுக்குத் தண்ணீர் ஊற்ற, இயற்கை உரமிட, களைகளை எடுக்க பழக்குங்கள். ஒவ்வொரு செடி பற்றியும் தெரிந்து கொண்டு அது குறித்துப் பேசுங்கள். காய்கள், கனிகள், பூக்கள் செடிகளில் விளைந்து வருவதைப் பார்க்கும் போது அவர்கள் பெருமையாக உணர்வார்கள்.

அவர்களது விளையாட்டை விளையாடுங்கள்

குழந்தைகளாக மாறுவது எல்லோருக்கும் விருப்பமானதல்ல. ஆனால் சாத்தியமானதே! போர்ட் கேம், பால் கேம், தெரு விளையாட்டு என எதுவாக இருந்தாலும் அவர்களோடு விளையாடத் தயங்காதீர்கள்.

குழந்தையின் காலை இழுத்தனர். பல மணி நேர விமானப் பயணத்தில் இந்திய பெற்றோர் குழந்தையுடன் நேரத்தை செலவழிக்கவில்லை. அப்படி என்றால் என்னவென்றே அவர்களுக்குத் தெரியவில்லை. இதுதான் வித்தியாசம்.

என் வட்டாரத்தில் இருக்கும் சில பெற்றோரிடம் குழந்தைகளுடன் நீங்கள் சேர்ந்து செய்யும் வேலைகளைச் சொல்லுங்கள் என கேட்டேன். எல்லோருமே கடைவீதிக்குச் செல்கின்றனர், கோயிலுக்குப் போகின்றனர், வீட்டிலேயே பூஜை செய்கின்றனர், டிவி பார்க்கின்றனர், உணவகங்களுக்கு, திரையரங்குகளுக்குப் போகின்றனர். உண்மையாகவே அவ்வளவுதான். 'அப்பா, அம்மா எதற்கு தேவை' என சில குழந்தைகளிடம் கேட்டேன். படிக்க வைக்கறதுக்கு, நல்ல உடை, பொம்மையெல்லாம் வாங்கித் தர்றதுக்கு, பசிச்சா சாப்பாடு குடுக்குறதுக்கு என்றார்கள். குழந்தை ஏதேனும் பொருளை கேட்டு அழுது அடம்பிடிப்பது ஏறக்குறைய எல்லா வீடுகளிலுமே நடக்கிறது. கடைகளில் விற்கும் பொருட்களை வாங்கித் தருவதற்குதான் அம்மாவும் அப்பாவும் பிறந்திருக்கிறார்கள் என குழந்தைகள் நம்புகின்றன. ஏனென்றால், அதைவிட எந்தவொரு முக்கியத்துவமான பங்கும் நமக்கிருப்பதாக நாம் குழந்தைகளிடம் நிரூபிக்கவில்லை.

சில ஆண்டுகளுக்கு முன்பு வரை சதா போன் பேசுவது எனது வழக்கமாக இருந்தது. எந்த அழைப்பு வந்தாலும் எடுத்து மணிக் கணக்கில் பேச வேண்டியது. அதிலும் சமூகப் பிரச்னை, அரசியல் செய்தி என்றால் கேட்கவே வேண்டாம். ஊடகப் பணி என்பது கூடுதல் சாக்கு. மேலே குறிப்பிட்டதைப் போலத் தான்...யாரிடமாவது பேசிக் கொண்டு அல்லது எதையாவது எழுதிக் கொண்டு, ஏதேனும் புத்தகத்தைப் படித்தபடிதான் மகளை வளர்த்துக் கொண்டிருந்தேன். எனக்கு அலைபேசியில் அழைப்பு வந்தாலே அவள் கோபமாகிவிடுவாள். ஒரு ஞாயிற்றுக்கிழமை அன்று எனக்கு வழக்கமாக பேசும் தோழி ஒருவர் அழைக்க அரை மணி நேரம் பேசிவிட்டு சமைக்கப் போய்விட்டேன். மாலை வரை எந்த அழைப்பும் வரவில்லை என்பதால் வியப்புற்று போனைத் தேடினேன். பல இடங்களில் தேடியும் என் இரண்டு போன்களையும் காணவில்லை. மகளிடம் கேட்டதற்கு 'தொலைஞ்சு போச்சு'

என்று பதில் வந்தது. எங்கோ ஒளித்து வைத்து விளையாடுகிறாள் என்றுதான் நினைத்தேன். வெகு நேரம் கழித்துதான் தெரிந்தது, என் இரண்டு செல்போன்களும் ஜன்னல் வழி வீசியெறியப்பட்டிருந்த. அதுவொரு புல் முளைத்துக் கிடந்த காலி இடம் என்பதால் அவை தொலைந்து போகவில்லை. எரிகல் ஒன்று வந்து விழுந்ததைப் போல இச்சம்பவத்தால் நான் நிலைகுலைந்து போனேன். என் நடவடிக்கைகளை மீள்பார்வை செய்து திருத்திக் கொள்ளும் வாய்ப்பைத் தனது செயலால் உணர்த்தியிருந்தாள் ஏழு வயதேயான என் குழந்தை.

குழந்தைகள் இப்படி பலவற்றை மிக நுட்பமாகக் குறிப்பால் உணர்த்திவிடுகின்றனர். ஆனால் அதைக் கண்டுணரும் நுண்ணுணர்வு நமக்கு இருப்பதில்லை. என்னுடன் விளையாடு, எனக்கு கதை சொல் என அவர்கள் கெஞ்சுகின்றனர். தொந்தரவு செய்யாதே என அவர்களை தனியே விரட்டுகிறோம். அதனால் அவர்கள் செல்போனிலோ அல்லது டிவியிலோ தஞ்சமடைகின்றனர். நாம் குழந்தைகளின் பேச்சை கேட்கவில்லை எனில், ஒரு குறிப்பிட்ட வயதிற்கு மேல் நம் பேச்சை குழந்தைகள் கேட்காது.

குழந்தை நல ஆலோசகர்கள் 'குவாலிட்டி டைம்' பற்றி வலியுறுத்திக் கொண்டே இருக்கின்றனர். 'ரூபாய்க்கு மூணு' என்ற கணக்கில் மிக மலிவாகவே நாம் குழந்தைகளுடனான நேரத்தை கையாள்கிறோம். வன்முறைகளில் இருந்தும் குற்றங்களில் இருந்தும் குழந்தைகள் காப்பாற்றப்பட

கெட்டப் பழக்கங்கள் வர என்ன காரணம்?

1. குழந்தைக்கு போதுமான அன்போ கவனமோ பெற்றோரிடம் இருந்து கிடைக்கவில்லை
2. அப்பா அம்மாவிற்குள் அடிக்கடி சண்டைகள் வருவது
3. போதுமான தூக்கம் கிடைக்காதது
4. விளையாட நேரமோ வாய்ப்போ கிடைக்காதது
5. பெற்றோருக்கும் குழந்தைக்கும் இடையில் உரையாடல் இல்லாதது
6. அதீத செல்போன், வீடியோ கேம், இணையம், டிவி பயன்பாடு
7. படிப்பு மற்றும் மதிப்பெண் குறித்த பெற்றோரின் எதிர்பார்ப்பு
8. நன்னடத்தை குறித்து பெற்றோர் கற்பிக்காதது
9. ஆரோக்கியமான உணவுப் பழக்கம் இல்லாதது
10. பொருட்களுக்கு முக்கியத்துவம் அளிக்கும் நுகர்வு வாழ்க்கை.

அய்ந்து வயதிற்குள் கற்பிக்க வேண்டிய பணிகள்

1. 'தயவுசெய்து' மற்றும் 'நன்றி' என்ற வார்த்தைகளைப் பயன்படுத்த பழக்குங்கள். உங்கள் குழந்தைகளை தன்மையானவர்களாக மாற்றும் மாயச் சொற்கள் இவை

2. யாருடைய பொருளையும் முன் அனுமதி பெற்ற பின்னர் எடுக்கச் சொல்லுங்கள். அது அம்மா, அப்பாவினுடையதாக இருந்தாலும்.

3. செய்த தவறை உணர்ந்து மன்னிப்பு கேட்க பழக்கப்படுத்துங்கள். போகிற போக்கில் 'சாரி' என சொல்லுவது பயனளிக்காது. மீண்டும் அதே தவறை செய்வார்கள்.

4. கதவை தட்டிவிட்டு வரச் சொல்லுங்கள். அந்தரங்கம் எல்லோருக்குமே அவசியமானது. அனுமதி கிடைக்கிற வரை வாசலில் நிற்கச் சொல்லுங்கள். திபு திபுவென ஓடி வந்து கதவை தட்டிக் கொண்டே இருப்பது தவறு. இதை பழக்கப்படுத்த எளிய வழி, நீங்கள் அதைப் பின்பற்றுவதே.

5. கவனிக்கக் கற்றுக் கொடுங்கள். யார் பேசும் போதும் முழுமையாகக் கேட்டுவிட்டு பிறகு பதில் அளிக்கப் பயிற்றுவியுங்கள்.

6. யாரையும் கிண்டல் செய்து சிரிக்க அனுமதிக்காதீர்கள். பொது இடமோ, வீடோ யாரையும் கிண்டல் செய்வது அவர்களை காயப்படுத்தும் என புரிய வையுங்கள்.

7. பிறருக்கு உதவி செய்யவும் கருணையோடு இருக்கவும் பழக்கப்படுத்துங்கள்.

8. அலைபேசியில் எப்படி பேசுவது, யாருடனாவது நீங்கள் பேசும் போது எப்படி அமைதியாக இருப்பது என சொல்லித் தாருங்கள். வீட்டில் இருக்கும் போது நீண்ட செல்போன் உரையாடல்களை தவிர்த்திடுங்கள்.

9. வயதில் பெரியவர்களையும் ஆசிரியர்களையும் மதிக்கச் செய்யுங்கள்.

10. தேவைப்படும் நேரத்தில் அமைதியாக அமர்ந்திருக்க பழக்குங்கள். குழந்தைகளுக்கு இது கஷ்டம் தான் என்றாலும் சூழலைப் புரிய வைத்தால் அதற்கேற்ப நடந்து கொள்ள பழகிவிடுவார்கள்.

11. மென்மையாகப் பேசுவதன் அவசியத்தை குழந்தைகள் உணர வேண்டும். கத்துவது, அலறுவதெல்லாம் சரியான பேசும் முறை அல்ல. உரையாடலின் போது பேசுவதை முடிக்கும் வரை காத்திருந்து எதிர்வினையாற்றச் சொல்லித் தாருங்கள்.

வேண்டுமெனில் பெற்றோர் குழந்தைகளை வெறுமனே வளர்க்காமல் அவர்களோடு வாழத் தொடங்க வேண்டும். வானம், பூமி, மரங்கள், பூச்சிகள், மழை, காற்று, மனிதர்கள் என குழந்தையோடு பேச எவ்வளவோ உள்ளன. ஏன் இவ்வளவு நட்சத்திரம் இருக்கு, கடல்ல ஏன் அலை அலையா வருது, நான் எப்படி பிறந்தேன்... போன்ற கேள்விகளை எல்லாம் நிச்சயம் உங்கள் குழந்தை கேட்டிருக்கும். ஆனால், அது நம் காதுகளில் அது விழுந்திருக்காது.

'உனக்கு அதெல்லாம் புரியாது' என்ற நம் வழக்கமான பதிலால் குழந்தை நம்முடன் நிகழ்த்த விரும்பும் உரையாடலை நாம் துண்டிக்கிறோம். மனித வாழ்க்கை பற்றி, நன்னெறிகள் குறித்து அவ்வளவு ஏன் தத்துவங்கள் கூட குழந்தைகளுக்குப் புரியும். சொல்லுவதற்கு அறிவும் திராணியும் நமக்கிருக்கிறதா? வளரும் சூழல் வசதியானதாக இருப்பது ஒரு குழந்தையை நல்ல மனிதராக ஆக்குவதில்லை. அன்பும் உரையாடல்களும் அறிவூட்டுதலும் நிறைந்து ஆரோக்கியமாக இருப்பதாலேயே அது சாத்தியப்படுகிறது. இதற்கென நாம் நேரத்தை ஒதுக்கியே ஆக வேண்டும். பெற்றோருடன் நல்ல உறவில் குழந்தை இருக்கும்போது, குழந்தையுடன் ஆழமான புரிந்துணர்வில் பெற்றோர் திளைக்கும் போது ஆபத்துகள் தூரப் போகின்றன.

விலங்குகளை கவனியுங்கள். பறவைகளைப் பாருங்கள். தன் குட்டிக்கு/ குஞ்சுகளுக்கு ஏதேனும் ஆபத்தென்றால் தூர இருந்தாலும் அவை எங்கிருந்தோ சட்டென பாய்ந்து வரும். காரணம் அவற்றின் நுண்ணுணர்வு. குஞ்சுகள் இரைதேடுகிற தெம்பைப் பெறுகிற வரை யாரையும் அண்டவிடாமல் தாய் அலைபாய்வதையும் பரிதவிப்பதையும் கவனியுங்கள். அவற்றின் கண்கள் 360 கோணத்தில் சுற்றி வரும். உயிர்கள் அனைத்துக்குமே அந்த நுண்ணுணர்வு பொதுவே. ஆனால் பல்வேறு அழுத்தங்களால் மனித பெற்றோர் அதை தொலைத்துவிட்டனர். யாருடைய கண்ணில் விஷமிருக்கிறது, உடல் மொழியில் வெளிப்படும் தீங்கு, வார்த்தைகளின் உள் அர்த்தங்கள், தொடுதலில் கேடு ஆகியவை குழந்தையை சுற்றி இருக்கிறதா என 100 சதவிகிதம் குழந்தை மீது கவனம் வைத்த பெற்றோரால் கண்டுணர முடியும். அப்படி பகுத்தறிய முடியாததால் தான் எல்லோருக்கும் பயந்து குழந்தையை ஒளித்து வைக்கும் சூழல் உருவாகிறது. நீங்கள் உங்கள் குழந்தையுடன் கண்ணுக்குத் தெரியாத லட்சம் நரம்புகளோடு பின்னிப் பிணைந்திருப்பீர்களானால் குழந்தையே உங்களுக்கு எல்லாவற்றையும் வெளிப்படுத்திவிடும்.

தொலைக்காட்சி நிகழ்ச்சிகளும் அலைபேசி நிறுவனங்களும் தொடர்ந்து இணைப்பில் இருக்க நம்மை நிர்பந்திக்கின்றன. நாமும் அவற்றுக்கு தலைவணங்குகிறோம். உண்மையில் நாம் இணைப்பில் இருக்க வேண்டியது குழந்தைகளுடன் தான். அதுதான் பெற்றோரின் ஒரே கடமை. உடல் ரீதியாக, மனரீதியான, அறிவுரீதியாக உணர்வுரீதியாக என நான்கு வகைகளிலும்

இந்த இணைப்பு இருக்க வேண்டும். பெற்றோர் தமது சுயநலனையும் மூடநம்பிக்கைகளையும் பின்னுக்குத் தள்ளி குழந்தைகளுக்கென நேரம் ஒதுக்கி அன்பையும் அறிவையும் ஊட்ட வேண்டும். இவ்விரண்டையும் ஆயுதமாக ஏந்தி வளரும் குழந்தையே இப்பூமிக்கும் மனித சமூகத்துக்கும் பயன்படும். அவ்வாறான மனித சமூகம் உருவாகும் போதுதான் பாதுகாப்பு குறித்த பயமின்றி குழந்தைகள் சுதந்திரமாக தெருவில் விளையாட முடியும்.

இப்போது முதல் பத்தியை மீண்டும் படியுங்கள். எந்த நதிக்கரைக்குப் போனீர்கள். இன்னும் போகவில்லையா? எப்போது போவீர்கள், உங்கள் குழந்தையுடன்?

மகள்களும் மனிதர்களே!

4

மாற்றப்பட்ட பெயர்களோடு உங்களுக்கு ஓர் உண்மைக் கதையைச் சொல்கிறேன், கேளுங்கள்.

நூற்றைம்பது சவரன் நகை போட்டு பல லட்சங்கள் செலவு செய்து சந்திரிகா, கோபிநாத்தை திருமணம் செய்து கொண்டார். பெற்றோர் பார்த்து ஆசை ஆசையாக நடத்தி வைத்த ஏற்பாட்டுத் திருமணம் அது. நிறைய சொத்துகளும் குடும்ப கவுரவமும் கொண்ட பின்னணியில் வாழ்பவர்கள். எனக்கும் இந்த தம்பதியருக்கும் நேரடியாக எந்தத் தொடர்பும் இல்லை. ஆனால், இவர்களை கண்டுபிடிக்க ஏழாண்டுகளுக்கு முன்னர் பல நாட்கள், பல வழிகளில் தேடியலைந்தேன். ‘ஆண் குழந்தைக்காக செயற்கை கருத்தரிப்பு செய்து கொள்ளும் இந்தியப் பெற்றோர்’ குறித்து ஒரு செய்திக் கட்டுரை எழுத நினைத்த போது ஒரு மருத்துவரின் உதவியோடு சந்திரிகாவிடம் பேசினேன்.

இளங்கலை படித்தவர். நல்ல ஆங்கிலப் புலமை உண்டு என்பது சந்திரிகா பேசும் முறையில் தெரிந்தது. திருமணமான சில மாதங்களில் குடும்பத்தினர் பெருமைப்படும் (மகிழ்ச்சி அல்ல) வகையில் சந்திரிகா கருவுற்றார். மருத்துவப் பரிசோதனைகளுக்கு போய் வந்து கொண்டிருந்தபோது நான்காவது மாதத்தில், கோபிநாத் சந்திரிகாவிடம் எந்த சலனமும் இல்லாமல், ’நாம் இந்தக் கருவை கலைத்துவிடலாம்’ என்றார்.

சந்திரிகாவுக்கு அதிர்ச்சியில் தலை சுற்றியது. அவர்களின் உரையாடல் இப்படித் தொடர்ந்தது....

'நீ ரொம்ப பலவீனமா இருக்குறதா டாக்டர் சொல்றாங்க'

'நான் நல்லா இருக்குறதா தான, டாக்டர் எங்கிட்ட சொன்னாங்க.'

உன்கிட்ட சொன்னா கஷ்டப்படுவேன்னு எங்கிட்ட சொன்னாங்க.

'நான் கஷ்டப்படுவேன்னு டாக்டருக்கு தெரிஞ்சுருக்கு, உங்களுக்குத் தெரியலியா?'

'சும்மா பேசிட்டே போகாத, உன் நல்லதுக்குதான் சொல்றேன்.'

'என் குழந்தையை கலைக்கச் சொல்றது என் நல்லதுக்கா?'

'எனக்கு இந்த குழந்தை வேண்டாம்'

ஏன்?

'காரணமெல்லாம் கேட்காத.'

'ஏன்னு சொல்லுங்க. காரணத்தைத் தெரிஞ்சுக்காம நான் சம்மதிக்க மாட்டேன்'

'ஏன்னா, இது பெண் குழந்தை. முதல் குழந்தை எனக்கு பையன் தான் வேணும்.'

வெளிநாட்டில் எம்.பி.ஏ. படித்து, பெரிய நிறுவனமொன்றில் உயர் பதவி வகிக்கும் கோபிநாத், பெண் குழந்தை தனக்கு கவுரவம் சேர்க்காது என பேசிக் கொண்டிருந்தார். 'தனக்குத் தெரியாமல் கருவின் பாலினத்தைக் கண்டறிந்தது மட்டுமல்லாமல், அதைக் கலைக்கவும் வேண்டும் என்கிறானே' என கோபமும் அழுகையுமாக சந்திரிகா பெற்றோர் வீட்டுக்குப் போய்விட்டார்.

பெண் குழந்தை சுகப் பிரசவத்தில் ஆரோக்கியமாகப் பிறந்துவிட்ட பின்னர் சில மாதங்கள் கழித்து கோபிநாத் மன்னிப்புக் கேட்டு அவரைத் தன்னோடு அழைத்துச் சென்றார். கதை இதோடு முடியவில்லை. சரியாக ஓராண்டு கழித்து...தாய்லாந்துக்கு சுற்றுலா செல்ல பயணச் சீட்டுகளோடு வந்தார் கோபிநாத். தேனிலவு கூட இந்தியாவுக்குள் தான் என்பதால், இந்த 'சர்ப்ரைஸ்' வெளிநாட்டு பயணத் திட்டம் சந்திரிகாவை மகிழ்ச்சியடைய வைத்தது. கைக் குழந்தையோடு கிளம்பிப் போனார்கள்.

ஒரு வார காலம் ஊரைச் சுற்றிப் பார்த்த நிலையில், சந்திரிகாவை ஒரு மருத்துவமனைக்கு அழைத்துச் சென்றார் கோபிநாத். அங்குள்ள மருத்துவரை சந்திக்க கோபிநாத் முன்கூட்டியே நேரம் பெற்றிருந்தார். மருத்துவமனையின்

நுழைவாயிலில் வைத்துதான் சந்திரிகாவுக்கு அந்த உண்மையைச் சொன்னார் கோபிநாத்.

"ரெண்டாவதும் பெண் குழந்தையா வந்துட்டா, என்ன செய்றது? கருவை கலைக்க நீ சம்மதிக்க மாட்ட. அதான் இங்க வந்திருக்கோம். இங்க செயற்கைக் கருத்தரிப்பு மூலமா முன் கூட்டியே ஆண் கருவை தேர்ந்தெடுத்துக்கலாம். நம்ம ஊர்ல இதெல்லாம் கஷ்டம். இங்க ஈஸியா முடிஞ்சிரும். கொஞ்சம் கோ ஆப்ரேட் பண்ணு. டாக்டர் சொல்லும் போது எதுவும் எதிர்த்து பேசாத. நமக்கு இவ்ளோ சொத்துக்கள் இருக்கு. இதையெல்லாம் பாதுகாக்க ஆண் வாரிசு வேணாமா? அது மட்டுமில்ல, ஆண் குழந்தை பெத்துக்கிட்டா தான் என் குடும்பத்துல தலைநிமிர்ந்து நடக்க முடியும்."

தான் மிகவும் அருவருப்பாக உணர்ந்ததாக சந்திரிகா தெரிவித்தார். தன்னை ஒரு பிண்டமாகவே கோபிநாத் கருதியதாக அவருக்கு தோன்றியது. மூன்று நாட்கள் ஓயாமல் சண்டை போட்டு, உணர்ச்சிப்பூர்வமாக மிரட்டிப் பணிய வைத்து ஒருவழியாக தனது விந்திலிருந்து 'தூய' ஆண் கருவைப் பிரித்தெடுத்து மனைவியின் கருப்பையில் வலுக்கட்டாயமாக ஏற்றி வெற்றிகரமாக இந்தியா திரும்பினார் கோபிநாத்.

தாய்லாந்து சென்று மீண்டும் கருவுற்றுவிட்டதாக தோழிகளும் உறவினர்களும் சந்திரிகாவை கிண்டல் செய்தனர். ஆனால், தான் மட்டும் தனியறையில் அழுது தீர்த்ததாக குரல் உடைந்து சொன்னார் அப்பெண்.

கருவில் பாலினத் தேர்வு இந்தியாவில் தடை செய்யப்பட்டுள்ளது. ஆனால் தாய்லாந்தில் அப்படியான சட்டங்கள் இல்லை. பாங்காக்கில் உள்ள மருத்துவமனைக்கு இந்திய தம்பதியினரின் வருகை கடந்த சில ஆண்டுகளாக அதிகரித்துள்ளதாக ஓர் ஆங்கில நாளேட்டில் படித்தேன். ஆண் கருவைத் தேர்ந்தெடுத்து செயற்கைக் கருத்தரிப்பு சிகிச்சை செய்து கொள்ள பத்து லட்சமேனும் செலவாகிறது. ஆனால் தன் சொத்துகளையும் கவுரவத்தையும் பாதுகாக்கப் போகும் வாரிசை உருவாக்கும் வேட்கைக்கு முன் அதெல்லாம் ஒரு பணமா? இங்கிலாந்து, அய்ரோப்பா, அமெரிக்கா, ஆஸ்திரேலியா என உலகம் முழுவதுமிருந்தும் பாலினத் தேர்வுடன் குழந்தை பெற்றுக் கொள்ள தம்பதியர்கள் வருகின்றனர். ஆனால், பெரும்பாலும் ஆண் குழந்தை வைத்திருப்போர் குடும்பத்தின் சமநிலையைப் பாதுகாக்க பெண் குழந்தையை வேண்டியே வருகின்றனர். ஆனால் இந்திய தம்பதியருக்கு ஒரே நோக்கம்தான். இயற்கை முறையில் கருத்தரிக்க முடிந்து ஏற்கனவே பெண் குழந்தையை பெற்றோரும், இயற்கை முறையில் கருத்தரிக்க முடியாதோரும் ஆண் கருவுக்காக பல லட்சங்களை எடுத்துக் கொண்டு அந்நாட்டிற்கு விரைகின்றனர்.

'ஜெண்டர் செலக்‌ஷன் பாங்காக்' என்ற நிறுவனத்தின் ஆலோசகர் ஒருவர், தனக்கு பெண் குழந்தை வேண்டுமெனக் கேட்கும் ஒரேயொரு இந்தியத்

தம்பதியரைக் கூட நான் சந்திக்கவில்லை' என்று அப்போது குறிப்பிட்டிருந்தார். எனது கட்டுரைக்காக ஒரு மகப்பேறு மருத்துவரிடம் பேசிய போது, இந்திய தம்பதியரின் இந்தப் போக்கு குறித்து வருத்தத்தோடு சில உண்மைகளைச் சொன்னார். 'படித்து, நிறைய பணம் சம்பாதிக்கும் வேலையில் இருந்து, நவீன வாழ்க்கையை அனுபவிப்பவர்கள் தமது சொத்துகளை பாதுகாக்கவும் குடும்ப கவுரவத்திற்காகவும் ஆண் குழந்தை தான் வேண்டுமெனக் கேட்கின்றனர். பாலினத்தைக் கண்டறியச் சொல்லி கேட்டால் நாங்கள் மறுத்துவிடுவோம். அதற்கு பணம் செலவழிக்க அவர்கள் தயங்குவதில்லை. ஆனால் ஊழல் மலிந்த வேறு மருத்துவமனைக்குப் போய் நினைத்ததை சாதிக்கின்றனர். பல 'லேப்'களிலும் இது நடக்கிறது. இதனால் கருக்கலைப்புகள் அதிகம் நிகழ்கின்றன. மருத்துவ அறத்தை மதிக்காத மருத்துவர்கள் செயற்கைக் கருத்தரிப்பில் பாலினத் தேர்வுக்கு தனி விலை நிர்ணயித்து வியாபாரம் செய்கின்றனர்" என்றார்.

குழந்தை பிறப்பிலேயே இவ்வளவு சூழ்ச்சிகள் நடக்கும் நிலையில் குழந்தை வளர்ப்பில் நாம் எப்படி நேர்மையைக் கடைப்பிடிப்போம். இந்த சாதியவாத, மதவாத ஆணாதிக்கச் சமூகத்தின் 'தலைவிதி'யாக பெண் வெறுப்பு காலாகாலத்திற்கும் தொடர்கிறது. தாமஸ் ராய்ட்டர்ஸ் பவுண்டேஷன் என்ற அமைப்பு 133 நாடுகளில் செய்த ஆய்வில் பெண்கள் வாழ மிகவும் ஆபத்தான நாடுகளின் பட்டியலில் இந்தியாவிற்கு முதல் இடத்தை வழங்கியுள்ளது. இதில் வேதனை என்னவென்றால் போர் நடக்கும் ஆப்கானிஸ்தான், சிரியா கூட இந்தியாவிற்கு கீழே தான் இடம் பிடித்துள்ளன. அப்படியெனில் இந்தியப் பெண்கள் எத்தகைய மோசமான சூழலில் வாழ்கின்றனர் என சிந்தித்துப் பாருங்கள். பெண்கள் மீது இங்கே நடப்பது அரசியல் போர் அல்ல, பண்பாட்டுப் போர். மத நம்பிக்கைகள் மற்றும் பழக்க வழக்கம் என்ற பெயரில்தான் பெரும்பாலான குற்றங்கள் பெண்கள் மீது ஏவப்படுகின்றன. கருக்கொலை தொடங்கி பாலியல் வன்புணர்வு வரையிலான அத்தனை ஒடுக்குமுறைகளும் நடப்பது இந்நாட்டின் மத, பண்பாட்டு நம்பிக்கைகளால் தான்.

இதில் நமக்கு எந்த தொடர்பும் இல்லையா? பெண் மீது ஆசிட் ஊற்றினான், பெண்ணை பாலியல் வல்லுறவு செய்தான், பெண்ணை கத்தியால் குத்தினான் என்றெல்லாம் செய்திகளில் பார்க்கிறோம். இளைஞர்களிடம் பெண் வெறுப்பை வளர்த்தெடுத்ததில் பெற்றோராகிய நமக்கு எந்தப் பங்கும் இல்லையா? குற்றவாளிகள் எங்கோ அந்தரத்தில் இருந்தா குதித்து வருகிறார்கள்? நம் வீடுகளில் தானே அவர்கள் உருவாக்கப்படுகின்றனர்! முன்பெல்லாம் கொலைகாரர் என்பவர் குற்றவாளி என்பவர் எங்கோ தூரத்தில் ஒரு கண்ணுக்குத் தெரியாத கதாபாத்திரமாக உலவினார். யாரையாவது கொன்றுவிட்டு சிறைக்குச் செல்பவர் கற்பனை மனிதராக

> **இந்தக் கேள்விகள் வழியாக உங்கள் குழந்தையின் பாலினப் புரிதலை அறிந்து கொள்ளுங்கள்...**
>
> 1. உங்கள் வகுப்பிலேயே யார் அழகு?
> 2. உங்கள் வகுப்பிலேயே யார் பலசாலி?
> 3. வீட்டில் யார் சமைக்க வேண்டும்?
> 4. பைக்/காரை யார் ஓட்ட முடியும்?
> 5. யார் அதிகம் மேக் அப் செய்து கொள்ள வேண்டும்?
> 6. நியூஸ் சேனல் யாருக்கு? டிவி சீரியல் யாருக்கு?
> 7. யார் சண்டை போடுவார்கள் - பாய்ஸா, கேர்ள்ஸா?
> 8. யார் பணம் சம்பாதிக்க வேண்டும்?
> 9. உணவகத்தில் யார் பில் கட்ட வேண்டும்?
> 10. புத்தகமெல்லாம் யார் படிப்பா?
> 11. யார் கிசுகிசு பேசுவார்கள், யார் சேட்டை செய்வார்கள்?
> 12. பார்பி பொம்மை யாருக்கு, கார் பொம்மை யாருக்கு?
> 13. அழுவது யாருடைய இயல்பு?
> 14. பிங்க் கலர் யாருக்கு பிடிக்கும்?
> 15. தலைவர் என்றால் யார்?
> 16. விஞ்ஞானி பெயர் சொல்லு?
> 17. இருட்டில் போகும் தைரியம் யாருக்கு இருக்கிறது?
> 18. நீளமான கூந்தல் யாருக்கு இருக்கும்?
>
> இந்த கேள்விகளுக்கான பதில் பொதுபுத்தி சார்ந்ததாக இருந்தால், ஏற்கனவே உங்கள் குழந்தை பாலினப் பிரிவினையை கற்றுக் கொண்டுவிட்டதென பொருள். அதை மாற்றுவதற்கான நடவடிக்கைகளை உடனே எடுங்கள்.

கருதப்பட்டார். ஆனால் இன்று குற்றங்கள் மிக அருகில் நிகழ்கின்றன. நம் வீடுகளும் தெருக்களும் பள்ளிகளும் எப்போது வேண்டுமானாலும் குற்றம் நடக்க சாத்தியமான இடங்களாக மாறிவிட்டன. நேற்று வரை நம்மோடு கதை பேசிக் கொண்டிருந்தவர்கள் இன்று கைகளில் விலங்கு மாட்டப்பட்டு இழுத்துச் செல்லப்படுகின்றனர். சமூகத்தின் இந்த அவல நிலைக்கும் நமது வீடுகளுக்கும் எந்தத் தொடர்பும் இல்லையா? இந்த குற்றவாளிகளை யார் உருவாக்குவது?

நான் முன்னர் குடியிருந்த வீட்டின் அருகே ஒரு நடுத்தரக் குடும்பம் வசித்தது. பத்து வயது சிறுமி அபிஷா எங்கள் வீட்டில் வந்து விளையாடுவது வழக்கம். அவளுக்கு அவளது அண்ணன் மீது அளவிலா வெறுப்பு இருந்தது, அதற்குக் காரணம் அவளது பெற்றோர் மகன் மீது கொண்டிருந்த அளவற்ற

அன்பு. அண்ணனுக்கு கூடுதல் உணவு வழங்கப்பட்டது, அண்ணனுக்கு கூடுதல் உடைகள் தந்தனர், அண்ணனுக்கு கூடுதல் விளையாட்டுப் பொருட்கள் கேட்கும் போதெல்லாம் கிடைத்தது, அண்ணனுக்கு எப்போது வேண்டுமானாலும் வெளியில் போக அனுமதி இருந்தது. அண்ணன் நண்பர்கள் வைத்துக் கொள்ள அனுமதிக்கப்பட்டான். கூடுதலாக, தங்கையை கண்காணிக்கும் பொறுப்பும் அவனுக்கு தரப்பட்டது. அபிஷா எங்கள் வீட்டுக்கு விளையாட வந்தால், அவன் பின்னாலேயே வந்து வீட்டுக்கு வருமாறு நச்சரிப்பான். இரண்டே வயதுதான் வித்தியாசம் என்றாலும் அண்ணனும் தங்கையும் விளையாடி நான் பார்த்ததே இல்லை. அவனிடம் எப்போதும் அதிகாரமும் பெரிய மனிதத் தோரணையும் இருக்கும். 'அபிஷா என்ன கேட்டாலும் இப்பவே உனக்கு செலவு செஞ்சுட்டா உன் கல்யாணத்துக்கு என்ன பண்றது?' என்று அவள் அம்மா கேட்பார். அப்பாவுக்கு பயந்து, அண்ணனுக்கு பயந்து நாளை எந்த ஆணைக் கண்டாலும் பயப்பட அபிஷா பழக்கப்படுத்தப்படுகிறாள். அவளது அண்ணனோ, அம்மாவை மதிக்காமல், தங்கை மேல் அன்பு செலுத்தாமல் நாளை எந்த பெண்ணைக் கண்டாலும் அடிமைப்படுத்த பயிற்றுவிக்கப்படுகிறான். ஏறக்குறைய எல்லா வீடுகளிலுமே இப்படியான பாலினப் பாகுபாடுகள் பெற்றோரால் வெவ்வேறு நிலைகளில் தீவிரமாக விதைக்கப்படுகின்றன.

இந்தியப் பெற்றோர்கள் முன் சில நிரந்தமான கேள்விகள் நெடுங்காலமாக பதிலற்று நிற்கின்றன. ஏன் பெண் குழந்தைகள் மேல் உங்களுக்கு இவ்வளவு அளவில்லா வெறுப்பு? பெண் அழியவும் துயருறவும் பிறந்தவள் என எவ்வாறு முடிவுக்கு வருகிறீர்கள்? கறிக்காக வளர்க்கப்படும் கோழிகளைப் போல ஏன் பெண் குழந்தைகளுக்கு திருமணத்தையே வரையறையாக வைத்திருக்கிறீர்கள்? பலவீனமானவர்களாக வளர்த்துவிட்டு பெண்களுக்கு வலுவே இல்லையென ஏன் பிரச்சாரம் செய்கிறீர்கள்? பெண் குழந்தை உங்களது வாரிசானால் அப்படி என்ன உங்கள் கவுரவத்துக்கு இழுக்கு வந்துவிடுகிறது? பெண்ணை மதிக்க, நம்ப, நேசிக்க, கொண்டாட விடாமல் எது உங்களைத் தடுக்கிறது?

இந்த கேள்விகளுக்கான நேர்மையான

பதிலை கண்டறிய பெற்றோர்களைக் கேட்டுக் கொள்கிறேன். நீங்கள் தான் உங்கள் மகளை இந்த பூமிக்குக் கொண்டு வருகிறீர்கள். உங்களுக்கு மகளாக பிறக்க வேண்டுமென்பது அவளது தேர்வல்ல. மகளுக்கு உரிய உரிமைகளையும் அன்பையும் மரியாதையையும் உறுதிப்படுத்தித் தருவதை தவிர வேறென்ன பொறுப்பு பெற்றோர்களுக்கு இருக்கிறது? அடித்தால் வாங்கிக் கொள் என ஏன் பழக்குகிறீர்கள்? தலைகுனிந்தே இரு என ஏன் அடக்குகிறீர்கள்? உடலை மூடி வை என ஓயாமல் ஏன் அச்சுறுத்துகிறீர்கள்? அழு, கண்ணீர் விடு, பயந்து சாவு என ஏன் சொல்லித் தருகிறீர்கள்? பயத்தையும் பலவீனத்தையும் உங்கள் பெண் எங்கிருந்து கற்கிறாள்? உங்களிடமிருந்துதானே!

அதே போல...

நீங்கள் தான் உங்கள் மகனையும் இந்த பூமிக்குக் கொண்டு வருகிறீர்கள். உங்களுக்கு மகனாக பிறக்க வேண்டுமென்பது அவனது தேர்வல்ல. அவனுக்கு உரிய கண்ணியத் தையும் வரையறைகளையும் நல்லொழுக்கத் தையும் ஏன் கற்பிக்கத் தவறுகிறீர்கள்? நீ ஆண், யாரையும் அடிக்கலாம் என ஏன் ஊக்கப்படுத்து கிறீர்கள்? மரியாதையாகப் பேசவும் பழகவும் ஏன் சொல்லித் தருவதில்லை? தவறிழைத்தாலும் தலைநிமிர்ந்தே நட என ஏன் அனுமதிக்கிறீர்கள்?, 'உடலை திறந்து வை' என ஏன் பெருமிதத்தோடு மெச்சுகிறீர்கள்? அழக்கூடாது, அச்சப்படக் கூடாது, அடி, சண்டை போடு என ஏன் சொல்லித் தருகிறீர்கள்? உங்கள் மகன் இதையெல்லாம் எங்கிருந்து கற்கிறான்? உங்களிடமிருந்து தானே!

அடாவடியான ஒரு மகன் முதன்மையாக தன் தந்தை மற்றும் தன்னைச் சுற்றியுள்ள ஆண்களைப் பார்த்துதான் ஆதிக்க உணர்வை பெறுகிறான். பலவீனமான ஒரு மகள் தனது தாய் மற்றும் நெருக்கமான பெண்களைப் பார்த்துதான் பெரும்பாலும் அடிமை உணர்வை பெறுகிறாள். இது போன்ற குணக் கட்டமைப்புகள் ஒரு குழந்தைக்கு அய்ந்து வயதிற்குள்ளேயே அமைந்துவிடுகிறது. ஆக, குழந்தை பெற்றுக் கொள்ளலாம் என்ற முடிவுக்கு வரும் போதே பெற்றோர் தமது சுயநலன்களை விட்டுவிட்டு, குணக்கேடுகளை தள்ளி வைத்து ஒரு பொது வாழ்வுக்குத் தயாராக வேண்டும். ஆம், குழந்தை வளர்ப்பென்பது பொது வாழ்க்கையின் அங்கம் தான். உங்கள் சொத்துகளை பாதுகாக்க, முதுமையில் உங்களை பராமரிக்க, உங்கள் மரபணுத் தொடர்பு அறுந்துவிடாமல் தடுக்கவே குழந்தை பெற்றுக் கொள்வதாக நீங்கள் நினைத்தால் அது தவறு. குடும்பத்திற்கு ஒரு வாரிசு என குறுகிய நோக்கில் நீங்கள் பெற்றுக் கொண்டாலும், சமூகத்திற்கு ஒரு மனிதரை நீங்கள் அளிக்கிறீர்கள். அந்த மனிதர் எப்படிப்பட்டவராக இருக்கிறார் என்பதே பெற்றோராகிய உங்கள் அடையாளமாகிறது.

பெண்ணை கொடூரமான பாலியல் வல்லுறவு செய்யும் இளவயது

பாலினச் சமத்துவத்தை எப்படி கற்பிப்பது?

1. மகன்/மகள் இருவருக்கும் எல்லா விதமான பொம்மைகளையும் வாங்கிக் கொடுங்கள். அவளுக்கு பார்பி, அவனுக்கு ஸ்பைடர்மேன் எனப் பிரிக்காதீர்கள்.

2. எல்லா விதமான விளையாட்டுகளையும் சமமாக விளையாடுங்கள். கண்ணாமூச்சியை மகளோடும் கிரிக்கெட்டை மகனோடும் விளையாடாதீர்கள்

3. பெண்-ஆண் இருவருமே நாயகர்களாக இருக்கும் கதைகள்/வரலாறுகள் கொண்ட புத்தகங்களை வாங்கிக் கொடுங்கள்

4. உடைகளில் பாகுபாடு காட்டாதீர்கள். குறிப்பாக மகளுக்கு சமூகம் நிர்ணயித்த உடைகளை மட்டுமே அணிய பழக்காதீர்கள். உடை என்பது வசதிக்கானது என சொல்லிக் கொடுங்கள்

5. எல்லா வேலைகளிலும் ஒரே மாதிரி ஈடுபடுத்துங்கள். சாப்பிட்ட தட்டை எடுத்து வைப்பது, வீடு பெருக்குவது, துணிகளை மடித்து வைப்பது போன்ற வேலைகளுக்கு இருவரையுமே பழகுங்கள். நீச்சலைப் போல சமையலையும் இருவருக்கும் கற்பியுங்கள்.

6. 'பொம்பளைங்களே இப்படித்தான், ஆம்பளைங்களே இப்படித்தான்' என பொதுமைப்படுத்தி குழந்தைகள் முன் பேசாதீர்கள். ஏனென்றால் அதில் உண்மையில்லை.

7. "மனைவியை நேசிக்கிறவங்க இந்த கேஸ் ஸ்டவ்வை வேணாம்னு சொல்ல மாட்டாங்க" என்பது போன்ற விளம்பரங்கள் குழந்தைகளுக்கு எளிதாக தவறான பாடத்தை கற்பிக்கின்றன. நகைக்கடை, சிகப்பழகு கிரீம்கள் ஊட்டச்சத்து விளம்பரங்கள் போன்றவை வரும் போது குழந்தைகளுக்கு அது குறித்து அறிவுறுத்துங்கள்.

8. எல்லா படங்களுக்கும் குழந்தைகளை அழைத்துச் செல்லாதீர்கள். தன்னுடைய ஆண்மைப் பராக்கிரமங்களை அடுக்கும் கதாநாயகத் திரைப்படங்கள், கதாநாயகியைத் துரத்தி காதலைத் திணிக்கும் திரைப்படங்கள், பெண்கள் இழிவுபடுத்தி வரும் நகைச்சுவைக் காட்சிகள் நிறைந்த திரைப்படங்கள் இவற்றை குழந்தைகளுக்கு காண்பிக்காதீர்கள். ஒருவேளை பார்க்க நேர்ந்துவிட்டால் அது குறித்து குழந்தைகளுடன் உரையாடி தெளிவுபடுத்துங்கள்

9. தாயை பெண் என்பதற்காக மட்டுப்படுத்தியோ தந்தையை ஆண் என்பதற்காக உயர்த்தியோ ஒருபோதும் பேசாதீர்கள். குழந்தைகள் முன் இருவரும் மரியாதையோடு பேசுங்கள். குழந்தைகள் ஒருவரை ஒருவர் மரியாதையோடு பேச ஊக்கப்படுத்துங்கள்.

10. உன் திருமணத்திற்கு தான் நகை சேர்க்கிறேன் என ஒரு போதும் குழந்தைகள் முன் சொல்லாதீர்கள். இருவருக்கும் சமமாக கல்வியின் முக்கியத்துவத்தை புரிய வையுங்கள்.

11. பொருளாதார ரீதியாக தற்சார்புடன் இருக்க வேண்டியதன் அவசியத்தை இருவருக்குமே புரிய வையுங்கள்.

12. அழுகை, கோபம், வெட்கம், அன்பு, பணிவு, துணிவு, சிரிப்பு என எல்லா உணர்வுகளும் எல்லோருக்கும் பொதுவானவை. அவற்றை பாலின ரீதியில் பிரிக்காதீர்கள். பெண்களுக்கு சத்தமாக சிரிக்க வரும், ஆண்களுக்கு அடக்க முடியாமல் அழுகையும் வரும்.

ஜெயராணி

பையன்கள், 'ஒழுக்கமா உடை உடுத்துங்க, ராத்திரி வெளில வராதீங்க, பசங்களோட சுத்தாதீங்க' என்பது போன்ற பிற்போக்குத்தனங்களை வெவ்வேறு குரலில் முழங்குகின்றனர். இந்த ஆதிக்க ஆணவக் கருத்துக்கு சமூக ஆதரவும் இருக்கிறது. பெண் குழந்தைகள் கண்ணியமாக உடை அணியவில்லை என்றால் அவளை வன்முறைக்கோ வன்புணர்வுக்கோ ஆளாக்கலாம் என பொது புத்தியும் ஏற்கிறது. தம் உரிமைகள் குறித்த சுய விழிப்புணர்வு கொண்ட பெண்கள், 'நாங்கள் எப்படி உடை அணிய வேண்டும், எப்போது, யாருடன் வர வேண்டுமென விமர்சிக்காதீர்கள். உங்கள் மகன்களுக்கு நன்னடத்தையை புகட்டுங்கள்' என தட்டியேந்தி தெருவில் நிற்கின்றனர். நாம் எப்போதும் மகன்களின் பிற்போக்குத்தனங்களுக்கும் அடிப்படைவாத சிந்தனைகளுக்கும் ஆதிக்கவாதத்திற்கும் துணை நிற்கிறோம். ஏனெனில் அதுதான் நமக்கு வசதியாக இருக்கிறது. அதுதான் சுயநலமிக்கது. எல்லா பெண்களும் அடங்கி இருக்க வேண்டுமெனச் சொல்வதன் மூலம் நம் வீட்டுப் பெண்களுக்கான பூட்டை மேலும் உறுதிப்படுத்துகிறோம். எப்போதும் மகன்களுக்காகவே சிந்திக்கும் பெற்றோரே, நீங்கள் எப்போது மகள்களின் நியாயங்களைப் புரிந்து கொள்வீர்கள்?

நம்மை வளர்த்த முறையில் நிறைய கோளாறுகள் இருந்திருக்கலாம். அதனாலேயே நம்மிடம் நிறைய குணக்கேடுகள் வளர்ந்திருக்கலாம் அல்லது வாழ்க்கைச் சூழல் நம்மை ஏதேனும் கேட்டினில் தள்ளியிருக்கலாம். குழந்தை வளர்ப்பு என வரும் போது, பெற்றோர் அவற்றைத் திருத்திக் கொள்ள வேண்டும். பல ஆண்டுகளுக்கு முன்னர் சென்னையில் ஒரு முன்னாள் பாலியல் தொழிலாளியையும் அவரது பருவ வயது மகளையும் சந்தித்தேன்.

பாலினச் சமத்துவமின்மையால்
நாம் அனுபவிக்கும் பிரச்சனைகள்...

1. 1000 ஆண்களுக்கு 940 பெண்களே உள்ளனர்.
2. இந்தியாவில் பெண்களுக்கு எதிராக ஆண்டுதோறும் சுமார் மூன்றரை லட்சம் வன்முறைகள் நிகழ்த்தப்படுகின்றன.
3. ஒவ்வொரு நாளும் வரதட்சணைக் கொடுமையால் 22 பெண்கள் கொல்லப்படுகின்றனர்.
4. சராசரியாக 92 பெண்கள் பாலியல் வல்லுறவுக்கு ஆளாக்கப்படுகின்றனர். பெரும்பாலும் நன்கு தெரிந்தவர்களாலேயே இக்குற்றம் நிகழ்த்தப்படுகிறது.
5. 2015 ஆம் ஆண்டுக்கான தேசிய குற்றப்பதிவு ஆணையத்தின் புள்ளிவிவரப்படி, ஒரு லட்சத்து 11 ஆயிரத்து 403 பெண்கள் கணவன் மற்றும் நெருங்கிய உறவினர்களால் குடும்ப வன்முறைக்கு ஆளாக்கப்பட்டனர்.
6. பெண்களுக்கெதிரான குற்றங்கள் கடந்த நான்காண்டுகளில் 34 சதவிகிதம் அதிகரித்திருக்கிறது.

அவர் பெயர் மஞ்சுளா. தன்னார்வத் தொண்டு நிறுவனங்கள் அப்போது 'எய்ட்ஸ்' விழிப்புணர்வுக்காக வேலை செய்து கொண்டிருந்த காலகட்டம். நான் மஞ்சுளாவை சந்திக்கும்போது அவர் தன்னை ஓர் அரசு சாரா நிறுவனத்தில் தன்னார்வலராக இணைத்துக் கொண்டு வேலை செய்தார். கைவிட்டு ஓடிப் போன புருஷன், வேலை தருகிறேன் என கூட்டிப் போய் விபச்சாரத்தில் தள்ளிய தரகர் என மஞ்சுளாவிற்கு வலி மிகுந்த பின்கதை இருந்தது. ஆனால் தனது துயர் அனைத்தையும் மறைத்துக் கொண்டு அவர் தனது மகளை வளர்த்த விதத்தைப் பார்த்து நான் அசந்து போனேன்.

அவரது ஒண்டிக் குடித்தன வீட்டிற்குள் நுழைந்ததுமே, 'என் மகள் பள்ளி விட்டு வரும் நேரம் இது. எக்காரணத்தைக் கொண்டும் என்னைப் பற்றி எதுவும் அவளுக்குத் தெரிய வேண்டாம்' என்றார். நாங்கள் பேசி முடித்திருந்த தருணம், அந்தச் சிறுமி வந்தாள். 'உங்க அம்மா என்.ஜி.ஓவில் வேலை செய்றாங்கள்ல. அதுக்காக பேட்டி எடுக்க வந்திருக்கேன்' என்றதும் அவளுக்கு பெருமை தாங்கவில்லை. மகள் படிப்பதற்கென்று மஞ்சுளா அந்த வீட்டின் ஒற்றை அறையை தயார் செய்து கொடுத்திருந்தார். தன் அம்மாவைப் பற்றி எழுதிய ஒரு கவிதையை அந்தப் பெண் வாசித்துக் காண்பித்தாள். தான் ஒரு பாலியல் தொழிலாளி என்பது மகளுக்கு தெரியாமல் இருக்க மஞ்சுளா எத்தனை முயற்சிகள் எடுத்திருப்பார்? மோசமான ஆண்களை நாள் தோறும் சந்தித்த போதும் அவர் வாழ்க்கை மீது அவநம்பிக்கை கொள்ளாமல் மகளுக்கு ஓர் ஒளியாக இருந்தார். 'ஆண்கள் எல்லோரும் கெட்டவர்கள் இல்லை.

எல்லோரையும் மதிக்க வேண்டும். சுய மரியாதையோடு இருக்க வேண்டும்' என கொடுமையானதொரு வாழ்க்கைச் சூழலில் ஒரு பாலியல் தொழிலாளியால் மகளுக்கு கற்பிக்க முடிகிறதென்றால் உண்மையில் அந்தப் பக்குவத்தை என்னவென்று விவரிப்பது?! பொறுப்புணர்வு, இரக்கம், தன்மை, பக்குவம் என அந்த தாயும் மகளும் என் மனதைப் பற்றிக் கொண்டனர். நான் மதிக்கும் பெண்களை ஒரு பட்டியலிட்டால் நிச்சயம் அதில் மஞ்சுளா இடம் பிடிப்பார். இதுதான் சுயநலனைக் கடந்த வளர்ப்பு முறை.

பொய் சொல்லக் கூடாது, திருடக் கூடாது, பிறரை மதிக்க வேண்டும், பாகுபாடுகள் கூடாது, நேர்மையாக இருக்க வேண்டும் என்பது போன்ற நற்பண்புகள் அய்ந்து வயதில் கற்பிக்கப்பட வேண்டியவை. ஒரு குழந்தை பருவ வயதை எட்டும் போது அதன் குணக் கட்டமைப்புகள் ஏறக்குறைய முழுமையடைந்துவிடுகிறது. ஆனால் நாம் வளரட்டும் பார்த்துக் கொள்ளலாம் என விட்டுவிடுகிறோம். ஒரு பையனை அதிகச் செல்லமும் அதிகாரமும் கொடுத்து வளர்த்து, அவன் பருவ வயதில் முறுக்கிக் கொண்டு நிற்கும்போது, ஒழுங்காக நடந்து கொள் என மிரட்டுகிறோம். அவனும் பதிலுக்கு முறைத்துவிட்டு போய்க் கொண்டே இருக்கிறான். அதனால் எல்லா நற்பண்புகளையும் அய்ந்து வயதிற்குள்ளேயே சொல்லிக் கொடுங்கள். அய்ந்தில் வளையாதது உண்மையாகவே ஐம்பதில் வளையாது.

என்னால் ஒன்றை உறுதியாகச் சொல்ல முடியும். பாலினச் சமத்துவத்தைக் கடைப்பிடிக்கும் பெற்றோரால் வளர்க்கப்படும் குழந்தைகள் ஒரு போதும் ஆதிக்க உணர்வையோ அடிமை உணர்வையோ பெறுவதில்லை. குடும்பத்தில் ஏற்றத் தாழ்வையும் வன்மத்தையும் வெறுப்பையும் கற்றவர்கள் வெளியில் எத்தகைய சமத்துவக் கல்வியை பெற்றாலும் தம்மை மாற்றிக் கொள்ள முடிவதில்லை. வீடுகளில் அவர்கள் ஆதிக்கவாதியாகவே வலம் வருவர். அதனால் வீட்டில் உள்ள பெண்களை மதிக்கத் தொடங்குங்கள். அது மனைவியோ, மகளோ, சகோதரியோ, தோழியோ உடன் பணிபுரிபவரோ, வீட்டில் வேலை செய்பவரோ எந்தப் பெண் குறித்தும் குழந்தைகள் முன் தவறாகப் பேசாதீர்கள். பெண் குழந்தைப் பிறப்பை ஒரு சுமையாகவோ, சீரழிவாகவோ, துயரமாகவோ சித்தரிக்காதீர்கள். மகன், மகள் இருவருக்கும் சமமாகப் பொறுப்புணர்வை கற்பித்து, அன்பு செலுத்துங்கள்.

குழந்தைகளுக்கு வீடுதான் முதல் பள்ளி. பெற்றோர் தான் முதன்மையான ஆசிரியர்கள். பெற்றோரின் சொற்களை அல்ல, செயல்களையே குழந்தைகள் பின்பற்றுகின்றன. நம் வீடுகளே வாழ்க்கைப் பாடத்தைக் கற்பிக்கும் பள்ளிக் கூடமாக மாறும் போது, குழந்தைகள் நல்ல மனிதர்களாக வளர்வார்கள்.

எண்களா, எண்ணங்களா?

5

பிரெஞ்சு எழுத்தாளர் அந்துவான்த் செந்த் எக்ஸ்பெரியால் 1943 இல் எழுதப்பட்டு, 173 மொழிகளில்மொழிபெயர்க்கப்பட்ட நாவலான 'குட்டி இளவரசன்' (தி லிட்டில் பிரின்ஸ்), குழந்தை இலக்கியத்தின் மணிமகுடமாக உலக வாசகர்களால் கொண்டாடப்படுகிறது. பொதுவாக குழந்தை இலக்கியமென்பது குழந்தைகள் மட்டுமே படிக்க வேண்டியது என நம்புகிறோம். ஆனால் குட்டி இளவரசன் அப்படியானதில்லை. அது குழந்தைகளைப் புரிந்து கொள்ள பெரியவர்கள் படிக்க வேண்டிய பேரிலக்கியம்.

மிகச் சரியான வாழ்க்கை வாழ்வதாக நம்பிக் கொண்டிருக்கும் பெரியவர்களின் வறட்டுத்தனங்கள் அதில் வரிசைப்படுத்தப்பட்டுள்ளன. அவற்றில் இக்கட்டுரைக்கு பொருத்தமான ஒன்றை இங்கே தருகிறேன்...

"வளர்ந்தவர்கள் எண்களையே விரும்புகின்றனர்....உனக்கு ஒரு புதிய நண்பர் கிடைத்ததாக நீ அவர்களிடம் சொன்னால், அது குறித்து எந்த உருப்படியான கேள்வியையும் அவர்கள் கேட்க மாட்டார்கள். உன்

நண்பனின் குரல் எப்படி இருக்கும்? அவன் என்ன விளையாட்டை அதிகம் விரும்புவான்? அவன் பட்டாம்பூச்சிகளை சேகரிப்பானா? இப்படியெல்லாம் சொல்ல மாட்டார்கள். மாறாக, அவனுக்கு என்ன வயது? அவனது எடை என்ன? அவன் அப்பா எவ்வளவு சம்பாதிக்கிறார்? போன்ற கேள்விகளுக்கான பதிலை எதிர்பார்ப்பார்கள். இந்த எண்கள் வாயிலாகத் தான் உன் நண்பனைப் பற்றி அறிந்து கொள்ள முடியும் என அவர்கள் நினைக்கிறார்கள்."

குட்டி இளவரசனை நான் முதன் முதலில் படித்தது எனது கல்லூரி நாட்களில். சின்னப் புத்தகம்தான். ஒரே மூச்சில் படித்து முடித்தேன். வாசிக்க வாசிக்க அது கொடுத்த மனச்சுமை தாங்க முடியாததாக இருந்தது. எல்லா உயிர்களும் இந்த பிரபஞ்சத்தோடு தொடர்பில் இருக்கின்றன. ஒவ்வொரு உயிரும் மற்றொன்றோடு கண்ணுக்குத் தெரியாத சங்கிலியால் பிணைக்கப்பட்டுள்ளன. ஒரு பூச்சிக்கும் புழுவுக்கும் சிற்றெறும்பிற்கும் இந்த மண்ணோடு, காற்றோடு, சூரியனோடு இருக்கும் தொடர்பு மனித மூளையால் புரிந்து கொள்ள முடியாத ஒன்றாக ஆகிவிட்டது. 'உங்கள் சகோதரரிடம் காட்டும் கனிவை ஒரு நதியிடம் காட்டுங்கள்' என்கிறது ஆதிமனிதர்களின் வாழ்க்கை. ஆனால் இன்றைய நாம் சகோதரரிடம் கூட கனிவைக் காட்டுவதில்லை என்பதுதான் துயரமே.

குட்டி இளவரசன் சொல்வது போல, எண்களால் தான் எல்லாமே நிர்ணயிக்கப்படுகிறது; உணர்வினால் அல்ல. பெரியவர்களாகிய நம் எண் பித்து எந்தளவுக்கு முற்றிப் போய்விட்டது எனில், நமக்கு இப்புவியின் வேறெந்த உயிர் மீதும் அக்கறை இல்லை. யானைகள் அழிகின்றன, புலிகள் அழிகின்றன, காடுகள் அழிகின்றன, சிட்டுக் குருவிகள், பருந்துகள், மண் புழுக்கள் அழிகின்றன. இவற்றோடு எவ்வித அணுக்கத்தையும் நாம் உணராததால் அது குறித்து கவலை இல்லை. எங்கோ நெடுந்தொலைவில் இருக்கும் நட்சத்திரங்களும் நம் காலடியில் கிடக்கும் புற்களும் ஏன் இங்கே இருக்கின்றன? சுவாசிக்கிற காற்றை விலங்கினங்களும் தாவரங்களும் எவ்வாறு ஒன்றுக்கொன்று கொடுத்து மகிழ்கின்றன! இந்த இணைப்பும் பிணைப்பும் புரியாமல், நாம் மட்டுமே இப்பூமிக்கு உரிமையாளர்கள் என்று அறைகூவும் சர்வாதிகாரிகளாக மனிதர்களாகிய நாம் மாறிப் போனோம்.

நமக்கு, வாழ்க்கை என்பது வெறும் கணக்குதான். அது தத்துவமோ, உளவியலோ, இலக்கியமோ, வரலாறோ, உயிரியலோ அல்ல. அதனால்தான் இத்தனை அலுப்பும் சலிப்பும். எவ்வளவு சம்பளம், எவ்வளவு கடன், வாழ்ந்தால் எவ்வளவு, செத்தால் எவ்வளவு, நோயில் சரிந்தால் எவ்வளவு என அனைத்தும் எண்களில் என்றாகிவிட்டது. கனி தரும் ஒரு மரத்தை நட்டால் எத்தனை காய்க்கிறது, காய்த்ததில் எத்தனை பழுக்கிறது என எண்ணுகிறோம். யாரையேனும் சந்தித்தால் எத்தனைக் குழந்தைகள்,

எவ்வளவு சம்பளம் என்பதைத் தெரிந்து கொள்ள விழைகிறோம். பள்ளி என்றால் எவ்வளவு கட்டணம்? எதையும் எவ்வளவு விலை என அளக்கிறோம். உண்மைதான், நாம் ஒரு மனிதரிடமிருந்து தெரிந்து கொள்ள விரும்புவதெல்லாம் எண் சார்ந்த தகவல்களையே!

ஆறாம் வகுப்பு படிக்கும் என் மகளின் வகுப்பில் ஒரு சிறுமி இருக்கிறாள். இருவரும் நெருங்கிய தோழிகள்தான். எது சொன்னாலும், அதன் விலையோடு சேர்த்து குறிப்பிடுவது அவளது வழக்கம். "நாங்க புதுசா ஒரு பீரோ வாங்குனோம். விலை 38 ஆயிரம் ரூபாய். தீபாவளிக்கு டிரெஸ் வாங்கினேன் மூவாயிரம் ரூபாய். 'ஒயில்ட் கிராப்ட் பிராண்டில்' ஸ்கூல் பேக் வாங்கினேன் நாலாயிரம் ரூபாய்". ஒரு முறை குக்கர் கையில் சுட்டு கட்டுப் போட்டிருந்த போது கூட சிகிச்சைக்கு 2000 செலவாச்சு என்று சொல்லி இருக்கிறாள். அவளுக்கு பொருளை விடவும் அதன் விலையை மற்றவர்களிடம் சொல்வதில்தான் பெருமை. இந்தப் பழக்கம் குழந்தைக்கு தானே வந்திருக்காது. பெரியவர்களின் எண் பித்து குழந்தைகளுக்குத் தொற்றி இருப்பதன் அறிகுறியே இது.

நமது மதிப்பெண் மோகத்திற்கான விதை இதில்தான் ஊன்றப்பட்டிருக்க வேண்டும். ஒரு குழந்தையைப் பார்த்தவுடனே நமக்குத் தோன்றுகிற கேள்வி எவ்வளவு மார்க் வாங்குகிறாய்? அப்படி இல்லாமல், அண்மையில் ஏதேனும் ஓவியம் வரைந்தாயா? கடைசியாக எந்த நிறத்தில் பட்டாம்பூச்சியைப் பார்த்தாய்? நீ சந்தித்த நல்ல மனிதர் பற்றி சொல்! என எந்தக் குழந்தையிடமாவது கேட்டிருப்போமா? இங்கிலீஷ்ல எவ்வளவு, சயின்ஸ்ல எவ்வளவு, பாடத்

தெரியுமா? ஆடத் தெரியுமா? கம்ப்யூட்டர்ல என்னென்ன தெரியும்? பார்க்கும் எல்லோருமே இதே கேள்வியைக் கேட்பதால் ‘ஓ வாழ்க்கை என்பது இதுதான் போல’ என அவர்கள் முடிவுக்கு வந்துவிடுகின்றனர். நம்மிடம் வேறு எது குறித்தும் உரையாடுவதை ஒரு கட்டத்தில் நிறுத்திவிடுகின்றனர். பெரியவர்களுக்கான உலகில், பெரியவர்களைப் போல வாழ பழகுகின்றனர். அதுதான் பிழைத்திருத்தல் (சர்வைவல்) விதி. பாடங்கள் தவிர்த்தோ, நம்மை மூழ்கடித்திருக்கும் நுகர்வுப் பொருட்கள் தவிர்த்தோ குழந்தைகள் எதைப் பற்றியேனும் கேட்கும் போது, ‘வாயை மூடு’ என கட்டளை இடுகிறோம்.

வீட்டிலிருக்கும் போதெல்லாம் சத்தமாக நியூஸ் சேனல் பார்ப்பது உறவினர் ஒருவரின் வழக்கம். அவரது எட்டு வயது மகன் சென்னை அய்.டி. ஊழியரான சுவாதி கொலை செய்தியைப் பார்த்து, ‘ஏம்ப்பா இந்த அக்காவை கொன்னுட்டாங்க’ என்று கேட்டான். அதற்கு அவர் சொன்னப் பதிலை கேட்டு நான் உறைந்து போனேன்... ‘அவ ஏதாவது தப்புப் பண்ணியிருப்பா.’ அந்தச் சிறுவன் விடாமல், என்ன தப்புப்பா? என்றான். ‘இதெல்லாம் பெரியவங்க விஷயம். இங்க இருந்து எழுந்து போகப் போறியா இல்லையா? நய் நய்னு கேள்வி கேட்டுட்டு. பாடப் புத்தகத்துல ஒரு சந்தேகமும் வர்றதில்ல’ என்று விரட்டிவிட்டு தொலைக்காட்சி பார்ப்பதைத் தொடர்ந்தார்.

இந்த ஒரு சம்பவத்தின் மூலம் அச்சிறுவனின் ஆழ் மனதில் என்னவெல்லாம் பதிந்திருக்கும்? 1. இது போன்ற கேள்விகளை கேட்கவே கூடாது 2. பாடப் புத்தகத்தில் வரும் விஷயம் பற்றி மட்டுமே பெற்றோரிடம் பேசலாம் 3. தப்புப் பண்ணினா கொலை செய்யலாம். நாம் எந்த உள் நோக்கமும் இல்லாமலே குழந்தைகளை தவறாக வழி நடத்துகிறோம். குழந்தைகள் இப்படியான கேள்விகளை கேட்கவே கூடாதெனில், இப்படியான செய்திகள் அவர்களது கவனத்திற்கே வரக் கூடாது. நடுக்கூடத்தில் வைத்து ஊருக்கே கேட்கிற அளவுக்கு பிரேக்கிங் நியூஸை பரபரப்பாகப் பார்ப்பாராம். ஆனால் குழந்தை அதைப் பார்க்கவோ, கேட்கவோ கூடாதாம். அது குறித்துப் பேசுவதோ

சிந்திப்பதோ ஆகாதாம். நன்மை - தீமைகள் குறித்து தெளிவுபடுத்தும் வேலையை பெற்றோர் செய்யாததால் குழந்தை தானே ஒரு முடிவுக்கு வந்துவிடுகிறது.

பாடப் புத்தகத்திலிருந்து மட்டுமே கல்வி கிடைக்கும் எனப் பெற்றோர் நம்புகின்றனர். உண்மையில் கல்வி என்பது என்ன? பள்ளியிலும் கல்லூரியிலும் மட்டும் படிப்பதா? அப்படி நினைத்து தானே குழந்தைகளை விரட்டிக் கொண்டிருக்கிறோம். நம்மில் எத்தனை பேருக்கு கல்விக் கூடங்களில் படித்தவை நினைவில் உள்ளன? "பள்ளியில் படிப்பதெல்லாம் மறந்து போன பின்னர் எது உங்களிடம் மிஞ்சி இருக்கிறதோ அதுதான் கல்வி" என்கிறார் விஞ்ஞானி அய்ன்ஸ்டீன். அப்படிப் பார்த்தால் நம் குழந்தைகளுக்கு எது மிஞ்சும்? பாடப் புத்தகங்கள் தவிர்த்து என்ன அறிவை அவர்கள் பெறுகின்றனர், என்ன அனுபவங்களை உரித்தாக்குகிறோம். நிஜமாகவே ஒன்றுமேயில்லை.

சமூக வலைதள காலத்துப் பெற்றோர் இன்னும் உக்கிரமாகிவிட்டார்கள். ஒவ்வொரு வகுப்பிற்கும் ஒரு வாட்ஸப் குழு வைத்து தீயாய் வேலை செய்கின்றனர். என்னுடைய எண்ணும் ஒரு குரூப்பில் இணைக்கப்பட்டுள்ளது. எப்போதாவது தான் அதற்குள் போய் பார்ப்பேன். அதில் இவர்கள் விவாதித்துக் கொள்வதைப் பார்க்கும் போது படிப்புக்காக பள்ளிக் கூடங்களில் மூன்றாம் உலகப் போர் வரப் போகிறதோ என்ற அச்சம் உண்டாகும். தன் குழந்தை காய்ச்சலால் விடுப்பு எடுத்துவிட்டதாகச் சொல்லி அன்றாட பாடங்களை ஒளிப்படம் எடுத்து அனுப்புங்கள் என ஒரு தாய் கதறிக் கொண்டிருப்பார். கணக்கில் ஒரு சந்தேகம் தெளிவுபடுத்துங்கள் என இன்னொருவர் கேட்பார். 'புராஜக்ட் ஒர்க்' கிற்காக ஓர் அரண்மனையை செய்ய வேண்டுமென்றால், அதைப் பெற்றோரே செய்து படமெடுத்துப் போட்டிருப்பார்கள். அதைப் பார்த்து, நாம் இப்படிச் செய்யவில்லையே என மற்றவர்களுக்கு கிலி பிடிக்கும்.

நூற்றுக்கு நூறு 'ரிசல்ட்' என்பது பெற்றோரை மயக்கும் வார்த்தையாக இன்று ஆட்டுவிக்கிறது. அந்த எண்களைப் பார்த்தாலே நாம் பரவசம் கொள்கிறோம். முன்பெல்லாம் படிக்க வராத குழந்தை தேர்ச்சி பெற்றால் போதும் என்றுதான் பெற்றோர்கள் எதிர்பார்த்தனர். சுமார் மாணவர் இன்னும் கொஞ்சம் கூடுதலாக முதல் வகுப்பில் தேர்ச்சி பெற்றால் போதும் என்ற பெருந்தன்மை இருந்தது. ஆனால் இப்போதோ தன் குழந்தை 100க்கு 100 வாங்க வேண்டுமென எல்லா பெற்றோரும் பேராசைப்படுகின்றனர். பள்ளியும் அதை ஊக்குவிக்கிறது. முதல் வகுப்பு என்பது போய் - வகுப்பில் முதல் - என்பது இலக்காகிவிட்டது. எல்லோரும் முதலாவதாக வர

வேண்டுமெனில் நன்றாகப் படிக்கிற ஒரு குழந்தையை நீங்கள் 'க்ளோனிங்' தானே செய்து கொள்ள வேண்டும்!

இந்த பூமியின் சிறப்பே அதன் பன்முகத்தன்மைதான். எத்தனை கோடி மனிதர்கள், எத்தனை கோடி விலங்குகள், பறவையினங்கள், பூச்சிகள், கடல் உயிரினங்கள், தாவரங்கள்...ஒவ்வொன்றிற்கும் எத்தனைத் தனித்துவம்! ஒரு வீட்டில் 10 பேர் இருந்தால் பத்து பேருக்கும் எத்தனை வேறுபாடுகள்! ஒரே ரத்தம் தான் எனினும் எவ்வளவு விதமான குணக்கட்டமைப்புகள், உருவ மாறுபாடுகள், அறிவு வளர்ச்சி! ஒரு வீட்டில் இருப்பவர்களுக்கு பாடம் நடத்தி தேர்வு வைத்தால் அனைவரும் நூற்றுக்கு நூறு வாங்க முடியுமா? அதற்கு வாய்ப்பிருக்கிறதா? இல்லைதானே. அப்படியிருக்கும் போது ஒரே வகுப்பில் படிக்கும் - 30 வெவ்வேறு குடும்பப் பின்னணியைச் சேர்ந்தவர்கள் - எவ்வாறு நூற்றுக்கு நூறு வாங்க முடியும்?! மூளையை 'கண்டிஷன்' செய்தாலே தவிர இது சாத்தியமில்லை. பொதுவாக அடிமைகள், மனநலம் குன்றியவர்களின் மூளைதான் சிந்திக்கும் ஆற்றலைத் தடுப்பதற்காக இவ்வாறு கண்டிஷன் செய்யப்படும். மார்க், மார்க் என பெற்றோரும் ஆசிரியரும் ஓதிக் கொண்டே இருப்பதால் வெகு சிறு வயதிலேயே குழந்தைகளின் மூளை ஒரு சட்டகத்திற்குள் சுருங்கிவிடுகிறது. அவர்களின் தனிப்பட்ட ஆற்றலோ, திறமையோ முளையிலேயே கிள்ளியெறியப்படுகிறது. இதுதான் குழந்தைகள் மீதான மிகப் பெரிய வன்முறை.

மனப்பாடம் செய்ய வைத்து மதிப்பெண் பெற வைப்பதெல்லாம் ஒரு சாதனையே இல்லை. அதற்காக இந்தப் பள்ளிகள் பெருமையோடு மார்தட்டிக் கொள்வதைப் பார்த்தால் வேடிக்கையாக இருக்கிறது. உண்மையில், மனப்பாடம் செய்வதென்பது ஒரு குழந்தையின் சிந்திக்கும் திறனை சிதைக்கும், கேள்வி கேட்கும் ஆற்றலைக் கெடுக்கும் செயல்பாடு. அதனால் தான் இன்றைய பள்ளிகள் நூறு சதவிகித ரிசல்ட்டை கொடுக்கின்றன. 200க்கு 200 வாங்குவதெல்லாம் இன்று மிகச் சாதாரணமாக ஆகிவிட்டதென்றால் ஏன்? குழந்தைகளின் பேராற்றல் முன் இது உண்மையாகவே ஒன்றுமேயில்லை. யானைப்பசிக்கு சோளப்பொறி! குழந்தையைப் பொருத்த வரை எது சவாலானது எனில், அதை சிந்திக்கத் தூண்டுவது, அதன் கேள்விகளுக்கு பதில் சொல்லுவது, அதன் அய்யங்களை தீர்த்து வைப்பது! உலகின் பெருஞ்சாதனைக்காரர்கள், அறிவாளிகளில் பலர் பள்ளிப் படிப்பைத் தொடர முடியாமல் ஓடிப் போனதன் காரணம் அது மூளையை முடக்குகிறது என்பதே! அறிஞர் சாக்ரடீஸ் சொல்கிறார், 'சிந்தனைத் தீயைத் தூண்டுவதுதான் உண்மையான கல்வி; மூளை என்ற பாத்திரத்தை வெறுமனே நிரப்புவது அல்ல'. ஆனால் இங்கே மூளை எனும் பாத்திரம் பாடம் எனும் கசடுகளாலும் தகவல் எனும் கழிவுகளாலும் நிரப்பப்பட்டுக் கொண்டே இருக்கிறது. ஆனால் அதைத்தான் அறிவு என நாம் தவறாகப் புரிந்து கொள்கிறோம்.

எது நல்ல பள்ளி?

- எழுதவும் படிக்கவும் மட்டும் கற்பிக்காமல், நற்பண்புகளைப் புகட்டும்.
- ஒவ்வொரு மாணவரின் தனிப்பட்ட திறமைகள், குணங்களைக் கண்டறிந்து அதற்கேற்றவாறு பயிற்றுவிக்கும் ஆசிரியர்களைக் கொண்டிருக்கும்.
- ஒற்றுமையுணர்வை வளர்த்தெடுத்து, வெறுப்புணர்வை விரட்டியடிக்கும்.
- சமூகத்தின் நலனுக்காக வேலை செய்யும் அமைப்புகளுடன் தொடர்பில் இருக்கும்.
- அறிஞர்களை, வல்லுநர்களை, எழுத்தாளர்களை மாணவருக்கு அறிமுகப்படுத்தும்.
- நூல்களை வாசிப்பதற்கு ஊக்கப்படுத்தும்.
- தான் சார்ந்த சமூகத்தை மேம்படுத்துவதில் பங்களிக்கும்.
- அனுபவங்களைப் பெற களப்பணிகளை ஊக்குவிக்கும்.
- பெற்றோருக்கும் மாணவருக்கும் உரிய மரியாதையை அளிக்கும்.
- நல்ல பள்ளி என்பது எப்போதும் திறந்திருப்பது. ஏனென்றால் அது தொழிற்சாலை அல்ல.
- தன்னுடைய மாணவர்களின் மொழியைப் பேசும்.
- மூட நம்பிக்கையை ஊக்குவிக்காமல், பகுத்தறிவை வளர்த்தெடுக்கும்.
- தவறான கலாச்சார நடவடிக்கைகளை அனுமதிக்காமல் மதம், இனம், சாதி, மொழி பொருளாதாரம் மற்றும் பாலின ரீதியான பாகுபாடுகளை எதிர்க்கும்.
- பேராசை, நுகர்வு வாழ்க்கை, அனைவருக்குமான வளங்களை கொள்ளையடிப்பதைத் தடுத்து நிறுத்தும்.
- தகவல் அறிவு, தொழில் அறிவு, ஏட்டறிவு, பயன்பாட்டு அறிவு ஆகியவற்றுக்கும் ஞானத்திற்குமான வேறுபாட்டைப் புரிய வைக்கும்.
- ஆக்கப்பூர்வமான, தன்னம்பிக்கையான மாணவர்களை உருவாக்கும்.
- வரலாற்றுப் பூர்வமான, குடும்ப ரீதியாக, சமூக அடிப்படையில், உலகளாவிய அளவில் தனது சுயம் குறித்து உள்ளார்ந்து நோக்கப் பழக்கும்.

சில ஆண்டுகளுக்கு முன்னர் கடற்கரையில் ஒரு குடும்ப சந்திப்பு நடந்தது. ஆறு வயது சிறுவன் ஒருவன் அந்தக் கூட்டத்தில் இருந்தான். கண்ணாடி அணிந்து, யாரோடும் பேசாமல் அப்பாவின் மடியிலேயே அமர்ந்திருந்தான். இவன் பொது அறிவில் கில்லாடி என அந்த தந்தை பெருமையோடு சொன்னார். அதோடு நிற்காமல் வரிசையாக கேள்விகளையும் கேட்டார். சிறுவனும் டான் டானென்று பதில் சொன்னான். எல்லோரும் கைதட்டினார்கள். குழந்தை வைத்துள்ள எல்லோரும், 'இவனை எப்படி டிரெய்ன் பண்ணீங்க' என்று கேட்க, அவரும் காலையிலிருந்து இரவு தூங்கப் போகும் வரை என்னவெல்லாம் செய்ய வேண்டும், எந்தெந்த ஜி.கே. புத்தகத்தைப் படிக்க வைக்க வேண்டும், எப்படி பயிற்சியளிக்க வேண்டும்

என்றெல்லாம் வகுப்பெடுத்தார். எல்லோரும் உன்னிப்பாகக் கேட்டுக் கொண்டனர். தன் குழந்தை இப்படி இல்லையே என சிலருக்கு ஏக்கமாகவும் இருந்தது.

சில குழந்தைகள் 1330 குறள்களையும் தலைகீழாக ஒப்பிக்க பயிற்றுவிக்கப் பட்டிருப்பார்கள். ஆனால் அதன் பொருள் கேட்டால் அவர்களுக்குத் தெரியாது. இது அறிவா, தகவல் சேகரிப்பா? நம்மில் நிறைய பேருக்கு அறிவுக்கும் தகவலுக்கும் வேறுபாடு தெரிவதில்லை. எந்த ஒன்றையும் நடைமுறை வாழ்க்கையோடு பொருத்திப் பார்ப்பது மட்டுமே அறிவு என கருதப்படுகிறது. இல்லையெனில் நீங்கள் எந்த சூத்திரத்தைக் கற்றிருந்தாலும் அது வெறும் தகவல்தான். ஓர் அணை கட்டப்பட்டிருக்கிறது. அந்த அணையின் பெயர், அது கட்டப்பட்ட ஆண்டு, கட்டியவர் யார், நீர் கொள்ளளவு என்ன என்பதெல்லாம் உங்களுக்கு தெரிந்திருக்குமானால் அவை வெறும் தகவல்களே. ஆனால் அந்த அணையில் குதித்தால் உயிருக்கு ஆபத்து என யாரும் சொல்லித் தராமலேயே நீங்கள் அறிவீர்கள் அல்லவா? அதுதான் அறிவு. நாம் நம் குழந்தைகளுக்கு தகவல்களுக்குத் தயார்படுத்துகிறோமே தவிர அறிவிற்கு அல்ல என்பதை சுற்றிலும் நடக்கும் நிகழ்வுகளை கவனித்தாலே புரியும்.

மனநல மருத்துவர் ஷாலினி தனது உரை ஒன்றில், 'புத்தகங்களில் இருந்து பெறும் அறிவுதான் மட்டரகமான அறிவு' என மனவியல் வரையறுப்பதாகக்

குறிப்பிட்டார். ஆம், எந்த புத்தகத்தையும் படிக்காமலே ஒருவர் அறிவாளியாகத் திகழ முடியும். நூலகத்தில் இருக்கும் அத்தனை நூல்களையும் வாசித்து முடித்த பின்னரும் ஒருவர் முட்டாளாக இருக்க முடியும். காட்டில் வாழும் பழங்குடி மக்களையும் வனத்துறையையும் இதற்கு எடுத்துக்காட்டாகக் குறிப்பிடலாம். புல், புழு, பூச்சியில் தொடங்கி மரங்கள், ஓடைகள், கால மாற்றம், விலங்குகள் என காடு குறித்த அத்தனையும் ஒரு பழங்குடி மனிதருக்கு இருக்கும். நடைமுறை அறிவால் வரும் நிபுணத்துவம் அது. ஆனால், வனத்துறை வேலைக்காக பயிற்றுவிக்கப்படும் அதிகாரிகளுக்கு பழங்குடி மக்களுக்கு இருக்கும் அறிவாற்றலில் கால் பகுதி கூடத் தெரிந்திருக்காது. காடு குறித்து புத்தகத்தில் படிப்பதற்கும் அங்கேயே வாழ்வதற்கும் உள்ள வேறுபாடு இது.

நான் இத்தனை புத்தகங்கள் வாசித்தேன் எனப் பெருமை அடிப்போரை இன்று நிறையவே பார்க்க முடிகிறது! ஆனால் நடைமுறையில் தனிப்பட்ட ரீதியிலோ, குடும்பத்திலோ, சமூகத்திலோ சிக்கல் என்றால் அப்பிரச்னையை எப்படி கையாள்வது, எதிர்கொள்வது என அவர்களுக்குத் தெரிவதில்லை. உலக இலக்கியங்களை கரைத்துக் குடித்த பலருக்கு உள்ளூர்ப் பிரச்சினையைப் புரிந்து கொள்வதில் தடுமாற்றம் வருவதன் காரணம் அவர்கள் பெற்ற தகவல்கள் - அறிவாகப் பண்படாததுதான்.

இன்று குடும்பங்களிலும் சமூகத்திலும் படித்தவர்கள் எண்ணிக்கை இதற்கு முந்தைய தலைமுறைகளை விடவும் பன்மடங்கு கூடியிருக்கிறது. ஆனால் ஏன் இவ்வளவு பிரச்சினைகளை நம்மை சூழ்ந்திருக்கின்றன? இவ்வளவு குற்றங்களும் அநீதிகளும் ஏன் நிகழ்கின்றன? அறிவானவர்கள் உள்ள சமூகத்தில் பிரச்சினை குறைவாகத்தானே இருக்க வேண்டும். இல்லையெனில் அறிவின் பயன் தான் என்ன?! நமது படிப்பறிவு அறிவாற்றலாக மாற்றப்படாததே இதற்கு காரணம். படித்தவர்கள் *(Literates)* என்பதற்கும் அறிவாளிகள் *(Educated)* என்பதற்கும் உள்ள வேறுபாட்டை நாம் இப்போதேனும் புரிந்து கொள்ள வேண்டும்.

எதுதான் உயர்ரகமான அறிவு என்ற கேள்விக்கு ஷாலினி அந்த உரையில் விளக்கமளிக்கிறார். அதாவது உள்ளுணர்வின் அடிப்படையிலான அறிவு *(Intuitive Knowledge)*. இதைத் தான் நாம் ஞானம் *(Wisdom)* என்கிறோம். அனுபவங்கள் பெருகப் பெருகத் தான் உள்ளுணர்வு வளரும். வெறுமனே புத்தகங்களில் அது கிடைக்காது. ஷாலினி அதற்கு சொன்ன எடுத்துக்காட்டும் அருமையாக இருந்தது. ஒரு குரங்கை கூண்டில் அடைத்து கூண்டுக்கு வெளியே சற்று தள்ளி வாழைப்பழத்தை வைத்தனர் விஞ்ஞானிகள். குரங்கிற்கு எட்டும் வகையில் ஒரு குச்சியையும் வைத்தனர். வெகுநேரம் கூண்டிற்குள் சுற்றி வந்த குரங்கு ஒரு கட்டத்தில் அந்த குச்சியை எடுத்து வாழைப்பழத்தை தன் பக்கம்

கல்வியும் நாமும்...

1. நாம் மூன்று வயதில் பள்ளியில் சேர்க்கிறோம். உலகிலேயே சிறந்த கல்வி முறையை கொண்டிருக்கும் பின்லாந்தில் ஏழு வயதில் தான் பள்ளியில் சேர்க்கின்றனர். ஏழு வயது வரை இசை, பாட்டு, விளையாட்டு போன்றவை மட்டும்தான். நாமோ குழந்தை பிறக்கும் போதே ஏபிசிடி பாடிக் கொண்டே பிறக்காதா என்று ஏங்குகிறோம்.

2. டியூஷனில் சேர்ப்பது காலக் கட்டாயமாகிவிட்டது. பாடங்களை பள்ளியில் தான் படிக்க வேண்டும். மாலை நேரத்தில் விளையாட்டு, வாசித்தல், பிற மொழிகளையும் கலைகளையும் கற்றல் போன்றவற்றுக்கு செலவிடலாம்.

3. சில குழந்தைகள் இரவு நீண்ட நேரம் கண்விழித்துப் படிக்கின்றனர். அதிகாலையில் எழுந்து படிப்பதே நல்லது. இரவுத் தூக்கம் மிக மிக அவசியமானது. அதில் சமரசம் செய்யாதீர்கள்.

4. சில பள்ளிகள் புத்தகங்களை பள்ளியிலே வைக்கும் வசதியைக் கொண்டுள்ளன. எல்லா பள்ளிகளும் இதை நடைமுறைப்படுத்தலாம். ஏன் பொதி மூட்டையைப் போல குழந்தைகள் புத்தகப்பையை சுமக்க வேண்டும்?

5. அந்தந்த வகுப்புப் பாடங்களை அந்தந்த வகுப்பில் படித்தாக வேண்டும். இன்றும் பல பள்ளிகள் ஒன்பதாம் வகுப்பிலேயே பத்தாம் வகுப்பு பாடங்களை எடுக்கின்றன. இது மிகப் பெரிய தவறு. அறிவு வளர்ச்சிக்கு தான் குழந்தைகள் படிக்கின்றன என்பதால் அதில் அவசரம் காட்டாதீர்கள்.

6. கவுரத்திற்காகவோ, பெயர் பெற்றது என்பதற்காகவோ பள்ளியைத் தேர்ந்தெடுக்காதீர்கள். அது கல்வித் தரத்தில் சிறந்து விளங்குகிறதா என்று பாருங்கள்.

7. கல்வி வியாபாரமல்ல. அளிப்பவர்களுக்கு அது சேவை. பெறுகிறவர்களுக்கு அது உரிமை என்பதை மறக்காதீர்கள். பெற்றோருக்கோ மாணவருக்கோ ஏதேனும் உரிமை மீறல் நடந்தால் அதை தட்டிக் கேளுங்கள் அல்லது வெளியேறுங்கள்.

8. மதிப்பெண்ணை வைத்துதான் திறமை என்பது ஒரு மாயை. உங்கள் குழந்தை கல்வியில் சுமாராகவோ அதற்கும் கீழாகவோ இருக்கலாம். தவறில்லை. அதற்கு வேறென்ன திறமைகள் இருக்கிறது என்று கவனியுங்கள், ஊக்கப்படுத்துங்கள். நீங்கள் ஒரு மலையை வரைந்துவிட்டு அதில் குழந்தை ஏறியே ஆக வேண்டுமென அடம் பிடிக்காதீர்கள்.

9. அதிக விலை கொடுப்பதால் மட்டுமே நல்ல கல்வி கிடைத்துவிடாது.

10. தேர்ச்சி பெறாதது குற்றமில்லை. ஓராண்டு பின் தங்குவதால் வாழ்க்கையில் எந்த இழப்பும் வந்துவிடாது. குழந்தை தேர்ச்சி பெறவில்லை எனில் அதன் மீது மேலும் அன்பு செலுத்துங்கள்.

தள்ளிக் கொண்டு வந்து உண்டது. காட்டிலேயே சுற்றிக் கொண்டிருந்த குரங்கிற்கு - கூண்டிலடைக்கப்பட்ட முன் அனுபவம் இல்லை என்றாலும் - அதன் உள்ளுணர்வு இந்தக் குச்சியை எடுத்து வாழைப்பழத்தைத் தள்ளினால் பசியாற முடியும் என வழிநடத்தியது. அந்த உள்ளுணர்வை குரங்கு தனது நடைமுறை அனுபவங்களிலேயே பெற்றிருக்க வேண்டும். குரங்கின் இந்த ஞானம் தான் உயர்வான அறிவு என வகைப்படுத்தப்பட்டுள்ளது.

தகவல்கள் எல்லோருக்கும் பொது. போகிற போக்கில் தெரிந்து கொள்ளலாம். அறிவு அப்படியானதல்ல. தேடுகிறவர்களுக்கு மட்டுமே கிடைக்கக் கூடிய அரும்பொருள் அது. தன்னையும் சமூகத்தையும் ஆபத்துகளில் இருந்தும் பிரச்னைகளிலிருந்தும் விடுவிப்பதே அறிவின் பயன். அறிவைத் தேடுகிறவர்களாக குழந்தைகளை மாற்றும் திறன் நம் கல்வி அமைப்பில் இல்லை. அனுபவங்களே பெறாத குழந்தை எவ்வாறு ஞானம் பெறும்?

சரி, பெற்றோர்கள் ஏன் தன் குழந்தை நிறைய மதிப்பெண் பெற வேண்டுமெனத் தவிக்கிறார்கள்? அதுவும் ஒரு கணக்கு தான். மதிப்பெண் அதிகம் பெற்றால், நல்ல கல்லூரியில், நல்ல பாடத்தில் சேர்க்கலாம். நல்ல பாடத்தில் சேர்த்து படிக்க வைத்தால், நல்ல வேலை கிடைக்கும். நல்ல வேலை கிடைத்தால் நிறைய சம்பாதிக்கலாம். 2015 ஆம் ஆண்டில் வெளியான ஹெச்.எஸ்.பி.சி. அறிக்கை உலக நாடுகளில் உள்ள பெற்றோர் எதற்கு முன்னுரிமை அளிக்கின்றனர் எனக் கண்டறிந்தது. இந்தியப் பெற்றோர்

வேறெந்த நாட்டினரையும் விட அதிகமாக வேலைவாய்ப்பையே முக்கியமெனக் கருதுவதாக அதில் தெரியவந்தது. குழந்தையின் மகிழ்ச்சி, ஆரோக்கியம், லட்சியம் இதெல்லாம் அப்புறம்தான். அதே ஆய்வு இந்தியப் பெற்றோர்களில் பெரும்பாலோர் தன் குழந்தை பொறியியலில் சேர வேண்டுமென்று விரும்புவதாகக் குறிப்பிடுகிறது. அடுத்த இடத்தில் ‘பிசினஸ் மேனேஜ்மெண்ட்’, அதற்கடுத்து கணினி மற்றும் தகவல் தொழில்நுட்பம், அடுத்தது மருத்துவம்.

குழந்தைகளின் எதிர்காலம் குறித்து இந்திய நடுத்தர வர்க்கம் உயர் லட்சியங்களைக் கொண்டிருக்கிறது. ஆனால் அது முழுக்க முழுக்க பணம் சார்ந்தது என்பதுதான் பிரச்னையே. எதிர்கால மானுட சமூகத்திற்குப் பயன்படும் வகையில் எத்தனையோ மனிதவியல் படிப்புகள் இருக்கின்றன. தொல்லியல், மானுடவியல், மனவியல், சூழல் அறிவியல், தத்துவம் போன்ற துறைகளில் நிபுணத்துவம் பெற்று முன்னேற உலகளவில் நல்ல வாய்ப்பிருந்தும் அவற்றை யாரும் கண்டுகொள்வதில்லை. காரணம், இவற்றில் என்ன வருமானம் வந்துவிடப் போகிறது என்ற எண்ணம். வேலை கிடைக்குமோ கிடைக்காதோ என்கிற அச்சம். கறிக்கோழி வளர்த்தால் கண்டிப்பாக லாபம் கிடைக்கும் என்ற வியாபார மனப்பான்மை. “என் பிள்ளை +2 வில் இவ்வளவு மதிப்பெண் பெற்றால், நான் இந்த பொறியியல் கல்லூரியில் இடம் வாங்குவேன். நன்கொடைக்காகவும் கட்டணத்திற்காகவும் இவ்வளவு செலவிடுவேன். அதற்காக இவ்வளவு கடன் வாங்குவேன். ‘கேம்பஸ் இண்டர்வியூ’வில் என் குழந்தை தேர்ந்தெடுக்கப்பட்டால் இவ்வளவு சம்பளத்தில் வேலை கிடைக்கும். போட்ட பணத்தை இத்தனை ஆண்டுகளில்

திருப்பி எடுப்பேன் என்ற பெற்றோரின் திட்டமிடலுக்குள் இந்த படிப்புகள் அடங்குவதில்லை.

கல்விப் பரவலாக்கம் இவ்வளவு நடந்தும், 130 கோடி மக்கள் தொகை கொண்ட நம் நாட்டில் ஆய்வாளர்கள் குறைவு, விஞ்ஞானிகள் குறைவு, பல துறை சார் வல்லுநர்களுக்கு தட்டுப்பாடு இருக்கிறது. மனச்சிக்கல்கள் ஆட்டுவிக்கும் இந்தியாவில் ஒரு லட்சம் பேருக்கு ஒரு மனவியல் நிபுணர் தான் இருக்கிறார். அவ்வளவு ஏன், அடுத்த தலைமுறைக்கு ஆசிரியர்கள் இருப்பார்களா என்று தெரியவில்லை. அரசுப் பணி, வேறு வேலை கிடைக்காததால் தற்செயலாக வந்தேன் என்பதுதான் பலரும் ஆசிரியராகக் காரணமாக இருக்கிறது. ஒரு முறை ஒரு பள்ளிக்கு சிறப்பு விருந்தினராக அழைக்கப்பட்ட போது, மாணவர்களிடம் நீங்கள் என்னவாக விரும்புகிறீர்கள் என்ற வழக்கமான கேள்வியைக் கேட்டேன். ‘டாக்டர்’, ‘இஞ்சினியர்’ என்பதைக் கடந்து எதுவும் சொல்லப்படவில்லை. ‘ஆசிரியர்’ என கேட்ட போது எல்லோருமே இல்லை என மறுத்துவிட்டனர். என்னுடைய வியப்பு என்னவென்றால், நல்ல ஆசிரியர்களை உருவாக்காமல் நல்ல பள்ளிகள் மட்டும் இருக்க வேண்டுமென நாம் எப்படி நினைக்கிறோம்!

நல்ல பள்ளி என்பதற்கான அடையாளம் அதன் கட்டமைப்பு வசதிகளும் உயர் கட்டணங்களும் அல்ல. நல்லாசிரியர்கள் இருக்குமிடம்தான் நல்ல பள்ளி. அரசுப் பள்ளிகள் மட்டுமே இருந்த காலத்தில் ஆசிரியர்களின் பண்பும் கல்வியின் தரமும் நன்றாக இருந்தது. பணவெறி கொண்ட தனியார் பள்ளிகள் தலைடுத்ததும் கல்வி மட்டுமல்ல, இலவசக் கல்வி என்ற உரிமையும் பறிபோய் விட்டது. ஆனால் அது பற்றியெல்லாம் நமக்கு கவலை இல்லை. இலவசம் என்றாலே அது ஏழைகள் தொடர்பானது. உலகின் வளர்ந்த மற்றும் வல்லரசு நாடுகள் குடிமக்களுக்கு கல்வியை இலவசமாகவே வழங்குகின்றன. நாம் தான் கல்வி எனும் அடிப்படை உரிமையை விலை கொடுத்து வாங்கிக் கொண்டிருக்கிறோம்.

பணம் சம்பாதிப்பதுதான் நோக்கம் என்றால், அந்தப் பணம் தான் சந்தோஷமாக வாழ வைக்கும் என்றால் அதற்காக நம் குழந்தைகள் இவ்வளவு ஆண்டுகாலம் பள்ளியில் உழலத் தேவையில்லையே. சரவணா ஸ்டோர்ஸ் முதலாளி தொடங்கி பில் கேட்ஸ் வரையிலான பெருங்கோடீஸ்வரர்கள் அதை ஏட்டுக் கல்வியால் சாதிக்கவில்லை. ஒரு சில மாதங்களுக்கு முன்னர் எரிக் பின்மேன் என்ற சிறுவனின் பெயர் இணைய வர்த்தக செய்திகளில் பிரபலமானது. 2011 ஆம் ஆண்டு தனது 12 வயதில் பாட்டி அன்பளிப்பாகக் கொடுத்த ஆயிரம் டாலர்களை டிஜிட்டல் பணமான பிட்காயினில் முதலீடு செய்தார். தற்போது அது ஒரு லட்சம் டாலராக பெருகி எரிக் பின்மேனை 18 வயதில் லட்சாதிபதியாக உயர்த்தி இருக்கிறது.

பள்ளிப் படிப்பை வெறுத்துப் போயிருந்த எரிக், இணையப் பொருளாதாரத்தில் ஆர்வம் கொண்டிருந்தார். தன்னை பள்ளியிலிருந்து நிறுத்திவிடுமாறு பெற்றோரை நச்சரித்தார். நான் கூடிய விரைவில் லட்சாதிபதி ஆகிவிட்டால் பள்ளிக்கு அனுப்பக் கூடாது என சவால்விட்டார். அப்படியே நடந்தது. எரிக்கின் சாதனையை விட பள்ளிகள் குறித்து அவர் கூறிய கருத்து கவனிக்கத்தக்கதாக ஆனது.

“பள்ளிகள் மிகவும் தரம் குறைந்ததாக இருக்கின்றன. ஆசிரியர்கள் எல்லா வகையான எதிர்மறை மனநிலையையும் கொண்டுள்ளனர். ஒரு ஆசிரியர் என்னை படிப்பை விட்டுவிட்டு மெக் டொனால்ட்ஸ் உணவகத்தில் வேலைக்குப் போகச் சொன்னார். நான் அதற்குதான் லாயக்காம். நான் முதலாவதை மட்டும் செய்தேன். பள்ளியை விட்டு நின்றேன். இன்றைக்கு இருக்கிற கல்வித் தரத்தை வைத்து நான் அதை யாருக்கும் பரிந்துரைக்க மாட்டேன். அதற்கு பதில் நான் இணையத்தைப் பரிந்துரைப்பேன். அதில் எல்லாமே இலவசமாகக் கிடைக்கிறது. லட்சம் மடங்கு அதிகமாக யூ-டியூபிலும் விக்கிப்பீடியாவில் நீங்கள் கற்க முடியும்” என்ற எரிக், 2014 இல் அதாவது தனது 15 ஆவது வயதில் ஆன்லைன் கல்வி நிறுவனத்தைத் தொடங்கினார். அவரைப் போல பள்ளியை வெறுப்பவர்கள் வீடியோ சாட்டிங் மூலம் தங்களுக்கான ஆசிரியரைக் கண்டறிந்து கல்வியைத் தொடர்வதற்கான களம் அது.

குழந்தைகள் பள்ளியை வெறுக்கத் தொடங்கிவிட்டதை நாம் இன்னும் உணரவில்லை. எரிக் வேறு நாட்டைச் சேர்ந்தவர் என்றாலும் அவரது கருத்துகள் இங்கும் பொருந்தக் கூடியவையே. இன்றைய குழந்தைகளால் ஆர்வமுள்ளவற்றை இணையத்தின் வழியே கற்றுக் கொள்ள முடியும். தகவல் தொழில்நுட்பத்தின் வளர்ச்சி ஆசிரியரின் தேவையையும் பள்ளிகளின் தேவையையும் இல்லாமல் செய்து வருகிறது. ஓவியம், இசை போன்ற கலைகள் தொடங்கி அறிவியல் தொழில்நுட்பம் வரை குழந்தைகள் தமக்கு விருப்பமானவற்றை ஆன்லைனில் படிக்கின்றன. இப்படியான மெய்நிகர் கல்விக்கான காலம் நெருங்கி வருகிற நிலையில், இன்றும் மதிப்பெண் என்ற அங்குசத்தைப் பயன்படுத்தி குழந்தைகளை பள்ளிகளுக்குள் முடக்குவது கொடுமையானது. நிறைய தகவல் நம்முன் கொட்டிக் கிடப்பதால் குழந்தைகளின் புத்திக் கூர்மை கட்டுக்கடங்காததாக இருக்கிறது. அந்தந்த காலகட்டத்திற்கு ஏற்ப இந்த வளர்ச்சி ஒவ்வொரு தலைமுறை குழந்தைகளிடமும் இருந்தது என்றாலும் இந்தத் தகவல் தொழில்நுட்ப காலம் ஒரு பெரும் பாய்ச்சலை குழந்தைகளின் புத்திக்கூர்மையில் நிகழ்த்தி இருக்கிறது.

குழந்தையை பள்ளிக்கே அனுப்ப வேண்டாம் என்கிறீர்களா என்றால் நிச்சயமாக இல்லை. எப்போதுமே பள்ளிகளுக்கான தேவை இருக்கிறது.

ஆனால் நீங்கள் நினைப்பதைப் போல வெறுமனே படித்து மதிப்பெண் வாங்குவதற்காக மட்டுமல்ல...வேறு இரண்டு முக்கியமான காரணங்களுக்காக. ஒன்று, நற்பண்புகளைக் கற்பித்தல். இரண்டாவது, சமூக உறவை மேம்படுத்துதல். ஆனால் அந்த இரண்டு பொறுப்புகளையும் பள்ளிகள் தவறவிட்டுவிட்டன. இந்த அவலம் ஏன் நடந்தது எனில், கல்விக்கானப் பொருளை நாம் உணராததால்!

பெற்றோர் மற்றும் ரத்த உறவுகளைக் கடந்து ஒரு குழந்தையின் சமூக உறவு என்பது பள்ளியில்தான் தொடங்குகிறது. சாதி, மத பாகுபாடுகளை கடந்து சமூக வாழ்க்கை என்பது பள்ளியில்தான் சாத்தியப்படுகிறது. அனைவரும் சமம் என்பதை அறிவிக்கத் தான் சீருடை என்ற வழக்கமே உருவாக்கப்பட்டது. ஆனால் பக்காவாக சீருடை அணிந்தாலும் குழந்தைகள் எல்லாவிதமான பாகுபாட்டையும் கடைப்பிடிக்கவே செய்கின்றன. கருப்பான மற்றும் பொருளாதாரத்தில் பின் தங்கிய குழந்தையின் அருகில் உட்கார யாரும் விரும்புவதில்லை. குழுவில் சேர்க்காமல் ஒதுக்கி வைக்கின்றனர்.

இதையும் என் மகள் வாயிலாகத் தான் அறிந்தேன். பாடநூல்களைக் கடந்து சமூகக் கல்வியை ஆசிரியர்கள் புகட்ட வேண்டும். ஒற்றுமையாக இருத்தல், பாகுபாடின்றி வாழ்தல், அனைவரையும் மதித்தல் என சமூகக் கலப்பிற்கான இடமாக கல்விக் கூடங்கள் மாற்றப்பட வேண்டும். அதே போல, நற்பண்புகளை வளர்த்தெடுத்தலும் பள்ளிகளின் பணிதான். அன்பு செலுத்த வேண்டும், பொய் சொல்லக் கூடாது, திருடக் கூடாது, ஏமாற்றக் கூடாது, பேராசைப்படக் கூடாது, கோபப்படக் கூடாது போன்றவற்றைக் கற்பித்தல். பள்ளியிலிருந்து ஒவ்வொரு மாணவரும் நல்ல மனிதராக வெளியேறி வர வேண்டும். அதுதான் கல்வியின் அடிப்படைப் பணி. வெற்றியாளர்களை உருவாக்குவதற்குப் பள்ளிகள் தேவை இல்லை. ஆனால், நல்ல மனித சமூகத்தை உருவாக்க நிச்சயம் பள்ளிகள் தேவை.

ஸ்டேட் போர்டு, மெட்ரிகுலேஷன், சி.பி.எஸ்.இ. மாண்டிசோரி, அய்.பி.எஸ்.இ. என கற்பிக்கும் முறையில் பொருளாதார நிலையை வைத்து ஏகப்பட்ட பிரிவுகள். உண்மையில், இவற்றால் ஒரு பயனும் இல்லை. வேப்பமரத்தடியில் கூட பாடம் கற்பிக்கலாம். ஆனால் ஆசிரியர் என்ன சொல்லுகிறார், மாணவர் என்ன உள்வாங்குகிறார் என்பது தான் முக்கியம். கட்டடங்களையும் கட்டணத்தையும் வைத்து பள்ளிகளை எடை போடுவதை நிறுத்திவிட்டு, குழந்தைகளுக்கு உண்மையான கல்வியை உறுதி செய்து தர வேண்டியது மிக மிக அவசரம். ஆண்டுக்கு சுமார் 200 நாட்கள், ஒவ்வொரு நாளும் ஏழு மணி நேரம், ஏறக்குறைய 13 ஆண்டுகளைக் குழந்தைகள் பள்ளியில் கழிக்கின்றன. ஒரு மனிதரின் வாழ்வின் பெரும் பகுதி என்பது மட்டுமல்ல, முக்கியமான காலகட்டமும் அதுவே என்பதை மறக்காதீர்கள்.

குட்டி இளவரசனில் தொடங்கி அதிலேயே முடிக்கிறேன்...

"எனக்கு ஆறு வயதான போது ஓர் அற்புதமான படத்தைக் கண்டேன். அது ஒரு காட்டுவிலங்கை மலைப்பாம்பு ஒன்று விழுங்கிக் கொண்டிருப்பதை காட்டியது. அந்தப் படத்தைக் கண்டதும் அதை வரையலாமே என்று நானும் ஓர் ஓவியம் தீட்டினேன். என்னுடைய படத்தை பெரியவர்களிடம் காண்பித்த போது அது ஒருவருக்கும் புரியவில்லை. அப்போதுதான் எனக்கு ஓர் உண்மை புரிந்தது. பெரியவர்கள் ஒருபோதும் எதையும் தாங்களாகவே புரிந்து கொள்வதில்லை. எப்போது ஓயாமல் விளக்கங்களைத் தருவது குழந்தைகளுக்கு சலிப்புத் தருவதாக இருக்கிறது."

பருவத்திற்கு தயார் செய்

6

ஒவ்வொரு மனிதரும் குழந்தையாகவே பிறக்கின்றனர். அப்படிப் பிறக்கிறவர்களுக்கு இயற்கை ஓர் இலக்கை நிர்ணயித்திருக்கிறது. வளர்ந்து பெரிய மனிதராவதே அது. தற் சார்புடையவர்களாக, சுய சிந்தனை உள்ளவர்களாக, சுய விருப்பு வெறுப்புகள் கொண்டவர்களாக ஆவதே அதன் குறியீடுகள். மடியில் தவழ்ந்து கொண்டும், விரல் பிடித்து நடந்து கொண்டுமே இருக்க குழந்தை எப்போதும் குழந்தை இல்லை. இயற்கையின் விதிப்படி அது படிப்படியாக வளர்கிறது. சிறுவராகிறது, பருவ வயதை எய்துகிறது, இளைஞராகிறது, தனிமனிதராக தன்னை நிலை நிறுத்துகிறது. ஆனால் பெற்றோராகிய நம் அறிவுக்கு இது புரிவதே இல்லை. நம் வயிற்றில் பிறக்கிறது என்பதற்காகவே குழந்தைக்கு ஒரே பருவம்தான். எட்டு மாதமென்றாலும், எட்டு வயதானாலும், 18 ஆக மாறினாலும் 58-க்கு முதிர்ந்தாலும் பெற்ற மனம் அதை அங்கீகரிப்பதில்லை. பிள்ளைகள் ஒரு போதும் வயதில் பெற்றோரை தாண்டி போக முடியாது என்பதால் உடல், உணர்வு, அறிவு ரீதியாக குழந்தை எய்தும் பக்குவம்

அவர்களுக்கு ஒரு பொருட்டாவதில்லை.

குழந்தையின் வளர்ச்சியை அங்கீகரிக்க மறுப்பதுதான் வளர்ப்பில் நாம் செய்யும் முதல் தவறு. பெற்றோர் மட்டுமே முதன்மை என பிள்ளைகள் நினைக்கும் 'குழந்தைப் பருவம்' என்பது 8-9 வயது வரைதான். பத்து வயதிலிருந்து வளர் இளம் பருவத்திற்குள் (அடலசண்ட் ஏஜ்) அவர்கள் அடியெடுத்து வைக்கின்றனர். வளர் இளம் பருவத்திற்கான குழந்தைகளின் நடத்தை முன் கூட்டியே தீர்மானிக்கப்படுகிறது என ஒரு மனவியல் ஆய்வுத் தெரிவிக்கிறது.

அதாவது குழந்தை பிறப்பதிலிருந்து அய்ந்தாண்டுகள் வரை அதன் மூளையில் என்ன தகவல்கள் தங்குகிறதோ அதனடிப்படையில் தான் வளர் இளம் வயதில் குழந்தைகள் நடந்து கொள்கின்றன. ஐந்து வயது வரை சேமிக்கப்பட்ட தகவல்கள் நேர்மறையானதாக இருந்தால் பருவ வயதிலும் அதுவே குணமாக அமைகிறது. கோபப்படுதல், தாழ்வு மனப்பான்மை, சண்டை போடுதல் என எதிர்மறை குணங்கள் அதிகமிருந்தால், அதன் குழந்தைப் பருவத்தில் கோளாறு என்று பொருள். குழந்தை பெற்றுக்கொள்ள திட்டமிட்டிருக்கும் ஒவ்வொருவரும் இதை மனதில் நிறுத்த வேண்டும்.

ஊடகத்துறையில் எனக்கொரு நண்பர் இருந்தார். அவரது மனைவி அய்.டி ஊழியர். இருவரும் சண்டைக்கோழிகள். குழந்தை என்ற உயிருள்ள பொருள் அவர்களுடன் வாழ்வதை மறந்துவிட்டு ஒருவரை ஒருவர் மோசமாக திட்டிக் கொள்வார்கள். ஒருமுறை நான் அவர்கள் வீட்டிற்கு சென்றிருந்த நேரம் கடுமையான வாக்குவாதம் நடந்தது. நண்பர் கோபித்துக் கொண்டு வெளியே போய்விட்டார். அவரது மனைவி தன் மூன்று வயது மகளை மடியில் வைத்து, 'உன் அப்பா மோசமானவன், நம்மள நிம்மதியா வாழவே விட மாட்டான், நாம எங்கயாவது போயிரலாம்' என்று ஓதினார். அதே போல வேறொரு தருணத்தில் மகள் முன்னிலையில் தாயைப் பற்றி நண்பர் கேவலமாக பேசுவதை கவனித்தேன். 'இப்படியெல்லாம் பேசாதீங்க' என நான் சொன்ன போது அவர் 'குழந்தை தானே' என்று அலட்சியப்படுத்தினார். இவர்கள் சண்டை போடும் போதெல்லாம் அந்தக் குழந்தை வீல் வீலென்று அழும். பின்னர், சமாதானப்படுத்துவதற்கு கடைக்கு

கூட்டிச் செல்வார்கள். பல ஆண்டுகள் கழித்து அவரை அண்மையில் சந்தித்தேன். இப்போது அவரது மகளுக்கு 13 வயது. இருவரையும் மதிப்பதே இல்லையாம். தான் நினைத்தது நடக்கவில்லை எனில் கண்டபடி கத்துகிறாளாம். 'எனக்கு டென்ஷனா வருது ஷாப்பிங் கூட்டிட்டுப் போங்க' என்று அடம் பிடிக்கிறாளாம். யாருடனும் பேசுவதில்லையாம். "இப்போலாம் நாங்க சண்டை போட்டுக்கிறதில்ல. இவதான் எங்களுக்கு பெரிய பிரச்னையாயிட்டா" என்றார். குழந்தையை பதின்ம வயது ஆலோசகரிடம் அழைத்துச் செல்ல பரிந்துரைத்தேன்.

குழந்தைதான் மனிதரின் தந்தை என்பது கவிஞர் வில்லியம் வேர்ட்ஸ்வொர்த்தின் புகழ்பெற்ற வாசகம். ஒவ்வொரு மனிதரும் தனது குழந்தைப் பருவப் பழக்க வழக்கங்கள், நடத்தை மற்றும் பண்புநலன்களின் விளைவு என்பதுதான் இதன் பொருள். கண்களை உருட்டி, போட்ட இடத்தில் போட்டபடி, கைகாலை மட்டும் அசைத்து, பொக்கை வாயைக் காட்டிக் கொண்டிருந்தாலும் குழந்தையால் தன்னைச் சுற்றி நடக்கும் அனைத்தையும் உள்வாங்க முடியும். இந்த ஆத்திச்சூடியை ஒவ்வொரு பெற்றோரும் கற்க வேண்டும்.

பொதுவாக குழந்தை வளர்ப்பில் நமக்கு நல்ல முன் மாதிரிகள் இல்லை. நம் பெற்றோர் நம்மை வளர்த்ததை வைத்து ஓர் ஊகத்தில் அதே வழிமுறைகளை கையாள்கிறோம்; அல்லது நம் வயதில் இருப்பவர்களைப் பார்த்து போலச் செய்தலில் ஈடுபடுகிறோம். ஒவ்வொரு குழந்தையும் தனித்தன்மை கொண்டது. அதோடு இன்றைக்கிருக்கும் கால மாற்றத்திற்கு தக்கவாறு வளர்ப்பு முறையிலும் மாறுதல் செய்யப்பட வேண்டும். கருவுறும் போதே சில பெற்றோர் குழந்தைக்கு உடை வாங்கி வைப்பது, வங்கியில் பணம் போடுவது போன்ற செயல்களில் ஈடுபடுகின்றனர். குழந்தை நல ஆலோசகர்களை சந்தித்து ஆலோசனை பெறுவது, நூல்களைப் படிப்பது என குழந்தை வளர்ப்பு குறித்து அறிவு பெற அவர்கள் முயல்வதில்லை.

பதின்ம வயது என்பது பெற்றோருக்கு மட்டுமல்ல குழந்தைகளுக்கும் கூட மிகவும் சிக்கலுக்குரிய காலகட்டம். உடல், மனம், அறிவு மூன்றும் இந்த வயதில்தான் மிக வேகமாக வளர்ச்சியடைகிறது. சொல் பேச்சு கேட்பதில்லை, எதிர்த்து பேசுகிறான்/ள், வெளியில் சுற்றுகிறான்/ள், சரியாக சாப்பிடுவதில்லை, சரியாக படிப்பதில்லை, எப்பவும் கேட்ஜெட்ஸ் வைத்திருக்கிறாள்/ன் என பெற்றோர் இந்த வயதிலிருந்துதான் புகார் சொல்லத் தொடங்குவர். அதற்கு முன்பும் குழந்தை சொல் பேச்சுக் கேட்டிருக்காது, எதிர்த்துப் பேசும், சாப்பிட மாட்டேன் என அடம் பிடித்திருக்கும். அப்போதெல்லாம் அது தவறாக தெரிந்திருக்காது. ஏனென்றால் மழலையில் ஒரு சார்புநிலையை (dependency) குழந்தைகள் வெளிப்படுத்தும். அடலசண்ட் கட்டத்தில் அது தற்சார்பாக

மாறுகிறது (*independency*). தன்னை அண்டியே பிள்ளைகள் இருக்க வேண்டுமென்ற சர்வாதிகார உணர்வு பெற்றோருக்கு இருப்பதால், பத்து வயதில் வெளிப்படும் தற்சார்புத் தன்மை அவர்களுக்கு பதற்றத்தை உண்டாக்குகிறது.

வயது என்பது ஒரு பொதுவான கணக்குதான். சில பிள்ளைகள் பத்து வயதிற்கு முன்பே கூட பருவத்தை எட்டிவிடுவது உண்டு. அதே போல 19 வயது கடந்தும் சிலருக்கு இந்த வளர்ச்சி நீடிக்கும். வளரிளம் பருவத்திற்குள் உங்கள் பிள்ளை வந்துவிட்டதை எப்படி கண்டுபிடிப்பது?

ஒரு விருந்துக்கு செல்லக் கிளம்புகிறீர்கள், வழக்கம் போல ஓர் உடையை எடுத்து குழந்தையிடம் கொடுக்கிறீர்கள். 'இந்த உடை எனக்குப் பிடிக்கல' என்கிறது. 'ஏன் இந்த உடைக்கு என்ன குறை, நீ தான வாங்கின. ரெண்டாயிரம் ரூபா கொடுத்து வாங்கியிருக்கேன்' என்கிறீர்கள். 'எனக்குப் பிடிக்கலன்னா விடும்மா' என்கிறது குழந்தை. அதுவரை உங்கள் விருப்பத்தை மதித்து நடந்த குழந்தை, தன் விருப்பங்களுக்கு முன்னுரிமை அளிக்கத் தொடங்குகிறது. இப்போது நீங்கள் இரண்டடி பின்னால் நகர்ந்து நிற்க வேண்டும்.

ஆனால் நாம் விடுவதில்லை. மேலும் இரண்டடி முன்னால் நகர்ந்து குழந்தையின் அந்தரங்க வெளிக்குள் அத்துமீறி நுழைவோம். மூச்சு முட்டுவதைப் போல குழந்தை திணறத் தொடங்குகிறது. பதின்ம வயதில் படிப்பு, பொழுதுபோக்கு, உணவு, உடை, விளையாட்டு, நண்பர்கள், உறவினர்கள் என எதை எடுத்தாலும் குழந்தை உங்களோடு முரண்பட்டு மல்லுக்கு நிற்கும். இதை ஒரு பலப்பரீட்சையாக எடுத்துக் கொண்டு, தானே பலசாலி என நிரூபிக்க பெற்றோர் படாதபாடு படுகின்றனர்.

உண்மையில், குழந்தையின் நோக்கம் பெற்றோரை அவமதிப்பது அல்ல; தன் சுயத்தை நிலைநாட்டுவது. அதன் நோக்கம் உங்கள் விருப்பத்தை புறக்கணிப்பது அல்ல. தன் விருப்பத்தை நிறைவேற்றிக் கொள்ளுவது. நம் கைக்குள் இருந்து வெளியேறி தன்னை ஒரு தனிமனிதராக நிலைநிறுத்திக் கொள்ளும் வளர்ச்சி பதின்ம வயதில் தான் தொடங்குகிறது. இந்திய பெற்றோருக்கு வளர் இளம் பருவ மாற்றம் குறித்த புரிதல் மிக மிகக் குறைவு. நமது குடும்ப மற்றும் சமூக அமைப்பில் குழந்தை வளர்ப்பு குறித்த நவீன முறைகள் பற்றி அறிந்து கொள்வதற்கான வாய்ப்பே இல்லை. அந்த காலத்தில் கூட்டுக் குடும்பத்தில் குடும்பத் தலைவனின் குரலுக்கு எல்லோருமே கட்டுப்பட்டாக வேண்டியிருந்தது. முரண்டுபிடிக்கும் பிள்ளைகளை பெல்ட்டால் சாத்தி அடக்குவதுதான் பெரும்பாலான அப்பாக்கள் கையாண்ட ஒரே உத்தி. அதிகாரமற்ற அம்மாக்கள் அதை அழுது கொண்டே பார்ப்பார்கள். இன்றைய தனிக் குடும்பங்களில் அந்த பழைய போக்கு மாறிவிட்டது. ஆனால், அன்று கேட்டால் எதுவும் கிடைக்காது, இன்று

வளரிளம் பருவம் –
பொதுவான நலப் பிரச்சனைகளும் காரணங்களும்

1. குழப்பம் – பெரியவர்களாக பொறுப்புகளை ஏற்பது, குழந்தையாக தனது விருப்பங்களை நிறைவேற்றுவது இரண்டுக்கும் இடையில் அல்லாடுவது.
2. உணர்ச்சிவசப்படுதல் – ஹார்மோன்களே உபயம். உணர்வு மேலோங்கிய நிலையில் இருப்பார்கள். கோபம், மகிழ்ச்சி, கவலை என எந்த உணர்வு வந்தாலும் தீவிரமாக இருக்கும்.
3. மூட் ஸ்விங் – சிரித்து பேசுவார்கள். திடீரென எரிந்து விழுவார்கள். இதுவும் ஹார்மோனின் வேலைதான்.
4. மன அழுத்தம்/பதற்றம் – பெற்றோர் மற்றும் ஆசிரியர்கள் ஆதரவாக இல்லாததால் உண்டாகிறது. விளையாட்டு மறுக்கப்படுவதால் செரட்டோனின் ஹார்மோன் சுரப்புத் தடுக்கப்பட்டு மன அழுத்தம் அதிகரிக்கிறது.
5. சிகரெட், மதுப் பழக்கம் – குடும்பப் பிரச்னை, மன அழுத்தம், படிப்புச் சுமை, நட்பில் முறிவு போன்றவை போதையை தேடிப் போகச் செய்கின்றன.
6. சத்துக் குறைபாடு – உடல் உழைப்பு இல்லாமை, உணவு மற்றும் தூக்கத்தில் ஒழுங்கின்மையால் வருவது.
7. மாதவிலக்குக் கோளாறுகள்: அதிகளவிலான உதிரப்போக்கு, உதிரப்போக்கின்மை, வயிற்றுவலி போன்றவை உடல் மற்றும் மனச் சோர்வை உண்டாக்குகின்றன. பசி, தூக்கம், ஓய்வு ஆகியவை சரியாக கையாளப்பட்டால் சரியாகிவிடும்.
8. உடல் பருமன் – விளையாட்டு இல்லாதது, பசித்து உண்ணாதது, தூக்கமின்மை மூன்றும் எடையை பெருக்குகிறது.
9. தூக்கமின்மை – குழப்பமான மனநிலை, உறவுச் சிக்கல், பாலுணர்வு, சத்துக் குறைபாடு, குடும்பச் சூழல் என பலவும் இதற்கு காரணமாகிறது.
10. கருவுறுதல் – பருவ வயதில் தான் முதன் முறையாக பாலுணர்வு தோன்றுகிறது. பாலுறவு குறித்த புரிதல் இல்லாததால் சிலர் தேவையற்ற கருவுறுதலுக்கும், கருக்கலைப்புக்கும் ஆளாகின்றனர்.
11. பாலியல் கொடுமைகள்: பாலுணர்வு குழப்பநிலை காரணமாக பெரியவர்களால் பாலியல் கொடுமைக்கு ஆளாக்கப்படுதல்.
12. வன்முறை – முரட்டுத்தனம் தான் வீரம் என்ற மூட நம்பிக்கையை கற்பிக்கும் கலாச்சாரம். திரைப்படங்களின் உந்துதல். குடும்பச் சண்டைகளின் விளைவு.

கேட்டால் எதுவும் கிடைக்கும் என்பது தான் குழந்தை வளர்ப்பில் நாம் கண்டிருக்கும் பரிணாம வளர்ச்சி. குழந்தையின் உடல்/மன/அறிவு ஆரோக்கியம் குறித்து நமக்கு எதுவுமே தெரியாது அல்லது எல்லாவற்றையும் தப்புந்தவறுமாக அறிந்து குழந்தைகளை துன்புறுத்துகிறோம்.

வளர் இளம் பருவத்தில் ஹார்மோன் மாற்றங்கள் நிகழ்கின்றன. உயரம் கூடுகிறது. தசைகள் திரண்டு வருகின்றன. உடல் கொழுப்பு பரவிப்

பங்கீடாகிறது. மார்பகங்கள் வளர்ச்சி, அந்தரங்க பகுதிகளில் முடி வளர்தல், இடுப்பு எலும்பு விரிதல், மீசை/தாடி வளர்தல் போன்ற இரண்டாம் பாலினக் குறியீடுகள் தோன்றுகின்றன. அதுமட்டுமல்ல நரம்பியல் மண்டலமும் வளர்ச்சியடைகிறது. பருவமெய்துதல், பாலுணர்வு தோன்றுதல் நடக்கிறது. தான் ஆண் என்றும் பெண் என்றும் மாறுபட்ட பாலீர்ப்பு உள்ளதையும் பருவத்தில் தான் குழந்தை கண்டறிகிறது. 'ஆம்பளையா கம்பீரமா நடந்துக்கோ, பொம்பளையா அடக்க ஒடுக்கமா நடந்துக்கோ' என்பது போன்ற பாலின விதிமுறைகள்தான் குழந்தைகளுக்கு அந்த வயதில் நாம் கற்பிக்கும் ஒரே பாடமாக இருக்கிறது.

ஆனால் பதின்ம வயதென்பது ஒரு கண்டறியும் காலகட்டம். குழந்தையின் மூளை தன் முழு ஆற்றலைக் கொண்டும் சிந்திக்கத் தொடங்குகிறது. ஹார்மோன்கள் சுரப்பு உணர்ச்சிவசப்பட்ட நிலையிலேயே அவர்களை வைத்திருக்கிறது. பயம், மூர்க்கம், உற்சாகம், பாலீர்ப்பு போன்ற உணர்வுகளால் அலைக்கழிக்கப்படுதல் நடக்கிறது. அதனால், தன் வயதொத்தவர்களுடன் அதிக நேரம் செலவிடுவதை அவர்கள் விரும்புகின்றனர். உலகமே தன்னையே கவனிப்பதாய் அவர்களுக்கு தோன்றுகிறது.

அண்மையில் பொம்மைக் கடைக்கு மகளது தோழியின் அம்மாவுடன் சென்றிருந்தேன். இரண்டு குழந்தைகளும் எங்களுடன் இருந்தார்கள். இது ஓகேவா பாரு என ஒரு பொம்மையை காட்டினார் அவளது அம்மா. அந்தச் சிறுமி அதை கவனிக்காமல், செல்போனில் விளையாடிக் கொண்டிருந்தாள். 'எப்பப் பாரு போனையே பார்த்திட்டிரு. எவ்ளோ நேரமா கேட்குறேன்' என அவர் சொன்னதுதான் தாமதம், அவள் டென்ஷனாகிவிட்டாள். 'இப்போ எதுக்கு கத்தி எல்லார் முன்னாடியும் அசிங்கப்படுத்துற' என அழுகையோடு கேட்டாள். நான் சுற்றிலும் பார்த்தேன். அங்கு யாருமே இல்லை. கடையில் வேலை செய்பவர் கூட தூரத்தில் தான் இருந்தார். 'இங்க யாருமே இல்லையே. எதுக்கு இப்படி அழுகுற' என்று அவளது அம்மா பரிதாபமாகக் கேட்க, எனக்கு சிரிப்பு வந்துவிட்டது. ஆனால், சிரிக்காமல் அங்கிருந்து நகர்ந்துவிட்டேன். திரும்பி வரும் போது, 'இருந்தாலும் அந்த ஆண்ட்டி, பொது இடத்துல அப்படி சொல்லியிருக்கக் கூடாதுலம்மா' என்றாள் என் மகள்.

இதுதான் பருவ வயதினரின் மனநிலை. ஆக்ஸிடோஸின் என்ற ஹார்மோன் அதிகளவில் சுரப்பதால், உலகமே தன்னை கவனிப்பதாக அவர்களுக்குத் தோன்றுகிறது. நாமும் அப்படியான சிரமங்களைக் கடந்துதானே வந்திருக்கிறோம். யோசித்துப் பாருங்கள். இந்த வயதில், உடலும் துடிப்போடு பரபரவென்றிருக்கும். உணர்வெழுச்சி, வயதொத்தவர்கள் முன் நிரூபித்தல் போன்ற காரணங்களுக்காக. 'ரிஸ்க்' எடுப்பதை அதிகம்

விரும்புவார்கள். நான் ஒன்பதாம் வகுப்பு படித்தபோது, பள்ளியில் புதிதாக ஒரு கட்டடம் கட்டிக் கொண்டிருந்தார்கள். விடுதி மாணவிகள் அனைவரும் 5-6 விளையாடுவது வழக்கம். பூச்சு வேலை நடந்த அக்கட்டடத்தின் மாடியில் ஏறி வேடிக்கை பார்க்கலாம் என தோன்றியதால் நாங்கள் ஒரு ஏழெட்டு பேர் அங்கே போனோம். கீழே மணல் குவித்து வைத்திருந்தார்கள். ரம்யா என்ற தோழி, இங்கயிருந்து யாராவது அந்த மணலில் குதிக்க முடியுமா என்று சவால்விட்டாள். அவள் குரல் காதில் விழுந்த நொடி நான் முதல் ஆளாக குதித்துவிட்டேன். அவ்வளவுதான் என் பின்னால் எல்லோருமே தொப் தொப்பென்று குதித்தனர். ஒரு தோழிக்கு மட்டும் கால் பிசகிவிட்டதால் இது வார்டனுக்குத் தெரிந்து முழங்கால் போட வேண்டியதாகிவிட்டது.

இதை ஏன் சொல்கிறேன் என்றால், அந்த வயதில் இது சாதாரணம். பின்னர் யோசிக்கும் போது, அவ்வளவு உயரத்தில் இருந்து எப்படி குதித்தேன் என மலைப்பாக இருந்த்து. சாகச உணர்வுக்கு ஆண், பெண் வேறுபாடெல்லாம் இல்லை. ஆனால், பெண் குழந்தைகளை கட்டுப்பாடுகளுடன் வளர்ப்பதால் 'இதையெல்லாம் செய்யக் கூடாது' என உளவியல் ரீதியாக அமைதியடைகின்றனர். பையன்களை நாம் கட்டுப்படுத்துவதில்லை. ஆழம் பற்றி கவலைப்படாமல் ஆற்றிலோ குளத்திலோ குதிப்பது, வேகமாக வாகனத்தை ஓட்டுவது என அவர்கள் ரிஸ்க் எடுக்கின்றனர். செய்திகளில் பார்க்கிறோமே ஆற்றில் மூழ்கி பலி, கடலில் அலை இழுத்துப் போனது என - இவர்களின் வயதை கவனித்தால் தெரியும். அதே போல வாகன விபத்துகளுக்கும் அதிகளவில் வளரிளம் பருவத்தினர் காரணமாக

வளரிளம் பருவப் பிள்ளைகளின் பெற்றோருக்கு...

- அமைதியாக இருங்கள். குழந்தையிடம் தென்படும் பருவ மாற்றங்களை கவனியுங்கள். நீங்கள் பார்க்கும் அத்தனையும் வளர்ச்சியின் அறிகுறியே. பதற்றப்படாதீர்கள்
- திறந்த மனதுடன் இருங்கள். முன் அனுமானங்கள் வேண்டாம். அப்படி செய்கிறாய் இப்படி செய்கிறாய் என புகார் வாசிக்காதீர்கள்.
- பேசுவதைக் குறைத்து கேட்பதை அதிகப்படுத்துங்கள். குழந்தை பேசும் போது மரியாதையுடனும் கனிவுடனும் கவனியுங்கள். அப்போது அது தொடர்ந்து பேசும்.
- குழந்தையின் நண்பர்களை விமர்சிக்காதீர்கள். தோற்றம், பொருளாதார நிலை, சமூகப் பின்னணி என எது குறித்தும் தாழ்வாகப் பேசாதீர்கள்.
- உங்களுக்கு பிடிக்காது என்பதற்காகவோ, பண மதிப்பு இல்லை என்பதற்காகவோ குழந்தையின் எந்த திறமையையும் மட்டம் தட்டாதீர்கள்.
- குற்றம் சுமத்தாதீர்கள்
- தோற்றத்திற்கு அதிகளவு முக்கியத்துவம் அளிப்பார்கள். அதில் ஒரு தவறும் இல்லை.
- குழந்தை பொய் சொன்னால் அதற்கு நீங்களே காரணம்
- குழந்தை முன் சண்டை போடாதீர்கள், கெட்ட விஷயங்களையோ, கெட்ட வார்த்தைகளையோ பயன்படுத்தாதீர்கள்.
- குழந்தையுடன் நேரம் செலவழியுங்கள். பொருட்களால் அன்பை ஈடு செய்யாதீர்கள். பயணம் செய்யுங்கள் விளையாடுங்கள்.
- எதிர்த்துப் பேசக் கூடாது, கோபப்படக் கூடாது, மரியாதை தர வேண்டுமென நீங்கள் குழந்தையிடம் எதிர்பார்த்தால், அதை முதலில் நீங்கள் பின்பற்றுங்...

இருக்கின்றனர். இப்படி செய்யாதே, அப்படி செய்யாதே என்று தடுக்கும் பெற்றோர் ஒரு செயலை எப்படி சரியாக செய்ய வேண்டுமென வழிநடத்தாததே இதற்கு காரணம்.

14-15 வயது பையன்கள் பைக்/கார் ஓட்டுவதை பெற்றோர் ஊக்கப்படுத்துகின்றனர். ஆனால் வாகனம் ஓட்டத் தேவையான விதிமுறைகள் மற்றும் ஒழுக்கம் பற்றி சொல்லித் தருவதில்லை. பெங்களூருவில் கடந்த மாதம் 17 வயது பையன்கள் மூன்று பேர் காரை எடுத்துக் கொண்டு 150 கி.மீ. வேகத்தில் போன போது கட்டுப்பாட்டை இழந்து வாகனத்தை ஓட்டிய அர்பான் சலீம் உயிரிழந்தார். மற்ற இருவரும் காயத்தோடு உயிர் தப்பினர். தாங்கள் இதற்கு முன்னர் பல முறை பள்ளித் தோழர்களுடன் இப்படியான 'ஃபன் ரைடு'கள் போயிருப்பதாக தெரிவித்தனர். பெங்களூரு காவல்துறை மூவரின் அப்பாக்களையும் கைது செய்தது. பருவ வயதில் இருக்கும் தன் பிள்ளை வாகனம் ஓட்டுவதை பெருமையாகக் கருதி அனுமதிக்கும் பெற்றோர்,

முதலில் அதை சட்டவிரோதம் எனத் தெரிந்து கொள்ள வேண்டும். கவுரவத்திற்காக வாகனம் வாங்கிக் கொடுத்து அற்ப ஆயுளில் மகனை காவு கொடுக்கும் அவலத்தை அவர்கள் நிறுத்த வேண்டும். வாகனம் மட்டுமல்ல துப்பாக்கி லைசென்ஸ் வைத்திருக்கும் ஒரு தந்தை தன் 14 வயது மகனுக்கு சுடக் கற்றுக் கொடுத்து, அவன் தன் நண்பனைச் சுட்டதாக ஒரு செய்தியைப் படித்தேன்.

குழந்தைகள் தவறு செய்தால் நூறு சதவிகிதப் பொறுப்பும் பெற்றோருக்குதான். கெட்டுப் போகும் அளவுக்கு செல்லங்கொடுப்பது, வெறுத்துப் போகும் அளவுக்கு ஒழுக்கத்தைப் பற்றி பேசுவது என இந்த இரண்டு நிலைகளில் தான் பெற்றோர் இயங்குகின்றனர். இரண்டுமே குழந்தைகளுக்கு கேடுதான் என்கிறார் டெல்லியை சேர்ந்த பிரபல குடும்ப நல நிபுணர் செட்ரிக் எம் கென்னி. தனது ‘லவ் வித் அவுட் ஸ்பாயிலிங், டிசிப்ளின் வித் அவுட் நாகிங்’ நூலில் இது குறித்த ஒரு சமூகவியல் ஆய்வையே நிகழ்த்தி இருக்கிறார். கண்டிப்பாக படித்துப் பாருங்கள்.

உடலும் மனமும் பரபரவென்றிருக்கையில் அதை ஆற்றுப்படுத்துவதற்கான வழிகளைத்தான் தேட வேண்டுமே தவிர, மென்மேலும் தூண்டக் கூடாது. பருவ வயது தடுமாற்றங்களைக் கட்டுக்குள் கொண்டு வரும் மருந்தாக விளையாட்டை குறிப்பிடலாம். ஆனால், இன்றைய குழந்தைகளின் வாழ்க்கையில் இல்லாத ஒன்றாக ‘விளையாட்டு’ மாற்றப்பட்டுவிட்டது. உடலை வலுப்பெறச் செய்வது, மனச் சமநிலையை தருவது, ஹார்மோன்களை சீர்படுத்துவது போன்ற பல நன்மைகள் விளையாட்டால் உண்டாகிறது.

பள்ளியில் படிப்பு, வீட்டிலும் படிப்பு என குழந்தைகளை பொம்மை போல வளர்த்தால், பெருக்கெடுக்கும் உணர்வெழுச்சிக்கு எப்படி வடிகால் கிடைக்கும்?

மாதம் ஒரு ஆயிரம் ரூபாய் கட்டி விளையாட்டுப் பயிற்சிக்கு அனுப்ப யோசித்த சக ஊழியர் ஒருவர், மகனின் 15ஆது பிறந்த நாளுக்கு விலையுயர்ந்த செல்போனை வாங்கிப் பரிசளித்தார். அப்புறம் ஒரு கட்டத்தில், 'எப்போ பாரு செல்போனையே பார்த்திட்டிருக்கான்' என்று புலம்பத் தொடங்கினார். ஒரு முறை அந்த செல்போனை பார்க்கும் வாய்ப்பு கிடைத்த போது அதில் பெண்களின் நிர்வாணப் படங்கள் இருப்பதை பார்த்து தலைசுற்றி கீழே விழுந்தார். பையனிடம் பேசவும் பயம். அவனது நடவடிக்கையில் பயப்படுகிற அளவுக்கு மாற்றம் தெரிந்தால் பேசுங்கள். இல்லையென்றால் விட்டுவிடுங்கள் என்றேன்.

குழந்தைகளின் பாலுணர்வும் பாலியல் நடவடிக்கைகளும் பாலியல் ஈர்ப்பும் பெற்றோருக்கு தீவிர கோபத்தை உண்டாக்குகின்றன. நமக்கு தான் அது குழந்தை. ஆனால் தான் வளர்ந்துவிட்டதாகவே குழந்தை நினைக்கிறது. அது உண்மையும் கூட. நாம் புரிந்து கொள்ள வேண்டியது, பருவ வயதில் நிகழும் பல்வேறு மாற்றங்களில் இதுவும் ஒன்று. அவ்வளவுதான். நாம் கொஞ்சம் பெருந்தன்மையோடும் அன்போடும் வழிநடத்தினால் குழந்தை தனது பாலுணர்வுத் தூண்டுதல்களை எளிதாகக் கையாளப் பழகி கடந்துவிடும். ஆனால் குழந்தைகளின் அந்தரங்கத்தை மதிப்பது நமது பண்பாட்டிலேயே இல்லை. குழந்தைகளுடன் விளையாடவோ உரையாடவோ தயாராக இல்லாத பெற்றோர், வேவு பார்க்க மட்டும் போதுமான நேரத்தை செலவழிக்கின்றனர்.

என் தங்கை கல்லூரியில் படித்த போது, அவளது தோழியின் தங்கையை வீட்டுக்கு அழைத்து வந்தாள். 'அம்மா அப்பாவோட எப்பப்பாரு சண்டை போடுறா. அவகிட்ட நீ பேசுறயா?' என்று கேட்டாள். 10 ஆம் வகுப்பு படித்த அந்த குழந்தையுடன் அன்றிரவு நிகழ்ந்த உரையாடலை என்னால் ஒருபோதும் மறக்க முடியாது. நாங்கள் நிறைய பேசினோம்.

மொட்ட மாடியில் அமர்ந்து நட்சத்திரங்களைப் பார்ப்பது அவளுக்குப் பிடித்திருந்தது. ஆனால் பெற்றோருக்குப் பிடிக்கவில்லை. அப்பா அம்மாவை தான் மிகவும் நேசிப்பதாகக் கூறினாள். அவள் ஒரு லட்சியவாதி என்பது சற்று நேரத்திலேயே புரிந்துவிட்டது. பேசிக் கொண்டிருக்கும் போதே அமைதியாகி சில நிமிட இடைவெளிக்குப் பின் 'எனக்கு செக்ஸ் பண்ணனும்னு அடிக்கடி தோணுது' என்றாள். ஒரு நொடி நிலைகுலைந்து சட்டென சுதாரித்தேன். என் கண்களிலோ, குரலிலோ எந்த மாற்றமும் தென்பட்டுவிடாமல், 'அது ரொம்ப இயல்பான உணர்வுதான்' என்றதும் அவள் என்னை

ஏறெடுத்துப் பார்த்தாள். பின் அழத் தொடங்கினாள். வெகு நேரம் அழுதாள். 'இது பிரச்சனை இல்லையா?' எனக் கேட்டாள். 'இல்லவே இல்லை. இயற்கையானதுதான்' என்றேன். 'இந்த எண்ணம் வரும் போதெல்லாம் நான் தப்பு பண்ற மாதிரி தோணுது' என்றாள். 'நீ எந்தத் தப்பும் பண்ணல. ஆனா உன்னை நீ இப்போ டைவர்ட் பண்ணிக்கணும். உனக்கு பிடிச்ச வேற விஷயங்கள்ல கவனம் செலுத்து. வீட்லயே அடைஞ்சு கிடக்காத. சோர்ந்து போகிற வரை விளையாடு' என எனக்குத் தெரிந்த பதில்களை சொன்னேன். மறுநாள், எனக்குத் தெரிந்த குழந்தை நல ஆலோசகரிடம் அழைத்துச் சென்றேன். பெற்றோரிடம் சொல்ல வேண்டாம் என அவள் கேட்டுக் கொண்டதால் அடுத்த மூன்று முறையும் அவளது சகோதரியுடன் நானே மருத்துவரிடம் அழைத்து சென்றேன். அவரது ஆலோசனைகள் அவளுக்கு தன் உணர்வுகளை கையாள உதவியது.

உணர்வெழுச்சிகளால் உந்தப்பட்ட குழந்தையை அன்பும் அறிவூட்டலும் விளையாட்டுமே ஆற்றுப்படுத்தும். கடவுள்னு ஒன்னு இருக்கா? ஏன் மனிதர்கள் தெருவில் படுத்திருக்காங்க. அவங்களுக்கு ஏன் வீடில்ல? பூமி எப்படி உருவாச்சு? எப்படி குழந்தை பிறக்குது? போன்ற கேள்விகளை குழந்தைகள் நிச்சயம் கேட்கின்றன. உங்கள் நம்பிக்கைகளையும் மதிப்பீடுகளையும் தூர வைத்துவிட்டு அவற்றுக்கு நேர்மையான பதிலைச் சொல்லுங்கள். அப்படியெனில் அதற்கு தேவையான அறிவை முதலில் பெற்றோர் வளர்த்துக் கொள்ள வேண்டும்.

"டீனேஜ் பிள்ளைகள் எப்போதும் வெளிப்படையாகவும் உண்மையாகவும் இருக்கின்றன. தன் வாழ்க்கைப் புத்தகத்தை திறந்து எதைப் பற்றி பேசவும் அவை தயாராக இருக்கின்றன. ஆனால் அதே உரையாடலை பெரியவர்களுடன் நிகழ்த்தினால் அதில் நிறைய பொய்கள் இருக்கும். தனது நம்பிக்கைகளையும் செயல்களையும் பற்றி பேசும் போது, மற்றவர்கள் தன்னைப் பற்றி நல்ல விதமாக நினைக்க வேண்டுமென பெரியவர்கள் மெனக்கெடுகின்றனர். அதனால் அவர்கள் பேச்சில் நிறைய பொய்கள் கலக்கிறது" என்கிறார் கென்னி.

நேர்மையாகவும் வெளிப்படையாகவும் இருப்பதுதான் பருவ வயதின் அடிப்படை. அதைத்தான் நாம் திமிர் என்று புரிந்து கொள்கிறோம். பருவ வயது பிள்ளைகள் பெற்றோரிடம் எதிர்பார்ப்பது எதைத் தெரியுமா? அங்கீகாரம். 'நீ செய்தது சரிதான்' இந்த வார்த்தைகள் மந்திரக்கோல் போல குழந்தைகளை ஆட்டுவிக்கும். ஆனால் நாம் எதற்கெடுத்தாலும் திட்டுகிறோம். நமது வசை அவர்களை தனிமைப்படுத்துகிறது, தாழ்வு மனப்பான்மைக்கு தள்ளுகிறது, வன்முறையாளராக மாற்றுகிறது, குற்றவாளியாக்குகிறது, தற்கொலைக்கும் தூண்டுகிறது. அண்மையில், வீட்டருகே இருந்த குப்பை

கூளத்தை சுத்தம் செய்த 12 வயது மகனை தாய் திட்டியதால் அவன் தற்கொலை செய்து கொண்டதாக ஒரு செய்தியை படித்தேன். நிச்சயமாக குறிப்பிட்ட அந்த ஒரு சம்பவத்தால் அச்சிறுவன் மனம் உடைந்து போயிருக்க மாட்டான். தொடர்ச்சியான அழுத்தமே காரணமாக இருந்திருக்கும். பெற்றோரின் கடமை குழந்தைகளுக்கு புதிய அழுத்தங்களைக் கொடுப்பது அல்ல, எல்லா வகையான பிரச்சினைகளில் இருந்தும் விடுவிப்பது, வெளியேறி வர உதவுவது.

இந்த வாழ்க்கை மிகவும் உன்னதமானது, இந்த உலகம் நாம் வாழ்வதற்கான எல்லா நல்லவைகளையும் கொண்டிருக்கிறது என்ற நம்பிக்கையை குழந்தைகள் பெற வேண்டும். அந்த நல்லுணர்வை பெற்றோரை தவிர யார் அளித்துவிட முடியும்?

7

உங்களுக்கு வாழத் தெரியுமா?

வாழத் தெரியாதவர்கள் நிறைந்த நாடு என ஒரு பட்டம் கொடுக்கப்படுமெனில், அதைப் பெற இந்தியா தாராளமாகப் போட்டி போடலாம். குடிமக்களாக உங்களுக்கு கோபம் வந்தாலும்...அதுவே உண்மை. ஒருவருக்கு மகிழ்ச்சியாக இருக்கத் தெரியவில்லை எனில் அவருக்கு வாழத் தெரியவில்லை என்று தானே பொருள்! 2012 ஆம் ஆண்டு அய்.நா. உருவாக்கிய உலக மகிழ்ச்சி குறியீட்டில் இந்தியா இந்த ஆண்டு பிடித்திருக்கும் இடம். 155க்கு 122. வறுமை நாடுகளான எத்தியோப்பியா, சோமாலியா போன்றவை நம்மை விட நல்ல இடத்தைப் பிடித்திருக்கின்றன. அதிக முதியவர்கள் அல்லது பொருளாதார ரீதியாக சரிவில் இருக்கும் நாடுகள் கூட நம்மைவிட மகிழ்ச்சியாக உள்ளதாக இந்த ஆய்வு சொல்லுகிறது.

சரி, சொல்லுங்கள். நீங்கள் உண்மையிலேயே மகிழ்ச்சியாக இருக்கிறீர்களா? உங்கள் குழந்தைகள் மகிழ்ச்சியோடு உள்ளனரா?

“எனக்கென்னக் குறைச்சல், சென்னைக்கு மிக அருகில் ஒரு வீடு வாங்கிட்டேன். என் குடும்பம் தங்கு தடையில்லாம போய் வருவதற்கு காரும் வச்சிருக்கேன். ஷாப்பிங் மற்றதுக்கெல்லாம் கிரெடிட் கார்டு இருக்கு. என் பிள்ளைகளை உயர்தரப் பள்ளியில் சேர்த்திருக்கேன். வாரம் முழுக்க உழைச்சிட்டு, களைப்புத் தீர்றதுக்கு வாரக் கடைசியில எலைட் பாருக்கு போய் ஜாலியா இருக்கேன். வாழ்க்கை நல்லாப் போகுது. வேறென்ன வேணும் பாஸ்” எனும் உங்கள் மனக்குரல் கேட்கிறது.

ஆனால் மகிழ்ச்சி என்பது இதுதானா?

பெர்ஷிய கவிஞர் ஜலாலுதீன் ரூமி மகிழ்ச்சியை இப்படி விளக்குகிறார்: “உங்கள் இதயத்திலிருந்து செயல்களைச் செய்யும் போது, உங்களுக்குள் ஒரு நதி நகர்வதைப் உணர்வீர்கள். அதன் பெயர் மகிழ்ச்சி.” நதி வெளியில் நகர்வதை பார்த்தாலே மனம் குதூகலிக்கும். உள்ளுக்குள் நகர்ந்தால்...?! எத்தனை அற்புதமான கற்பனை! யாரேனும் உங்கள் இதயத்திற்குள் சலசலத்து ஓடும் நதியை எப்போதேனும் உணர்ந்திருக்கிறீர்களா? பரபரப்புகளை எந்நேரமும் நம் மீது வீசியெறிந்து கொண்டே இருக்கும் இந்த வாழ்க்கை, அதற்கான வாய்ப்பை நமக்கு வழங்குகிறதா? இல்லவே இல்லை.

இளமை ஒளிர்விடுகிற வரை எல்லாம் நன்றாகத் தெரியும். பிள்ளைக் குட்டிகளை கரையேற்றி, குடும்பச் சுமைகளை ஒவ்வொன்றாகத் தளர்த்தி ‘அப்பாடா’ என்று உட்காரும் போது முடிந்துவிட்ட வாழ்க்கை ஒரு வெற்றிடத்தில் நம்மை நிறுத்தியிருக்கும். நரை கூடி முதுமை எய்தும் போது ‘என்னத்த வாழ்ந்துட்டோம்’ என்ற எண்ணம் வராதவர்களை விரல்விட்டு எண்ணிவிடலாம். ‘நமக்காகவும் கொஞ்சம் வாழ்ந்திருக்கலாமோ’ என மனம் அடித்துக் கொள்ளும். ஏனென்றால் இங்கு யாருமே தன்னுடைய வாழ்வை தான் வாழ்வதே இல்லை. குழந்தை எப்போதும் பெற்றோருக்காக வாழ்கிறது, பெற்றோர் வாழ்நாள் முழுக்க குழந்தைக்காகவே வாழ்கின்றனர். இப்படியான ஒரு தியாக வாழ்வை தான் சரியானதென்று நம்புகிறோம். பண்பாடு எனப் போற்றுகிறோம்.

ஆனால் உண்மை என்ன தெரியுமா? இது கடுகளவு கூட நியாயமே இல்லை. இப்பூமியில் பிறக்கும் ஒவ்வொரு உயிரும் அதனதன் வாழ்க்கையை அதுவே வாழக் கடமைப்பட்டிருக்கிறது. உலகச் சமூகங்கள் பலவும் தனி மனித சுதந்திரம், தனி மனித உரிமை, தனி மனித மகிழ்ச்சி குறித்த ஆழ்ந்த புரிதலோடு வாழ்கின்றன. ஆனால் அது சுயநலமான வாழ்க்கை முறை என்று நாம் குறை கூறுகிறோம். இந்தியப் பெற்றோர் குழந்தைகளை வளர்ப்பதற்காகத் தம்மையே அழித்துக் கொள்கின்றனர். அது மட்டுமே பொதுநலன் எனும் மாயக் கற்பனையிலும் உழல்கின்றனர். ‘காலம் முழுக்க உனக்காகக் கஷ்டப்பட்டேன்’ என்பதுதான் ஒவ்வொரு பெற்றோரின் இறுதிக் கால

புலம்பலாக இருக்கிறது. உடல், பொருள், உயிர் அனைத்தையும் உருக்கி ஏன் கரைகிறீர்கள் எனில், அவர்களிடம் இருக்கும் ஒரே பதில், 'பிள்ளைகளை நல்லா வளர்க்கணும்' என்பதே!

ஒரு தம்பதியரை எனக்குத் தெரியும். திருமணமாகி 40 ஆண்டுகளில் அவர்கள் எங்கேயும் வெளியே சென்றதில்லை. நடுத்தர வகுப்பினர். மாதச் சம்பளத்தில் வாழ்க்கை நடத்துகிறவர்கள். அந்த மனிதர் ஒருநாள் கூட விடுப்பு எடுக்காமல் இத்தனை ஆண்டு காலமும் எறும்பு சேர்ப்பது போல பணத்தை சேர்த்து, தன் இரண்டு குழந்தைகளுக்காகவும் இரண்டு வீடுகளைக் கட்டினார். கடன்களை வாங்கி வாழ்நாள் முழுவதும் அடைத்தனர். பெற்றோர் பாடு குழந்தைகளுக்குத் தெரியாது.தாம் வசதியானவர்கள் என்ற மனநிலையோடுதான் அவர்கள் வளர்ந்தனர். குழந்தைகள் கேட்ட எல்லாமும் ஒரே கோரிக்கையில் நிறைவேற்றப்பட்டது. படிக்க வைத்து, மணமுடித்து, வரதட்சணை வாங்கி - கொடுத்து, வீடுகளை ஒப்படைத்து, வங்கி சேமிப்பைத் துடைத்தழித்து இன்று வெற்று மனிதர்களாக நிற்கின்றனர். தற்போது மகனுக்குக் கட்டிக் கொடுத்த வீட்டில் இவர்களும் தங்கி இருக்கின்றனர். அவ்வளவுதான். சம்பாதிக்காத, சொத்துகள் இல்லாத எந்தவொரு மனிதரும் பூமிக்கு சுமையாகவே கருதப்படுகின்றனர். பணி ஓய்வுக்கு பின்னர் இந்த பெற்றோருக்கும் அதே நிலைதான். 'இப்போதாவது உங்களுக்காக

வாழ்கிறீர்களா?' என்றால், அதெப்படிம்மா...பேரப் புள்ளங்கள யார் வளர்க்குறது? என்கிறார்கள். தன் செலவுக்கு காசில்லாததால் அந்த மனிதர் செக்யூரிட்டி வேலையில் சேர்ந்தார். ஆனால் மகன் என்ன நினைக்கிறார் தெரியுமா, "வீட்டில் சும்மா இருக்க முடியாமல் அப்பா வேலைக்குப் போகிறார்."

தன் மகிழ்ச்சியை ஒருவர் முற்றிலுமாக தியாகம் செய்வது ஒரு வாழ்க்கையா? 40 ஆண்டுகாலம், தன் இளமைக் காலம் முழுவதையும் சம்பாதித்தல் - சேமித்தல் என்ற இரண்டு செயல்களுக்குள் அடக்கி பெரும்பாலானவர்களின் வாழ்க்கை முடிந்துவிடுகிறது. கணக்குப் பிள்ளைகளைப் போல எப்போதும் வரவு செலவுகளைப் பற்றியே பெற்றோர் பேசுவதால், 'இதுதான் வாழ்க்கை' என குழந்தைகள் நம்பித் தொலைக்கின்றன.

ஒருவர் தன்னிறைவாக வாழ எவ்வளவு பணம் வேண்டுமோ அதைவிடப் பன்மடங்கு சம்பாதித்தாலும் நமக்கு போதவில்லை. நமது அகராதியில் லோன், இன்சூரன்ஸ், பர்ச்சேஸ் போன்றவைக்கு மதிப்பு அதிகம். கடன்படுதல் இழுக்கு என்றிருந்த நடுத்தர வர்க்க மனநிலை இன்றைய நவீன வாழ்க்கையில் மாறிவிட்டது. 'கடன்' என்ற சொல்லுக்கு 'லோன்' 'கிரெடிட்' என புதுப் பெயர்கள் சூட்டப்பட்ட பின்னர் இந்த தலைமுறைக்கு அதுவொரு அடிப்படைத் தேவையாக மாறிவிட்டது. நீங்கள் சாலையில் போகும் எந்த மனிதரையும் நிறுத்தி சோதித்துக் கொள்ளுங்கள். கடனில்லாத ஒரே ஒருவரை கூட கண்டுபிடிக்க முடியாது. அப்படியே இருந்தால் அவர் ஓர் அதிசயம்.

கிரெடிட் கார்டு, பெர்சனல் லோன் என அத்தனை கடன் படிவங்களிலும் கையெழுத்துப் போட்ட நண்பர் ஒருவர் தொடர்பு எண் இல்லாமல், வங்கிக் கணக்கு இல்லாமல் தலைமறைவு வாழ்க்கை வாழ்கிறார். அவர் எப்படி அழிந்தார் என்ற கதை கொடுமையானது. நன்றாக சம்பாதித்த காலத்தில் சம்பளம் வந்தால் கட்டிவிடப் போகிறோம் என பார்க்கும் பொருட்களை எல்லாம் வாங்கிக் குவித்தார். எல்லாமே விலையுயர்ந்தவை. சில ஆண்டுகள் மட்டுமே அவை அவரோடு வாழ்ந்தன. திடீரென்றுதான் அவர் ஒரு பெருஞ்சுமையை உணர்ந்தார். அவர் பேரில் 40 லட்சம் ரூபாய் கடன் இருந்தது. பணத்தை கட்ட முடியாததால் கடன் வளர்ந்தது. 'இதுவரைக்கும், ஆயிரம் தடவையாவது தற்கொலை பத்தி யோசிச்சிருப்பேன்' என்று சொல்லும் போது அழுதே விட்டார். தன் மகள் கைநீட்டிய அத்தனை பொருளையும் வாங்கித் தந்தவர் இன்று பள்ளிக் கட்டணம் கூட கட்ட முடியாமல் அவதிப்படுகிறார்.

2000 ஆம் ஆண்டிற்கு பின்னர் இந்திய நடுத்தர வர்க்கத்தின் சொத்துகள் 150% அதிகரித்திருப்பதாக 'குளோபல் வெல்த்' அறிக்கை தெரிவித்திருக்கிறது. ஆனால் இது நற்செய்தி அல்ல. சொத்துகளாக வாங்கிப் போட்டாலும்

குழந்தை மகிழ்ச்சியாக வாழ...

1. தான் நேசிப்பவற்றை செய்ய குழந்தையை அனுமதியுங்கள், கவிதை எழுதுவது, நீச்சலடிப்பது, விளையாடுவது என விருப்பத்திற்குரிய செயல்களை குழந்தை செய்யும் போது அதன் மனம் மகிழ்ச்சியடைகிறது. பொருட்கள் மீது நாட்டம் குறைகிறது.
2. பிறருக்கு உதவ ஊக்கப்படுத்துங்கள். எல்லாம் தனக்கே வேண்டுமென்ற சுயநலம் இதனால் அழிகிறது.
3. கிடைக்கும் நல்வாழ்க்கைக்கு நன்றி பாராட்ட பழக்குங்கள். உணவை வீணடிப்பது, பொருட்கள் பழுதடைந்தால் பழுது நீக்காமல் விசிறியடிப்பது இதெல்லாம் அதன் மதிப்பு தெரியாததாலேயே வருகிறது. ஒரு பேனா வாங்கித் தந்தாலும் அதற்கு நன்றியோடு இருக்கச் செய்யுங்கள்.
4. எண்ணங்களை, நேரத்தை, திறமைகளை, பொருட்களை பிறரோடு பகிர்ந்து கொள்ள கற்றுத் தாருங்கள்.
5. சிரிக்க அனுமதியுங்கள். பிறரைப் புண்படுத்தும் கிண்டல்களே நகைச்சுவை என்றாகிவிட்ட காலம் இது. குழந்தை நிறைய சிரிப்பதற்கு என்னவெல்லாம் செய்ய வேண்டுமோ அதைச் செய்யுங்கள்.
6. அன்பிற்குரியவர்களோடு நேரம் செலவிட அனுமதியுங்கள். உறவு மற்றும் நட்புகளின் வழியே மனிதர்களை மதிக்க அவர்களின் சுகதுக்கங்களைப் பகிர குழந்தை பழகுகிறது.
7. இயற்கை சூழ் பகுதிகளுக்கு அழைத்துச் செல்லுங்கள். இந்த பூமியில் உள்ள கோடானு கோடி தாவரங்கள், பறவைகள், விலங்குகளோடு தானும் ஓர் அங்கம் என்ற புரிதல் வளரும். பூமியை அழிக்கும் சுயநலன் அழியும்.
8. பிறரது பணம், வசதிகள், மதிப்பெண் இதனோடு ஒப்பிடாதீர்கள். குழந்தைகள் தமது வாழ்க்கையை தான் வாழ வேண்டும். எவ்வளவு பகட்டானதாக இருந்தாலும் பிறர் வாழ்க்கையை வாழ அனுமதிக்காதீர்கள்.
9. ஆசையை அடக்க சொல்லித் தாருங்கள். ஆசையை அடக்கத் தெரிந்த குழந்தைக்கு மகிழ்ச்சியே எல்லை.
10. பொய் சொல்லக் கூடாது, திருடக் கூடாது, உயிர்களைக் கொல்லக் கூடாது, தவறான நட்பு/உறவு கொள்ளக் கூடாது, போதைப் பொருட்கள் கூடாது என்பது போன்ற நன்னெறிகளை குழந்தை பேசத் தொடங்கும் போதிருந்தே கற்பியுங்கள்.

அவர்கள் கடனாளியாக இருப்பதை வேறு ஆய்வுகள் உறுதி செய்கின்றன. கிரெடிட் கார்டு வைத்திருப்பவர்களின் எண்ணிக்கை, அவர்கள் மாதாந்திர 'ஸ்வைப்' கணக்கு, கடனை திருப்பிச் செலுத்த முடியாமை, நீதிமன்றங்களில் குவியும் லட்சக்கணக்கான வழக்குகள், செலுத்தாத கடனை வசூலிக்க ரெக்கவரி ஏஜெண்ட்டுகளை நியமித்தல் என எல்லாமே ஆண்டுக்கு ஆண்டு அதிகரிக்கிறது. நிறைய சம்பாதித்து, நிறைய செலவழித்து, நிறைய கடன்பட்டு, நிறைய துயருறுதலே வாழ்க்கையாக இருக்கும் போது இதற்கிடையே அன்பும் மகிழ்ச்சியும் எப்படி மலரும்?

இந்திய தம்பதியர் தமது நெருக்கத்தைத் தொலைப்பதற்கு பணமும் குடும்பப் பொறுப்புகளும் முக்கியக் காரணங்களாக இருக்கின்றன. சுற்றுலாத் தளங்களுக்கு போனோமென்றால், ஜோடி ஜோடியாக வெளிநாட்டவர்களைப் பார்க்க முடியும். இளைய ஜோடிகளுக்கு இணையாக முதிய ஜோடிகளும் கைகளைக் கோத்துக் கொண்டு வலம் வருவார்கள். துணையுடன் போகக்கூடிய/குழந்தைகளையும் அழைத்துச் செல்லும் நெடும் பயணங்களுக்கு அவர்கள் ஆண்டு தோறும் திட்டமிடுகின்றனர். வீடுகள் கட்டுவது, நிலங்களை வளைப்பது, நகைகளை சேர்ப்பது போன்ற சிற்றின்பங்களை தூர வைத்துவிட்டு, சம்பாதிக்கும் பணத்தின் பெரும் பகுதியை பயணங்களுக்கும் குடும்பத்தோடு இளைப்பாறுவதற்கும் அவர்கள் செலவிடுகின்றனர். தன் குழந்தை படிப்பை முடித்து வளர்ந்துவிட்ட பின்னரும் அதற்கு சொத்து சேர்த்து தன் வாழ்வை அவர்கள் அழித்துக் கொள்வதில்லை.

இந்தியப் பெற்றோர் செய்யும் தவறுகளில் மிக முக்கியமானது, அவர்கள் தம் குழந்தைகளுக்கும் சேர்த்து சம்பாதிப்பது தான். பத்து தலைமுறைக்கு சொத்து சேர்த்துவிடும் வெறி ஒவ்வொருவர் மனதிலும் கொளுந்துவிட்டு எரிகிறது. உலகில் வேறெங்கும் இப்படியொரு கொடுமை நடப்பதில்லை. பதினெட்டு வயது வரை குழந்தைகளின் அடிப்படைத் தேவைகள், பாதுகாப்பு, மற்றும் கல்வியை வழங்கி... நல்லொழுக்கம், திறமைகளை வளர்த்தெடுக்க வேண்டியது பெற்றோரின் கடமை. அதன் பின்னர் அது குழந்தையல்ல, வயதுக்கு வந்தவர். ஒவ்வொரு வளர்ந்தவரும் அவருக்கான உணவுக்கும் தேவைக்கும் அவரே உழைத்தாக வேண்டும். அப்போதுதான் உணவின், பணத்தின், வாழ்தலின் மதிப்பு அவர்களுக்குத் தெரியும். குறிப்பிட்ட காலம் வரை வேண்டுமானால் பெற்றோர் உதவலாம் அல்லது உடல்/மன ரீதியாக பாதிக்கப்பட்டிருந்தால் வாழ்க்கை முழுவதும் கவனித்துக் கொள்ளலாம். ஆனால் நல்ல ஆற்றல் உள்ளவர்களுக்கும் பாதுகாப்பு, கடமை என்ற பெயரில் சொத்து சேர்த்துத் தருகிறோம்.

மூன்று நான்கு வீடுகள், நகைகள், ரொக்கம், வாகனம் என அத்தனை வசதிகளோடும் குழந்தைகளை பெற்றோர் காப்புறுதி செய்கின்றனர்.

இல்லையெனில் குழந்தை கஷ்டப்படும் என பீதியடைகின்றனர். பெற்றோர்களே, வாழ்க்கையைப் பார்த்து ஏன் இவ்வளவு பயப்படுகிறீர்கள்? உங்கள் குழந்தைக்கு தன்னை பார்த்துக் கொள்ளவே முடியாது என ஏன் இத்தனை அவ நம்பிக்கை? உங்களிடமிருந்துதான் குழந்தை வாழ்க்கை குறித்த அச்சத்தையும் அவநம்பிக்கையையும் கற்றுக் கொள்கிறது. கூடுதலாக பொறுப்பின்மையையும். அப்பா, அம்மா கொடுத்ததை அனுபவித்துத் தீர்ப்பது, தன்னுடைய வாரிசுக்கு இதே போல பொருள் சேர்ப்பது என இரண்டே கடமைகள் தான் தனக்கிருப்பதாக ஒவ்வொரு தலைமுறையும் நம்பும்படி செய்துவிட்டோம்.

ஓர் அரசு ஊழியர் 300 கோடி ஊழல் செய்கிறார், அரசியல்வாதி ஆயிரம் கோடிகளில் ஊழல் செய்கிறார், இந்தியாவின் 40 சதவிகித சொத்துகள் அம்பானி குடும்பத்தாரிடம் உள்ளது என்ற செய்திகளைப் படிக்கும் போது உண்மையிலேயே ஒரு கேள்வி உறங்கவிடாமல் செய்கிறது. இவ்வளவு பணத்தையும் வைத்து இவர்கள் என்ன தான் செய்வார்கள்? எத்தனை பெரிய திறமைசாலியாக இருந்தாலும் அவர் நேர் வழியில், எவ்வித ஊழலிலும் ஈடுபடாமல் சம்பாதிப்பார் எனில் அவரது பணி மூப்பின் அடிப்படையில் அதிகபட்சமாக ஒரு வீடும், கூடுதலாக சிறிதளவு அசையா சொத்துகளும், சில லட்சங்கள் வங்கி சேமிப்பும், நகைகளும் இருக்கலாம். அவ்வளவு தான் சாத்தியம். ஆனால் கோடீஸ்வரர்களின் எண்ணிக்கை ஆண்டுக்கு ஆண்டு இந்நாட்டில் அதிகரிக்கிறது. அதே அளவு ஊழல்களும் குற்றங்களும் அதிகரிக்கின்றன எனில், இரண்டுக்கும் தொடர்பிருக்காது என எவ்வாறு நினைத்துக் கொள்கிறோம்? அரசியல்வாதியின் ஊழல் தான் நம்மை கோபப்பட வைக்கிறது. ஆனால் ஒரு பள்ளி ஆசிரியர், ஒரு மருத்துவர், ஒரு பொறியாளர், கணக்காளர் என எல்லோருமே தம்மால் முடிந்த ஊழல்களைச் செய்து எவ்வாறேனும் பல லட்சங்களை சேர்க்கின்றனர். சாமானிய மக்களின் அற ஊழலும் பண ஊழலுமே ஒரு நாட்டை வீழ்த்தும் சத்தமில்லாத,

ஆயுதமற்ற உலகப் போர் என்பதை நாம் புரிந்து கொள்ள வேண்டும். மதிப்பெண் கூட்டலில் ஊழல், பள்ளி/கல்லூரி சேர்க்கையில் ஊழல் என சாமானியர்கள் தம் பிள்ளைகளுக்காக எவ்வளவு பணத்தையும் கொட்டிக் கொடுக்கத் தயாராக இருக்கின்றனர்! ஊழலில் வளர்ந்த குழந்தை ஊழலில் உழன்று அவ்வாறே மடியும்.

உலகப் புகழ்பெற்ற நடிகரான ஜாக்கிசான், தன் மரணத்திற்குப் பின் தன்னுடைய பெருமதிப்புள்ள சொத்துகளை அறப்பணிகளுக்குக் கொடுக்கப் போவதாக அறிவித்தார். ‘உங்கள் மகனுக்கு ஏன் கொடுக்கவில்லை’ என செய்தியாளர்கள் கேள்வி கேட்டனர். அதற்கு அவர் சொன்ன விளக்கம் என்ன தெரியுமா? “என் மகன் திறமையானவராக இருந்தால் அவருக்குத் தேவையான பணத்தை அவரே சம்பாதிப்பார். திறமையற்றவர் எனில் நான் சம்பாதித்ததையும் அழிக்கவே செய்வார்.” எத்தகைய மேன்மையான புரிதல்.

ஆனால் நாம் நம் பிள்ளைகள் அழிக்க வேண்டுமென்பதற்காகவே உயிரை உருக்கி சொத்துகளை சேர்க்கிறோம். பெற்றோர் தம் சொத்துகளை வாரிசுகளுக்கு கைமாற்றிக் கொடுத்துக் கொண்டே இருப்பதாலும், வாரிசுகள் பெற்றோரின் பணத்தை முதலீடாக வைத்து கல்வி, வேலைவாய்ப்பு, சமூக வாய்ப்பு என அனைத்தையும் வரித்துக் கொள்வதாலும் பணக்காரராக இருப்பதென்பது பரம்பரையில் ஊறிப் போனதாக இருக்கிறது. பத்துத் தலைமுறைகளுக்கு சேர்த்து வைப்பதை பெற்றோர் நிறுத்தும் போது புதையலைப் போல ஓரிடத்தில் குவிந்திருக்கும் பணம் மேலும் கீழுமாகப் பாயும். இதன் மூலம் சாமானியர்களும் தம் திறமையால் முன்னேறும் வாய்ப்பு எளிதாகிறது. கோடீஸ்வரரான ஜாக்கிசானின் மகன், சொத்துகள் தரப்படாததால் தன் உழைப்பால் முன்னேறும் நல்வாய்ப்பை பெற்றார். புகழ்பெற்ற ஒரு நடிகரின் மகன் சாதாரண வேலை பார்த்துக் கொண்டு சராசரி வாழ்க்கை வாழக் கூடாதா என்ன? டாக்டர் பிள்ளை டாக்டராகவும் வங்கி ஊழியரின் வாரிசு வங்கி ஊழியராகவும், அரசியல்வாதியின் குழந்தை அரசியல்வாதியாகவும், நடிகரின் மகன் நடிகராகவும் தான் ஆக வேண்டுமா என்ன?

குழந்தைகள் அவர்களே வாழவும் சம்பாதிக்கவும் அனுமதிக்கப்படும் போதுதான் அவர்களின் உண்மையான திறமைகள் வெளியே வரும். சம்பாதிப்பதற்கு திறமை அளவுகோலாக நிறுத்தப்படுவதே நியாயம். தனக்கான ஒவ்வொரு பருக்கையையும் ஒவ்வொரு மனிதரும் உழைத்துதான் ஈட்ட வேண்டும். ஆனால், இங்கே பிள்ளைகள், “எனக்கென்ன செஞ்சுட்ட” என பெற்றோரின் சட்டையைப் பிடிக்கின்றன. “உனக்காக என்னவெல்லாம் செஞ்சேன். கடைசி காலத்துல துரத்திட்டியே” எனப் பெற்றோர் கண்ணீர் வடிக்கின்றனர்.

பெற்றோர்கள் மகிழ்ச்சியாக வாழ...

1. **குறைவான கடன்:** ஒரு சில ஆண்டுகளில் அடைத்துவிடக் கூடிய கடன்களை மட்டுமே ஏற்றுக் கொள்ளுங்கள். முடிந்தளவு வருமானத்திற்குள் வாழப் பழகுங்கள். கடன் பத்திரத்தில் கையெழுத்துப் போடும் போது வாழ்க்கையை ஒப்புக் கொடுக்கிறீர்கள் என்பதை நினைவில் நிறுத்துங்கள்.

2. **'சிக்கனமான' வாழ்க்கை:** பொருள் குறையும் போது சுமை குறைகிறது. பொருட்களை வாங்குவது, துடைத்து வைப்பது, பழுது நீக்குவது என வாழ்க்கை இதிலேயே முடிந்துவிடும். தொழில்நுட்ப வளர்ச்சியில் நாள்தோறும் ஒரு கண்டுபிடிப்பு நிகழ்கிறது. அன்றாடம் ஒரு பொருள் சந்தைக்கு வருகிறது. அதையெல்லாம் வாங்கிக் கொண்டிருந்தால் முடிவேது?

3. **குணமா பணமா?:** சமூகத்தில் உயர்நிலை என்பது நற்பண்புகளாலும் நற்செயல்களாலும் வருவது என்பதை புரிந்து கொள்ளுங்கள். வசதி குறைவு ஒருபோதும் ஒருவரின் மரியாதையைக் குறைக்காது.

4. **சுற்றுச்சூழலில் அக்கறை:** இந்த பூமி நமக்குத் தேவையான அளவு எல்லா வளங்களையும் கொண்டிருக்கிறது. ஆனால் நமது பேராசைக்கு அதனால் தீனி போட முடியாது. இந்த பூமியை நம்பித்தான் நாம் இருக்கிறோம் என்பதால் நாம் ஒவ்வொருவரும் இயற்கையாகவே சூழல் நல விரும்பிகளாக இருக்க வேண்டும்.

5. **ஊழலும் நாமும்:** எந்த உழைப்பும் இல்லாமல் பெரும் பணமீட்டத் திட்டமிடுகிறீர்கள் என்றால், ஏதோவொரு வகையில் ஊழலுக்குத் தயாராகிறீர்கள் என்றே பொருள். அது குற்றம், சமூகச் சீரழிவு.

6. **சமத்துவத்தை நம்புங்கள்:** எல்லா வகையான மனிதர்களோடும் பழகுங்கள். ஏற்றத் தாழ்வை கடைப்பிடிக் காதீர்கள். நீங்கள் யாரிடமாவது பாகுபாடு காண்பித்தால் உங்களுக்கும் அது நடக்கும்.

7. **கடன் கொடுக்காதீர்கள்:** அதற்கு பதில், திரும்பி வரும் என எதிர்பார்க்காமல் உதவி செய்யுங்கள்.

8. **அச்சப்படாதீர்கள்:** பொருள் தேவை ஒரு பிரச்னையே அல்ல. அவரவர் வசதிக்கும் திறமைக்கும் ஏற்ப வாழ இப்பூமியில் இடமிருக்கிறது. நம் பிரச்சினை என்னவெனில், நாம் நமக்கு மேலே இருப்பவர்களைப் பார்த்து சூடுபோட்டுக் கொள்வதுதான்.

'இந்தியா டுடே' வார இதழில் நான் பணிபுரிந்த போது, கல்லூரி படிக்கும் மகள்களைக் கொண்ட தந்தை ஒருவர் சக ஊழியராக இருந்தார். மூத்த மகளை பொறியியல் சேர்க்க பட்டக் கடனை அவர் அடைத்து முடிக்கும் போது திருமணம் செய்ய வேண்டிய கட்டாயம் வந்துவிட்டது. மகள் பேரில் 30 பவுன் நகை சேர்த்து வைத்திருந்தார். ஆனால் அந்தப் பெண், தனக்கு நூறு பவுன் நகை போட வேண்டுமென்று தந்தையிடம் அடம் பிடித்தாள். அதற்காக ஊரில் உள்ள சொத்தை விற்கச் சொன்னாள். "அதை உன் தங்கைக்காக வைத்திருக்கிறேன்" என அந்த தந்தை சொன்ன போது, 'அவளுக்கு இந்த வீடு இருக்குல்ல". என்றிருக்கிறாள். 'எங்கள பத்தி அவ கொஞ்சம் கூட யோசிக்க மாட்டேங்கிறா' என்று புலம்பினார்.

முன்பு ஆண்களுக்குரியதாக இருந்த இந்த நடத்தை, இன்று சில பெண்களையும் தொற்றிக் கொண்டுவிட்டது. வரதட்சணை என்பது ஆயிரக்கணக்கான பெண்களின் துயரமாகவும் சமூக அநீதியாகவும் சட்டப்படி குற்றமாகவும் ஒரு பக்கம் தொடர்கையில், படித்த பெண்கள் இன்று தம் பெற்றோரிடம் வரதட்சணையை தங்களின் உரிமையாகக் கோருகின்றனர். இந்த கொடுமைக்கு யார் காரணம்? "உனக்காக வீடு கட்டுறேன்," "உனக்காக நகை சேர்க்கிறேன்," "உனக்காக சம்பாதிக்கிறேன்" என சொல்லிச் சொல்லி வளர்க்கும் பெற்றோர். தன் வாழ்நாளை - தலைமுறைகளுக்கு சொத்து சேர்ப்பதில் இழந்து - தானும் வாழாமல் குழந்தைகளையும் வாழவிடாமல் செய்துவிடுகிறோம்.

நாம் நம் குழந்தைகளுக்கு எளிமையாக வாழ்வதன் அவசியத்தை கற்பிக்கவே இல்லை. எளிமை எனும் நல்வாழ்க்கைக்கான தத்துவத்தை பிழைக்கத் தெரியாதவர்களுக்கான வழி என ஒதுக்குகிறோம். எளிமையை ஏழ்மையோடு சேர்த்து குழப்பிக் கொள்கிறோம். சிக்கனத்திற்கும் கஞ்சத்தனத்திற்குமான வேறுபாட்டை மறந்துவிட்டோம். கேட்ட போதெல்லாம் உடை வாங்கித் தராத பெற்றோரை குழந்தைகள் எதிரியாகப் பார்க்கின்றனர் எனில் அது யார் தவறு? என் முன்னாள் நண்பர் ஒருவர் தான் நிறைய சம்பாதித்த போதும் தன் பிள்ளைகளை அரசுப் பள்ளியில் தான் படிக்க வைத்தார். உறவினர் கேலி செய்தும், மனைவி கண்டித்தும் அவர் தன் நிலைப்பாட்டை மாற்றிக் கொள்ளவில்லை. அது மட்டுமல்ல, பொருட்களின் பயன்பாட்டையும் தேவையையும் குழந்தைகளுக்குப் புரிய வைப்பதை ஒரு கொள்கையாகவே வைத்திருந்தார். ஒருமுறை அவரின் மகள், "அப்பா ஸ்கூல் பேக் கிழிஞ்சுருச்சு. நிறைய தடவை தைச்சுப் போட்டுட்டேன். காசு வரும் போது புது பை வாங்கிக் கொடுங்க" என்று சொல்வதைக் கேட்டு என் கண்ணில் நீர் துளிர்த்துவிட்டது. சரவணா ஸ்டோர்ஸ் எல்லாம் சுற்றுலா தலங்களாகப் பெருகும் இந்த காலத்தில் இப்படி ஒரு குழந்தையா என வியப்புற்றேன்.

இதுதான் குழந்தைமையின் ஆற்றல். குழந்தைகளைப் போல நல்லதை புரிந்து கொள்ளவும், தவறுகளைத் திருத்திக் கொள்ளவும் பெரியவர்களால் முடியாது. நல்லதை கற்பித்தல் என்பது நன்னிலத்தில் தூவப்படும் விதை. அந்த நண்பர் ஏழ்மையில் வாடவில்லை. வறுமையில் உழலவில்லை. ஆனால் குழந்தைகளுக்கு பணத்தின் மதிப்பையும் பொருட்களின் தேவையையும் கற்பித்தார். ஒருவர் எவ்வளவு தான் நிலங்களும் பணமும் வைத்திருந்தாலும் அவர் எளிமையாகவும் சிக்கனமாகவுமே வாழ வேண்டும். அதுதான் அவருக்கும் நல்லது, சமூகத்திற்கும் நல்லது.

நம் வீட்டை ஒரு முறை சுற்றிப் பார்ப்போம். வீடா, கடையா என்ற சந்தேகமே வந்துவிடும். சொந்த வீடு இல்லேன்னா வாழ முடியாது, சோபா இல்லேன்னா உட்கார முடியாது, டிவி இல்லேன்னா பொழுது போகாது, பைக் இல்லேன்னா பக்கத்து தெருவுக்குக் கூட போக முடியாது, தினமும் ஒரு டிரெஸ் போடலேன்னா மரியாதை கிடைக்காது, காஸ்மெட்டிக்ஸ் இல்லேன்னா அழகு வராது, காஸ்ட்லி சிகிச்சை இல்லேன்னா ஆரோக்கியம் வராது, செல்போன் இல்லேன்னா வாழவே முடியாது. இப்படியான முடியாதுகள் நம் மூச்சைப் பிடித்து இறுக்குகின்றன.

உண்மை என்னவென்றால், நாம் இன்று வாங்கிக் குவிக்கும் பொருட்களில் 90 சதவிகிதம் பொருட்கள் இல்லாமலேயே நம்மால் மகிழ்ச்சியாக வாழ முடியும். அது நமக்கும் தெரியும். ஏனென்றால் நாம் சென்ற தலைமுறை குழந்தைகள். ஆனால் இந்தத் தலைமுறைக்கு அது தெரியாது. நம் முன்னோர்கள் கற்பித்த எளிமையையும் சிக்கனத்தையும் நம் பிள்ளைகளுக்கு சொல்லித் தர நாம் தவறிவிட்டோம். 'உனக்கு இதெல்லாம் புரியாதும்மா' நீ போன ஜெனரேஷன்ப்பா' என - செல்போனில் இருந்து கண்ணெடுக்காமல் - பிள்ளைகள் சொன்னால் வாய் மூடிக் கொள்வதைத் தவிர நமக்கு வேறு வழியில்லை.

எவ்வளவுதான் இந்த பூமி மாறுதல்களைக் கண்டாலும் வாழ்வதற்கான விதிமுறைகள் எத்தலைமுறைக்கும் பொதுவானவையே! அய்.டி.யில் வேலை பார்த்தாலும் விவசாயக் கூலி வேலை செய்பவராயினும் இருவரும் பண்புகளோடு நல்லவர்களாக இருக்க வேண்டும் என்பது எப்படிப் பொதுவிதியோ அதே போலத்தான் எளிமையும். ஆனால் பணக்காரர்களுக்கு இணையாக நடுத்தர மற்றும் அடித்தள வகுப்பினரும் ஆடம்பரமாக வாழவே தலைபடுகின்றனர். நல்லது அல்லாமல், தீயது மேலிருந்து கீழ் நோக்கிப் பரவி நிற்கிறது.

குழந்தைகள் கேட்பதை எல்லாம் வாங்கித் தருவதுதான் நல்ல வளர்ப்பு என எல்லா தரப்பு பெற்றோருமே நினைக்கின்றனர். உண்மையில், அதுவொரு சமூகச் சீர்கேடு. பொருள்வயப்பட்ட வாழ்க்கையில் நமக்கு பிரச்சினைகளும் நிம்மதியின்மையும் அதிகரிப்பது ஒரு பக்கமெனில், இந்த பூமி நாம் கண்மண் தெரியாமல் நுகரும் பொருட்களால் மூச்சுமுட்டிப் போயிருக்கிறது. நமது நுகர்வு வெறிக்காக பூமியின் வளங்கள் அனைத்தும் சூறையாடப்படுகின்றன. நம் சுயநலன் பொது நலனை எப்படி பாதிக்கிறது என்பதை உணராமலேயே - சம்பாதித்தல் எனும் கடிவாளத்தைக் கட்டிக் கொண்டு - கட்டுக்கடங்காமல் ஓடுகிறோம். இந்திய கோடீஸ்வரர்களின் எண்ணிக்கை ஆண்டுதோறும் அதிகரிக்கிறது. ஒன்றரை லட்சம் பேராக இருக்கும் எண்ணிக்கை இன்னும் நான்கைந்து ஆண்டுகளில் இருமடங்காக அதிகரிக்கப் போகிறது. புதிய பணக்காரர்கள் அதில் இடம் பிடித்திருப்பர். ஆனால் உலக மகிழ்ச்சிக் குறியீட்டுப் பட்டியலில் முன்னேறும் வாய்ப்பு இந்தியாவுக்கு தொலைதூரத்தில் கூட இல்லை.

ஏனென்றால் மகிழ்ச்சி என்பதற்கு நாம் வைத்திருக்கும் அர்த்தமும் உலகச் சமூகங்கள் வைத்திருக்கும் அர்த்தமும் வேறுபடுகிறது. 'எந்த நாட்டில் வளர்ச்சி ஆரோக்கியமான சமநிலையில் இருக்கிறதோ, எங்கே ஏற்றத்தாழ்வுகள் இல்லையோ, எங்கே தான் வாழ்கிற சமூகத்தின் மீது மக்கள் உச்சபட்ச நம்பிக்கை வைத்துள்ளனரோ, அரசின் மீது எங்கே நம்பிக்கை இருக்கிறதோ' அந்த நாட்டினர் மகிழ்ச்சியாக இருப்பதாக நான் சொல்லவில்லை. அய்க்கிய நாடுகள் அவை சொல்கிறது. சக மனிதர் மீது அன்பும் மரியாதையும் இல்லாதவர்களின் மகிழ்ச்சிக்கு மதிப்பில்லை என்பதுதான் இதற்கான பொருள். ஆனால் நாம் நமது மகிழ்ச்சியை சமூகத்தோடு தொடர்புபடுத்திப் பார்ப்பதில்லை.

பணம் மகிழ்ச்சியை உருவாக்கும் என்ற உலகமயக் கருத்தியல் படுதோல்வியடைந்துவிட்டது. வளர்ந்த நாடுகளில் பெருகும் மன அழுத்தமும் தற்கொலைகளும் நமக்கான எச்சரிக்கை. வாழ்வில் எளிமையையும் எளிய செயல்களையும் கற்கும் போதுதான் உண்மையான மகிழ்ச்சி உருவாகிறது.

குழந்தைகள் அத்தகைய மகிழ்ச்சிக்குதான் ஏங்கிக் கிடக்கின்றன. பெற்றோர் குழந்தைகளுடன் எப்படி வாழ்கின்றனர் என்பதுதான் முக்கியமே தவிர, எவ்வளவு சம்பாதிக்கின்றனர் என்பது ஒரு பொருட்டே அல்ல.

'இன்னும்...!' என்ற சொல்லுக்கு ஏதேனும் எல்லை இருக்கிறதா? நிறைய வேண்டும் என நினைத்தால் அதற்கு ஏதேனும் முடிவு இருக்கிறதா? "அப்படி என்றால் எங்களை துறவி மாதிரி வாழச் சொல்கிறீர்களா?" என்றால் நிச்சயமாக இல்லை. நல்ல வாழ்க்கைக்கு பணமும் பொருளும் அவசியம். தனி மனித சுதந்திரம், உரிமை, மகிழ்ச்சி இவை ஒருபோதும் சுயநலமாகாது. தத்துவார்த்த ரீதியாக தன்னலத்திலிருந்துதான் பொது நலன் பிறக்கிறது. தனி மனித மகிழ்வுகளை நன்றாக அனுபவித்து வாழும் மனிதர்கள் தன் சமூகத்தை ஆரோக்கியமானதாக ஆக்குகிறார்கள். நம் பிரச்சினை என்னவெனில் நாமும் மகிழ்வதில்லை பிறர் மகிழ்ந்திருப்பதையும் விரும்புவதில்லை.

வகுப்பில் எனது ஆசிரியர் ஒரு கேள்வியைக் கேட்டார். ஆசை என்றால் என்ன? ஆளாளுக்கு ஒரு பதிலைச் சொன்னோம். எல்லாவற்றையும் கேட்டுவிட்டு இறுதியில் விளக்கத்தை அளித்தார். 'தேவைக்கு மிஞ்சிய எல்லாமே ஆசைதான்'. "நான் வாழ ஒரு வீடு வேண்டும்" என நினைத்தால் அது தேவை. வீடுகள் வேண்டுமென நினைத்தால் அது ஆசை. அந்த வீடும் வாழ்நாள் கடனில்தான் கிடைக்கும் என்றால் அது தேவை இல்லை என்றே பொருள். வாழ்நாள் முழுக்க வாடகை வீட்டில் வசிப்பது ஒன்றும் இழுக்கானதல்ல. ஆயுள் முடிகிற வரை கட்டுகிற கடனை குழந்தையின் அறிவு, ஆரோக்கியம், நற்பண்புகள் மற்றும் அனுபவங்களுக்காக செலவிடுங்கள். கடனில் வீட்டை வாங்கிவிட்டு எங்கேயும் வெளியில் போக முடியாமல் குழந்தைகளை சொந்த வீட்டுச் சிறையில் அடைக்காதீர்கள். குழந்தைகளுக்கு சரியாக வாழக் கற்றுக் கொடுத்து, தன் காலில் நிற்க வழி விட்டு, மறுபடியும் கிடைக்கவே போகாத இந்த அரிய வாழ்வை பெற்றோராகிய நீங்களும் கொஞ்சம் வாழுங்கள்.

அன்பும் நஞ்சாகும்

8

ஒவ்வொரு கலவியையும் கர்ப்பத்தில் முடித்து, வதவதவெனப் பிள்ளைகளை பெற்றுப் போடுவது சாதாரணமாக நடந்த காலம் ஒன்றிருந்தது. அதன் பின்னர் கொஞ்சம் பக்குவப்பட்டு நான்கைந்தாகக் குறைத்துக் கொண்டனர். கல்வியும் வேலை வாய்ப்புகளும் பெருகிய காலத்தில் 'நாம் இருவர் நமக்கு இருவர்' முழக்கம் வெற்றியடைந்தது. இப்போது 'நாம் இருவர் நமக்கு ஒருவர்' என்றாகிவிட்டது. எண்ணிக்கை குறைய குறைய குழந்தைகள் மீதான பெற்றோரின் உரிமையும் அதிகாரமும் அச்சமும் கட்டுக்கடங்காததாகப் போய்விட்டது. இந்த மூன்றும் சேர்ந்து இன்றைய குழந்தைகளை பொம்மைகளைப் போல் உயிரற்றதாக்கிவிட்டன.

பிள்ளைகள் நிறைய இருந்தபோது, தான் செய்ய வேண்டிய வேலைகளை தானே செய்து அவை தாமாகவே வளர்ந்தன. அவர்களுக்கு பொறுப்புகளும்

கடமைகளும் கற்பிக்கப்பட்டன. ஆனால் இன்று பத்து மாத கர்ப்பக் காலத்துக்குப் பின்னரும் வயிற்றில் சுமப்பதைப் போலவே அங்கே இங்கே அசையவிடாமல் இறுக்கிப் பிடிக்கிறோம். தலையை ஒருவரும் கால்களை ஒருவருமாகப் பிடித்து இழுத்து வதைப்பதை தான் வளர்ச்சி என நினைத்துக் கொள்கிறோம். இதில் கொடுமை என்னவென்றால் அதுதான் பாசம், பற்று, அன்பு என்றும் நம்புகிறோம்.

எனக்கு குழந்தை பிறந்திருந்த நேரத்தில் நடந்த ஒரு சம்பவம் நினைவுக்கு வருகிறது. உடன் இருந்து கவனித்துக் கொள்ள பெரியவர்கள் யாரும் இல்லை. எங்களுக்கு எது சரியென்று படுகிறதோ அதை எல்லாம் செய்து கொண்டிருந்தோம். குழந்தை தூங்கும் நேரம் தவிர்த்து மற்ற நேரமெல்லாம் மாறி மாறி தூக்கி வைத்துக் கொள்வோம். சில மாதங்கள் கடந்திருந்த போது, இரண்டு நாட்களாக சிறுநீர் மற்றும் மலம் கழிக்காமல் குழந்தை அழத் தொடங்கியது. நாங்களும் என்னவெல்லாமோ செய்து பார்த்துவிட்டு மகப்பேறு மற்றும் குழந்தை நல மருத்துவரிடம் அழைத்துப் போனோம். அவர் வயதான ஓர் ஆண். மகப்பேறு மருத்துவராக ஓர் ஆண் இருப்பதைப் பார்த்து எனக்கு வியப்பாக இருந்தது.

பிரச்னையை சொன்னபோது, அவர் முன் இருந்த மேசையில் குழந்தையைக் கிடத்தச் சொன்னார். எதுவும் பேசாமல் குழந்தையை கவனியுங்கள் என்றார். ஒரு சில நிமிடங்கள், அங்கே அமைதி நிலவியது. எங்களுக்கு எதுவும் புரியவில்லை. குழந்தை கை கால்களை ஆட்டி ஆட்டி உதைக்கத் தொடங்கியது. சற்று நேரத்தில் சிறுநீரும் மலமும் வெளியேறி குழந்தை சிரித்தது. நான் நம்ப முடியாமல் அவரைப் பார்த்தேன். ‘எப்போ பாரு கையிலயே வச்சிருந்தா குழந்தை எப்படி உடலை அசைக்க முடியும். கை காலை நல்லா உதைக்கிறதுதான் அதுக்கான விளையாட்டு, வாக்கிங், ஜாக்கிங் எல்லாம். இப்ப இருக்கற அப்பா அம்மாக்கள் பிள்ளையை கீழே இறக்க யோசிக்கிறாங்க. சும்மா விடுங்க. கைக் குழந்தைக்கும் தனிமை, சுதந்திரம் எல்லாம் தேவைப்படும். உங்களுக்கு கொஞ்சணும்னு தோணுறப்போ மட்டும் கையில எடுத்திட்டு கீழ விட்டுடுங்க. நீங்க வேணும்னா...குழந்தை அழுது கூப்பிடும்’ என்றார். கலீல் ஜிப்ரானின் கவிதைக்கு இணையாக இருந்தது அந்த மருத்துவரின் விளக்கம்.

குழந்தையை கைகளில் தூக்கி வைத்துக் கொஞ்சிக் கொண்டே இருப்பதைத்தான் பாசம் என நாம் நினைக்கிறோம். நம்மை விட்டு விலகி இருக்கவிடாத கொடுமையை கைக் குழந்தையிடமே காட்டுகிறோம். ஆனால், தானொரு தனி உயிர். தனக்கென சுதந்திரம், தனிமை, உரிமை, விருப்பங்கள் எல்லாம் உண்டு என்பதை பிறப்பில் இருந்தே குழந்தைகள் வெளிப்படுத்துகின்றன. அதை நாம் அங்கீகரிப்பதில்லை. கையில் தூக்கி வைத்துக் கொள்வது உடலை

இயங்கவிடாமல் செய்கிறது எனில், கைக்குள்ளேயே வைத்துக் கொள்வது மூளையை சிந்திக்கவிடாமல் ஆக்கும் தானே! நண்பர்கள், தெரிந்தவர்கள், அக்கம்பக்கத்தினர், உறவினர்கள் என சுற்றிலும் அதுதான் நடக்கிறது. கொஞ்சுகின்றனர், அதிகளவு செல்லம் கொடுக்கின்றனர்.

இந்திய பெற்றோர் குழந்தை வளர்ப்பில் முக்கியமாக இரண்டே வழிகளைக் கையாள்கின்றனர். ஒன்று அடக்குமுறை மற்றொன்று செல்லங்கொடுத்தல். இரண்டுமே ஒரே விளைவுகளைத் தான் ஏற்படுத்துகிறது. அது சீரழிவு. முன்னதைவிடவும் செல்லங்கொடுத்தல் குழந்தைகளின் மன ஆரோக்கியத்திற்கு மிகப் பெரிய கேடாகப் பெருகிவிட்டது. பெற்றோரால் புறக்கணிக்கப்படும் குழந்தைகள் வெளியுலகத்தில் தனக்கான ஆதரவைத் தேடி தப்பித் தவறி வாழ்க்கையை கற்றுக் கொண்டுவிட சிறுவாய்ப்பேனும் இருக்கிறது. ஆனால் அதிகளவு செல்லங்கொடுத்து வளர்க்கப்படும் குழந்தைகள் தன்னுடைய உலகத்திற்குள் யாரையும் அனுமதிப்பதில்லை. யாருக்கும் முக்கியத்துவம் அளிப்பதில்லை. ஒரு கட்டத்தில் அவை பெற்றோரையும் புறக்கணிக்கின்றன. எல்லோருக்கும் மேல் ஓர் அரியணையைப் போட்டு ஜம்மென்று அமர்ந்து தம்மை இளவரசனாகவோ இளவரசியாகவோ நினைத்துக் கொண்டு கற்பனையில் உலவுகின்றன.

அன்பு செலுத்துதல் என்பது வேறு, செல்லங்கொடுத்தல் என்பது வேறு என்பதே நமக்குத் தெரியவில்லை. அரவணைப்பு, கட்டியணைத்தல்,

தொடர்பில் இருத்தல், தன் வேலையை தானே செய்ய ஊக்கப்படுத்துதல், உணர்வுகளை மதித்தல் இதெல்லாம் அன்பு செலுத்துதலில் அடக்கம். இவை கட்டாயம் குழந்தைக்குத் தரப்பட வேண்டும். செல்லங்கொடுத்தல் என்பது குழந்தையால் செய்ய முடிகிறவற்றையும் பெற்றோரே செய்வது, எப்போதும் புகழ்வது, கைகாட்டுகிற எல்லாவற்றையும் வாங்கித் தருவது, அடம்பிடித்தலை ஏற்பது, ஒழுக்கமீறலை ரசிப்பது. பெரும்பாலான பெற்றோர் முன்னதையும் பின்னதையும் குழப்பிக் கொள்கின்றனர்.

குழந்தைக்கு உட்காரத் தெரிந்ததும் உணவை ஊட்டிவிடுவதை பெற்றோர் நிறுத்திவிட வேண்டும். தட்டில் இருக்கும் சோற்றை சிந்தி, சிதறி, தனக்குத் தேவையானதை குழந்தையே அள்ளி உண்ணும். ஆனால் பாசக்காரப் பெற்றோர்கள் பள்ளி செல்லும் குழந்தைகளுக்கும் ஊட்டியே விடுகின்றனர். நடக்கத் தெரியும் குழந்தையை தூக்கிக் கொண்டு திரிகின்றனர். குறிப்பாக அப்பாக்கள், வளர்ந்த பிள்ளைகளையும் கைகளில் தூக்கி வைத்திருப்பதை வீதிகளில், கடைகளில் பார்க்க முடியும். இதன் பெயர் அன்பு அல்ல. குழந்தை தன் வேலையைத் தானே செய்வதை பெற்றோர் தடுக்கும் அவலம்.

குழந்தைகளுக்கு இயல்பாகவே பெரியவர்கள் செய்யும் வேலையை தானும் செய்யும் ஆர்வம் உண்டு. தத்தி தத்தி நடக்கும் போதே பெருக்குமாறை எடுத்து வீட்டை பெருக்க எத்தனிப்பதையோ சமைக்க முயல்வதையோ பார்க்க முடியும். பெண் குழந்தை என்றால் இதெல்லாம் இப்ப செய்ய வேண்டாம் என்கிறோம். ஆண் குழந்தை என்றால் இதெல்லாம் நீ எப்பவுமே செய்யக் கூடாது என்று தடுக்கிறோம். ஆனால் குழந்தைகள் பால் பேதமின்றி எல்லா வேலைகளையும் செய்ய விருப்பம் காட்டுகின்றன. 'நானும் செய்கிறேன்' என வேலையை கற்க அவை வரும் போது போய் விளையாடு என துரத்திவிடுவது நம் வழக்கம். வளர்ந்தப் பின், 'எனக்கு கொஞ்சம் உதவி செய்' என நாம் கேட்டால், 'முடியாது. விளையாடிட்டிருக்கேன்' என அவை மறுக்கின்றன.

இன்றைய குழந்தைகளுக்கு ஆண், பெண் வேறுபாடில்லாமல் எந்த வேலையையும் செய்யத் தெரியாது என்பதுதான் உண்மை. துவைப்பது, வீட்டை சுத்தமாக வைத்துக் கொள்வது, சமைப்பது, போன்ற அடிப்படை வேலைகளுக்கு நாம் அவர்களைப் பழக்கவில்லை. வீட்டு வேலைகளை கற்பது பெண் குழந்தைகளின் சுமையாக இருந்த அவலம் தற்போது மாறி வருகிறது. அந்த மாற்றம் எப்படிப்பட்டதாக இருக்கிறதெனில், யாரும் எந்த வேலையும் செய்யத் தேவையில்லை என்பதாக. இருபாலருக்கும் சமத்துவமாக கொடுக்க வேண்டிய வாழ்வியல் பயிற்சியை இருபாலருக்கும் சமத்துவமாக இல்லையென்று ஆக்கிவிட்டோம். பைப் கசிந்தால் சரிசெய்வது, ட்யூப் லைட்டை மாற்றுவது போன்ற சாதாரண பணிகளுக்குக் கூட 'ஆப்'களில்

தவறாக வளர்க்கிறீர்கள் என்பதற்கான அறிகுறிகள்

- குழந்தை எது கேட்டாலும் அதை செய்து முடிப்பீர்கள். உங்களுக்கு உடல் நிலை சரியில்லை, மனநிலை இல்லையென்றாலும் எங்கேயாவது கூட்டிப் போகச் சொன்னால் கிளம்புவீர்கள்
- சும்மா மிரட்டுவீர்கள். 'நீ வீட்டுப் பாடம் செய்யலேன்னா பள்ளிக்கு அனுப்ப மாட்டேன்' என்பது போன்ற மிரட்டல்கள் பொய்யானவை என குழந்தைக்கு தெரியும்.
- குழந்தை கஷ்டப்பட அனுமதிக்க மாட்டீர்கள். போட்டியில் தோற்றாலோ, தவறான நடத்தைக்காக கண்டிக்கப்பட்டாலோ நீங்கள் அதற்காக சண்டை போடுவீர்கள்.
- பொருட்களை வாங்கிக் குவிப்பீர்கள். அதன் வழியே குழந்தையை மகிழ்விப்பீர்கள்.
- குழந்தை உங்கள் பேச்சை கேட்பதற்காக லஞ்சம் கொடுப்பீர்கள். இதை செய்தால் அதை வாங்கித் தருவேன் என்பீர்கள்.
- நன்னடத்தையை கற்பிக்க மாட்டீர்கள். மரியாதையின்றி பேசுவதை ஊக்கப்படுத்துவீர்கள். மன்னிப்பு கேட்பது, நன்றி சொல்வது இதெல்லாம் உங்களுக்கும் பிடிக்காது.
- உங்களை மரியாதைக் குறைவாக நடத்த அனுமதிப்பீர்கள். எடுத்தெறிந்து பேசுவது, சொல்பேச்சு கேட்காதது, கோபப்படுவது இதை எல்லாம் சாதாரணமாக எடுத்துக் கொள்வீர்கள்
- குடும்ப முடிவுகளை குழந்தை தீர்மானிக்க அனுமதிப்பீர்கள். இந்த விடுமுறைக்கு எங்கே போகலாம் என்பதை குழந்தை சொல்லும். எல்லா நேரங்களிலும் சூழலிலும் இது சரிவராது. அடிக்கடி இப்படி செய்தால்...ஒரு கட்டத்தில் உங்களை வாயைத் திறக்கவே விடாது.

திறந்து ஆளைத் தேடுகின்றனர். அன்றாட வாழ்க்கைக்குத் தேவைப்படும் பிளம்பிங், எலக்ட்ரிக்கல் வேலைகளைக் கூட அவர்களுக்கு நாம் கற்பிக்கவில்லை. வீட்டில் செய்வதற்கு எந்த வேலையும் இல்லாததால் பிற்பகல் வரை உறங்குகின்றனர். நள்ளிரவு கடந்தும் அலைபேசியில் மூழ்கிக் கிடக்கின்றனர். சோம்பேறித் தலைமுறையாக இன்றைய குழந்தைகள் தலையெடுத்ததற்குக் காரணம் நமது செல்லங்கொடுத்தல் தான்.

சில ஆண்டுகளுக்கு முன்னர், என் தூரத்து உறவினர் வீட்டில் சில மாதங்கள் தங்கியிருந்தேன். கல்லூரி படிக்கும் தனது மகனை சார் என்றுதான் என் மாமா அழைப்பார். தபதபவென்று வளர்ந்திருந்த அந்தப் பையன் அவனுக்கான அறையில் எப்போதும் தூங்கிக் கொண்டிருப்பான். எழுந்ததும் செல்போனில் ஆராயத் தொடங்கிவிடுவான் அல்லது வெளியே கிளம்பி போய்விடுவான். வீட்டிற்கு விருந்தினர் வந்தால் கூட பேசுவதில்லை. ‘அப்பா பைக் வேணும்’ என்றால் உடனே கடைக்குக் கூட்டிப் போய்விடுவார். அவனிடம் ஒரு கிரெடிட் கார்டை கொடுத்து வைத்திருந்தார். வீட்டில் என்ன வேலை என்றாலும் அம்மாவோ அப்பாவோ தான் செய்ய வேண்டும். ஒரு நாள் மிக்ஸி போடும் போது ஹை வோல்டேஜ் ஆகி ப்யூஸ் போய்விட்டது. டம்மென்று சத்தத்தைக் கேட்டு கூட அவன் அறையை விட்டு வெளியே வரவில்லை. ஒருமணி நேரம் கழித்து, உள்ளே இருந்து அவனது குரல் மட்டும் வந்தது, ‘அம்மா ஏ.சி ஓடல’. அந்த அத்தை நாள் முழுவதும் மாறி மாறி தொலைபேசியில் ஆட்களை அழைத்துக் கொண்டிருந்தார். அந்த பையன் படுத்தே கிடந்தான். அண்மையில் விசாரித்த போது தெரிந்தது, அவனுக்கு மணமான சில மாதங்களிலேயே விவாகரத்து ஆகி அம்மாவுடனேயே தங்கிவிட்டானாம்.

அதிக செல்லங்கொடுத்து வளர்க்கப்படுகிறவர்களோடு பிறர் வாழ்வது மிகவும் கடினம். சோம்பேறித்தனமும் தான் சொல்வதை கேட்டு நடக்க வேண்டும் என்ற ஆதிக்க உணர்வும் அவர்களிடம் மேலோங்கி இருக்கும். இந்திய குடும்பங்களில் ஆண் பிள்ளைகள் செல்லத்தால் சீரழிக்கப்பட்டனர். இப்போது பெண் குழந்தைகளுக்கும் அது பரவிவருகிறது. செல்லங்கொடுக்கும் பெற்றோர் நல்லொழுக்கத்தை விட குழந்தைகளின் திறமைகளுக்கே முக்கியத்துவம் அளிக்கின்றனர். சிறுபிள்ளைகளை வைத்திருக்கும் பெற்றோருடன் பேசுவதற்கே இப்போதெல்லாம் பயமாக இருக்கிறது. ’இப்பவே பாடுகிறது, ஆடுகிறது, என்னமா வரைகிறது, கம்ப்யூட்டரில் அதற்கு தெரியாததே இல்லை, அமேசான்ல அதுவே ஆர்டர் பண்ணிருச்சு, எனக்கே எல்லாத்தையும் சொல்லித் தருது...’ என வாய் ஓயாமல் புகழத் தொடங்கிவிடுகின்றனர். நாம் எதற்காக அவர்களைப் பார்க்க வந்தோம் என்பதே மறந்து போகும் அளவிற்கு பிள்ளை புராணம் பாடுகின்றனர். இந்த பூமியில் நாள்தோறும் சுமார் மூன்றரை லட்சம் குழந்தைகள் பிறக்கின்றன.

கோடானு கோடி உயிரினங்கள் எல்லாமே இனவிருத்தி செய்கின்றன. ஆக, குழந்தை பெற்றுக் கொள்வதில் எந்த தனிச்சிறப்பும் இல்லை, அதை வளர்ப்பதில்தான் எல்லா பெருமையும் அடங்கியிருக்கிறது என்பதை மனிதர்கள் உணர வேண்டும்.

குழந்தைப் பருவம் என்பது கற்றல் காலம். படிப்படியாக திறனை வளர்த்து, உழைப்பின் படிகளில் மெல்ல மெல்ல ஏறி வெற்றியை சுவைக்க வேண்டும். வெற்றியையும் தோல்வியையும் தாங்குவதற்கு தேவைப்படும் பக்குவம் வயதோடுதான் வளரும். செல்லங்கொடுக்கும் பெற்றோர் தம் குழந்தைகளுக்கு அசாத்தியங்களை சாத்தியப்படுத்தப் பார்க்கின்றனர். இப்போதே தன் பிள்ளை முன் எல்லா கேமராவும் வந்து நிற்க வேண்டுமெனத் துடிக்கின்றனர். நான் ஒரு தொலைக்காட்சி நிறுவனத்தில் பணிபுரிந்த போது எங்கள் நிறுவனம் நடத்திய நடனம், பாட்டு, பேச்சு நிகழ்ச்சியில் தன் குழந்தை இடம் பெற என்ன செய்ய வேண்டுமென நச்சரித்த பெற்றோர்கள் உண்டு. அவர்கள் அதற்காகப் பணத்தை வாரி இறைக்கவும் தயாராக இருந்தனர்.

உண்மையில் 'ரியாலிட்டி ஷோ'வில் பங்கெடுத்து அதிக புகழையும் தோல்வியையும் சந்திக்கும் குழந்தைகள் இயல்பைத் தொலைத்து கடுமையான உளவியல் சிக்கலுக்கு ஆளாவதாக மனநல மருத்துவர்கள் எச்சரிக்கின்றனர். அவர்களால் வெற்றியையும் தோல்வியையும் வாழ்க்கையில் ஒரு சாதாரண நிகழ்வாகக் கடந்து போக முடிவதில்லை. அதோடு 'ஷோ' முடிந்த பின்னரும் கேமரா முன் நிற்பதைப் போலவே அவர்கள் உணர்கின்றனர். சமூக வலைத்தளங்கள் ஆதிக்கம் செலுத்தும் இக்காலத்தில் பெற்றோர் தம் குழந்தைகள் குறித்த வீடியோக்களை முகநூலிலும், யூ டியூபிலும் பதிவிட்டு புகழ்ச்சிக்கு பழக்குகின்றனர்.

எல்லா குழந்தைகளிடமுமே ஏதேனும் திறமை இருக்கிறது எனும் போது ஏன் நம் குழந்தையை மட்டும் 'ஸ்பெஷல்' என கொண்டாடுகிறோம். அதுவொரு சுயநலன். என் பிள்ளை தான் சிறந்தது என்ற பெருமை இன்று எல்லோருக்குமே தேவைப்படுகிறது. அதனால், நீ திறமைசாலி என்று சொல்வதற்கு பதில் 'நீ மட்டும்தான் திறமைசாலி' என்று சொல்கிறோம். முன்னது அங்கீகாரம் பின்னது அகம்பாவம்.

எனக்கு தெரிந்த ஒருவர் தன் மகளை எப்போதும் போற்றிப் பாடிக் கொண்டே இருப்பார். அழகி என்பார். அறிவாளி என்பார். அந்தக் குழந்தை இயல்பாகவே பாடும் திறமையைக் கொண்டிருந்தது. பக்கத்து வீட்டு குழந்தையோடு பாட்டுக் கிளாஸுக்கு போய் வருவது வழக்கம். இருவரும் சேர்ந்து பாடும் போது, அந்தக் குழந்தையை 'நீயெல்லாம் என்ன பாடுற' என்று சீண்டுவார். இப்படியே புகழ்ந்து புகழ்ந்து தன்னைவிட யாராலும் சிறப்பாகப் பாட முடியாது என்ற எண்ணத்தை மகளிடம் உருவாக்கிவிட்டார். பள்ளியில் நடந்த ஒரு போட்டியில் இந்த குழந்தை இரண்டாவது இடத்திற்கு வந்துவிட்டாள். அவ்வளவுதான் அதை அப்பாவாலும் ஏற்க முடியவில்லை, மகளாலும் தாங்க முடியவில்லை. "ஏமாத்திட்டாங்க, அங்க இருந்த யாருமே நல்லா பாடல ஆண்ட்டி. அந்த பர்ஸ்ட் பிரைஸ் வாங்குன பொண்ணுக்கு சுத்தமா ராகமே வரல" என்று சொல்லும் போது, ஒரு சந்திரமுகியை அவளிடம் பார்த்தேன். ஒரு சாதாரண தோல்வியைக் கூட குழந்தை கடந்து போக முடியாத அளவிற்கு தான் நமது வளர்ப்பு இருக்கிறது. வாழ்க்கை முழுவதும் தோல்விகளும் ஏமாற்றங்களும் வழிநெடுக வரவேற்கும். அப்போது உங்கள் குழந்தை என்ன செய்யும்?

ஜெயராணி

தவறாக வளர்க்கப்பட்ட குழந்தையின் அறிகுறிகள்...

1. **நன்றியுணர்வு இருக்காது.**

   வசதியான குடும்பத்தில் பிறந்தாலும் பெற்றோர் செய்யும் நற்செயல்களுக்கு நன்றியுணர்வை வெளிப்படுத்தத் தெரிய வேண்டும். நீங்கள் அளிக்கும் பரிசுகளை பாராட்டோடு ஏற்றுக் கொள்ளவில்லை என்றாலோ, நன்றாக இல்லை என குறை கூறினாலோ பிரச்சினை என்று பொருள். பாட்டி, தாத்தா, நண்பர்களின் சின்னச் சின்ன உதவிகள், பரிசுகளை மெச்சும் பண்பு வேண்டும்.

2. **சுயநலம்**

   அதிகளவு செல்லத்தில் வளரும் குழந்தைகளுக்கு பிறரின் தேவைகள் மற்றும் உணர்வுகள் குறித்து எவ்வித அக்கறையும் இருப்பதில்லை. தன்னைப் பற்றி மட்டுமே அவை சிந்திக்கும். தன்னுடைய பொருட்களையோ, தின்பண்டங்களையோ அது யாருடனும் பகிர்ந்து கொள்ளாது.

3. **எளிதாக சலிப்படைதல்**

   சரியாக வளர்க்கப்பட்ட குழந்தை மூன்று வயதில் இருந்து தன்னை சுறுசுறுப்பாக வைத்துக் கொள்ளும். வரைவது, பொம்மைகளுடன் விளையாடுவது என பிஸியாக இருக்கும். ஆனால் செல்லம் கொடுக்கப்பட்ட குழந்தை தான் நினைத்தது கிடைக்கவில்லை எனில் பதற்றமடையும். விளையாட விலையுயர்ந்த பொருட்களை எதிர்பார்க்கும். உலகையே சுருட்டி விளையாடக் கொடுத்தாலும் கொஞ்ச நேரத்தில் போரடிக்குது என்று சலிப்படையும்.

4. **அடம் பிடித்தல்**

   கிண்டர் கார்டனில் சேர்ப்பதற்குள்ளாகவே உங்கள் குழந்தை 'அடம் பிடித்தல் வேலைக்காகாது' என்ற வாழ்க்கைப் பாடத்தை கற்றுவிட வேண்டும். சத்தமாக அலறினால் எதையும் சாதிக்கலாம் என்ற வித்தையை கையிலெடுக்கிற குழந்தையிடம் பிரச்சினை இருக்கிறது.

5. **சொல்பேச்சை கேட்காது**

   எந்த நேரத்தில் சாப்பிட வேண்டும், தூங்க வேண்டும், என்ன உடை உடுத்த வேண்டும் என்பதை குழந்தையே தீர்மானிக்கும். பெற்றோர் சொல்லும் எதற்கும் மதிப்பிருக்காது.

செல்லம் கொடுக்கும் பெற்றோரிடம் இருந்து குழந்தை இது போல் பல குணக்கேடுகளை கற்பதாக ஆய்வுகள் கூறுகின்றன. சிறு பிள்ளைகளின் குணக்கேடுகளான அடம் பிடித்தல், சொல் பேச்சு கேளாமை, மதியாமை, சுயநலன் போன்றவை செல்லத்தின் பலன்களே!

ஒரு நாள் சூப்பர் மார்க்கெட்டில் ஒரு பெரிய பொம்மையை வாங்கித் தரச் சொல்லி, தன் தாயை நச்சரித்துக் கொண்டிருந்தாள் ஒரு சிறுமி. பொம்மை வேணும், பொம்மை வேணும் என்ற வார்த்தைகள் மீண்டும் மீண்டும் ஒலித்துக் கொண்டே இருந்தன. முதலில் கெஞ்சலாக, பின்னர் மிரட்டலாக. அந்த தாய் கண்டிப்பாக சொன்னார், 'இப்பக் கிடையாது'. அவ்வளவுதான் அந்த சிறுமி அழத் தொடங்கினாள். சிறிது நேரத்தில் கத்தினாள். 'எதுக்கு இப்படி அசிங்கப்படுத்துற பாப்பா' என்று அம்மா கை ஓங்கவும் கீழே புரண்டு அலறினாள். சமாதானம் செய்யப் போன யார் பேச்சுக்கும் செவி சாய்க்காமல், பொம்மை வேணும் என்று மட்டுமே அந்த குழந்தை திரும்பத் திரும்ப சொல்லிக் கொண்டிருந்தாள். 'வீடு முழுக்க பொம்மை தான் இருக்கு. இந்த தடவை நான் வாங்கித் தரப் போறதில்லை' என்று அந்தத் தாய் சொன்ன போதுதான் பிரச்சினை குழந்தையுடையது இல்லை என்று புரிந்தது. வீடு முழுக்க பொம்மை இருக்கிறதென்றால் இதுவரையிலும் யார் அதை வாங்கித் தந்தது?

குழந்தைகளை நாம் தான் பொருட்களுக்குப் பழக்கப்படுத்துகிறோம். வாய் திறந்து கேட்கத் தெரியாத போது, 'அது வேணுமா', 'இது வேணுமா' என கடைக்கு கூட்டிப் போய் கேட்டு கேட்டு வாங்கித் தருகிறோம். பேசத் தெரிந்ததும் அதுவே கேட்கிறது. கடையை கடக்கும் போதெல்லாம் கேட்கிறது என்பதும் நாம் எரிச்சல் அடைகிறோம். எப்படி சரி செய்வது எனத் தெரியாமல் திணறுகிறோம். கோபம் அதிகரிக்கும் போது அடித்துத் திருத்தப் பார்க்கிறோம். குழந்தை இதனால் நம்மிடம் இருந்து விலகத் தொடங்குகிறது. கட்டாய நுகர்வு போதையிலிருந்து நாமே வெளிவர முடியாத போது அது குழந்தைக்கு எப்படி சாத்தியமாகும்?

வீட்டை ஒழுங்காக வைத்தல், கழுவுதல், சுத்தம் செய்தல், சமைத்தல் என எந்த வேலையிலும் ஈடுபடுத்தாத, வீட்டுப் பாடத்தைக் கூட தானே செய்துவிடும், கேட்டதை எல்லாம் வாங்கித் தரும் இந்த வகையான வளர்ப்பு முறை - சாதாரணப் பிரச்னைகளைக் கூட கையாளத் தெரியாத - சீரழிந்த தலைமுறையை உருவாக்கிவிட்டது. ஒவ்வொரு குழந்தையும் தனிமனிதராக வளர்ந்தாக வேண்டும். எவ்வளவுதான் பொத்திப் பாதுகாத்து வளர்த்தாலும் ஒரு புள்ளியில் தன் வாழ்க்கையை, தன் தோல்விகளை, தன் பிரச்சினைகளை தானே சமாளித்தாக வேண்டும். ஆனால் நமது பாதுகாப்பான வளர்ப்பு முறையால் அவை திக்கற்று நிற்கும் நிலைக்குத் தள்ளப்படுகின்றன.

செல்லமாக வளரும் பிள்ளைகளால் வாழ்வின் உண்மைகளை ஏற்க முடியாது. குழந்தைகளை கைக்குள் இருந்து விடுதலை செய்யுங்கள். அவர்கள் சிரமப்படட்டும். எப்போதும் ஏ.சி. போட்டு வைத்திருந்தால் வெயிலுக்கும் குளிருக்கும் எப்படி அவை பழகும்? வெளியே அழைத்து வாருங்கள். வெறுங்காலில் நடக்கச் சொல்லுங்கள். பொது போக்குவரத்தில் பயணிக்கட்டும். துணிகளை மடிப்பது, புத்தகங்களை அடுக்குவது, அலமாரியை சுத்தம் செய்வது என தன் வேலைகளை தானே செய்யட்டும். பொருட்களை கேட்டால் ‘இல்லை’ என்று சொல்லுங்கள். அறிவையும் அன்பையும் கேட்டால் அள்ளித் தாருங்கள்.

குழந்தைகள் மீது பெற்றோர் எடுத்துக் கொள்ளும் உரிமைதான் செல்லங்கொடுத்தல். அதற்கு பதிலாக தான் என்ன சொன்னாலும் கேட்டு நடக்க வேண்டுமென எதிர்பார்க்கும் சுயநலனே அதில் நிறைந்திருக்கிறது. தானே உலகமென குழந்தை வாழ்ந்தால் போதும் என நினைக்கிறோம். ஆனால், பெற்றோரின் காலத்திற்குப் பின்னரும் இந்த பூமியில் குழந்தை ஒரு தனிமனிதராக, சமூகத்தில் ஓர் அங்கமாக வாழ்ந்தாக வேண்டும். கைகளில் இருந்து வெளியேறி கல்வி கற்கவும், பொருளீட்டவும், தனக்கென துணையை அமைத்துக் கொள்ளவும் போகும் இடத்தில் நல்ல மனிதராக அது அறியப்பட வேண்டும். அந்த சமூக வாழ்க்கைக்கு வெகுமுன்னரே தயார்படுத்துங்கள். நிறைய மனிதர்களுடன் பழகி, கலந்து, வாழும் வாழ்க்கைதான் ஆரோக்கியமானது. அப்படியான வாழ்க்கைக்கு நல்லொழுக்கமே ஆதாரம். அதைக் கற்பியுங்கள்.

அய்ந்து வயதிற்குள் என்ன சொல்லித் தருகிறோமோ அதுதான் குழந்தையின் எதிர்கால பண்புநலன்களைத் தீர்மானிக்கிறது என்கின்றனர் மனவியல் நிபுணர்கள். அய்ந்தில் வளையாதது, அய்ம்பதில் வளையாது என்ற பழமொழி உண்டல்லவா? அதன் பொருள் இதுதான். குழந்தையாக வாரி வாரி செல்லம் கொடுக்கும் பெற்றோர் பருவ வயதில் பிள்ளைகளுடன் மல்லுக்கட்டுகின்றனர். அதனால் செல்லம் கொடுப்பதை நிறுத்திவிட்டு, சரியான முறையில் அன்பு செலுத்துங்கள். உங்களின் கண்டிப்புகளும் இல்லைகளும் குழந்தையை தன் காலில் நிற்கப் பழக்கட்டும்!

கலவி அல்ல கல்வி

9

கல்லூரியில் சேர்ந்த புதிது. எனது வகுப்பிற்கு பெங்களூரிலிருந்து ஒரு மாணவியும் வந்திருந்தார். பெயர் மலர் என்று வைத்துக் கொள்வோம். மூத்த மாணவிகளில் சிலரும் நாங்களும் ஒரு குழுவாக உருவாகிக் கொண்டிருந்த நேரம். ஒரு நண்பகல் வேளையில், பெண்கள் மட்டுமிருந்த நேரத்தில், மலர் ஓர் அணுகுண்டை கேள்வியெனத் தூக்கிப் போட்டாள். அவளுக்கு தமிழ் சரளமாக வராது என்பதால்...அந்தக் கேள்வியை இப்படி கேட்டாள்...

Have anyone of you been sexually molested as a child?

வேறொரு மாணவி தான் புரிந்து கொண்டதைத்தான் இவள் கேட்டுத் தொலைத்தாளா என்பதை உறுதி செய்து கொள்ள, அப்படீன்னா...என்றாள்.

சின்ன வயசுல உன்கிட்ட யாராவது தப்பா நடந்துருக்காங்களா... உன் சொந்தக்காரங்க, பக்கத்து வீட்டுக்காரங்க...யாராவது? என்று விளக்கினாள்.

தமிழகத்தின் தென்கோடி கிராமப்புறங்களில் இருந்து வந்திருந்த எங்களிடம் மெட்ரோ நகர பெண்ணின் இந்தக் கேள்வி பெரும் தாக்குதலையே

நிகழ்த்தியது! *Child Sexual Molestation* (குழந்தைகள் மீதான பாலியல் கொடுமை) என்ற பதத்தையே நான் அன்றுதான் முதன் முதலாகக் கேட்கிறேன். என்னைத் தவிர இன்னொருவருக்கும் கூட அந்தக் கொடுமை நடந்திருக்கிறது என்பதையும் அன்றுதான் அறிந்தேன்.

'என்ன நீ இதெல்லாம் கேட்குற. எப்படி அதை சொல்றது!' என்று பதற்றத்தோடு கேட்டாள் இன்னொரு மாணவி.

எல்லோரும் தயங்கி நின்றதைப் பார்த்து, மலர் தன் அனுபவத்தைச் சொல்லத் தொடங்கினாள்:

"எனக்கு பத்து வயசிருக்கும் போது, என்னோட அங்கிள் எங்க வீட்டுக்கு வந்திருந்தார். ஒரு நாள் ராத்திரி நான் அவர் பக்கத்துல படுத்திருந்தேன். என்னைக் கட்டிப் பிடிச்சு, பலவந்தமா முத்தம் கொடுத்தார். என் மார்புகளை பிடிச்சு கசக்கினார். நான் வியர்த்து விறுவிறுத்து எழுந்து உட்கார்ந்தேன். ஓட முயன்ற போது அவர் விடவே இல்லை. அவரோட பிரைவேட் பார்ட்டை என் கையில பிடிக்க வச்சார். அந்த ராத்திரியை என்னால் மறக்க முடியாது. ரொம்ப ஷேம்மா பீல் பண்ணேன். அப்ப இருந்து யாரோடவும் பேசுறதையே நிறுத்திட்டேன். ஆண்களைக் கண்டாலே விலகி ஓடினேன். என்னோட பேரண்ட்ஸ் கிட்ட சொன்னா, என்னைத் தப்பா நெனப்பாங்களோனு பயம். காலேஜ்ல சேர்ந்தப்போ ஒரு பெண்கள் அமைப்போட தொடர்பு உண்டாச்சு. அப்போதான் சைல்ட் செக்ஷுவல் அப்யூஸ் பற்றியெல்லாம் தெரிஞ்சுகிட்டேன். இது என்னோட தனிப்பட்ட பிரச்சினை இல்லைனு புரிஞ்சுகிட்டு சோஷியல் ஒர்க் பண்ண ஆரம்பிச்சேன்.

இப்போ நான் ஒரு ஆக்டிவிஸ்ட்" என்றாள்.

மலர் பேசி முடிக்கும் போது அங்கே ஒரு கனத்த அமைதி நிலவியது. தாத்தாவால், பக்கத்து வீட்டு நபரால், மாமாவால், சித்தப்பாவால், ஆசிரியரால் நிகழ்த்தப்பட்ட பாலியல் வக்கிரங்களைச் சொல்ல எல்லோரிடமுமே ஏதேனும் ஒரு கதை இருந்தது. யாரிடமும் சொல்லப்படாத, ஒருவருக்கும் தெரிந்துவிடக் கூடாது என மறைத்து வைத்திருந்த, பல ஆண்டுகளாக மனதின் அடியாழத்தில் ஒரு கொடுங்கனவாக அமிழ்ந்து போயிருந்த ரகசியத்தை நாங்கள் பேசினோம்.

ஒரு பெண் அழுதே விட்டாள்.

'என்னோட பெரியப்பா என்கிட்ட தப்பா நடந்துக்கிட்டதை என் அம்மாகிட்ட சொன்னப்போ, அவர் என்னைப் பளார்னு அறைஞ்சிட்டார். "பெரியவங்கள பத்தி என்ன பேசுற நீ! முளைச்சு மூணு இலை விடல. அதுக்குள்ள இதெல்லாம் புரியுதா உனக்குனு திட்டிட்டார். நாம தான் தப்பு செஞ்சிருக்கோம்னு எனக்கு அசிங்கமாயிருச்சு" என்று பரிதாபமாகச் சொன்னாள்.

பெரும்பாலும் குழந்தைகள் தாங்கள் எதிர்கொள்ளும் பாலியல் கொடுமைகள் பற்றி வெளியில் சொல்வதில்லை. நடந்த குற்றத்தில் தனக்கும் பங்கிருப்பதாக அவை நினைத்துக் கொள்ளத் தகுதியான வகையில் நாம் நடந்து கொள்கிறோம். பெற்றோர்கள் குழந்தைகளின் புகாரை மரியாதைக்குரிய தமது குடும்ப உறுப்பினரின் கவுரவத்தின் மீது நிகழ்த்தப்பட்ட தாக்குதலாகக் கருதி, பாதிக்கப்பட்ட குழந்தையையே குற்றவாளியாக உணர வைக்கின்றனர். இது போன்ற தருணங்களில் குழந்தைகள் பெரும்பாலும் உண்மையையே பேசுகின்றன. அந்த உண்மைகள் நம் மீதான தாக்குதலாக இருப்பதால் நாம் அவற்றைப் புறக்கணிக்கிறோம்.

'இதெல்லாம் விழிப்புணர்வு இல்லாத காலத்துல நடந்திருக்கும். இப்போ நிலைமை ரொம்ப மாறிடுச்சு. பெற்றோர் ரொம்ப கவனமா இருக்காங்க' என்று யாராவது சொல்வீர்களானால், உங்களுக்கு சில புள்ளிவிவரங்களையும் நிகழ்வுகளையும் எடுத்துரைக்கக் கடமைப்பட்டிருக்கிறேன். 'வேர்ல்ட் விஷன் இந்தியா' என்ற தொண்டு நிறுவனம் மே, 2017 இல் வெளியிட்ட அறிக்கையில், இந்தியாவின் 26 மாநிலங்களில் நிகழ்த்தப்பட்ட ஆய்வில் இரண்டில் ஒரு குழந்தை, பாலியல் கொடுமைக்கு ஆளாவதாகவும் அய்ந்தில் ஒரு குழந்தை தான் பாலியல் தாக்குதலுக்கு ஆளாக்கப்படுவோம் என்ற அச்சத்தில் இருப்பதாகவும் குறிப்பிட்டுள்ளது.

கண்களுக்குள் வைத்து குழந்தையை வளர்க்கிறோம். பின் எப்படி அவர்கள் பாலியல் தாக்குதலுக்கு ஆளாக முடியும்? இதற்கான கொடூரமான பதில்

என்னவெனில், அக்குற்றத்தை நிகழ்த்துகிறவர்கள் நம் நம்பிக்கைக்கு உட்பட்ட மிகவும் நெருக்கமானவர்கள் என்பதே! உறவினர்களால் இத்தகைய கொடுமைகள் நடந்தால், பெற்றோர் அதை அமைதியாக விட்டுவிடுகின்றனர். குறைந்தபட்சம் அந்த நபரை எச்சரிக்கும் முயற்சியைக் கூட அவர்கள் எடுப்பதில்லை. கொடுமையை செய்பவர் அந்நியர் என்றால் மட்டுமே பிரச்சினை அம்பலப்படுத்தப்படுகிறது. வழக்கு, தண்டனை வரை போகிறது.

இரண்டில் ஒரு குழந்தை என்பது சாதாரண கணக்கா என்ன? இந்த ஆய்வு குறிப்பிடும் பாதிக்கப்படுவோரில் நம் பிள்ளைகளும் இருக்கலாம்! அவ்வாறு இல்லை என்றாலும் இவ்வளவு குழந்தைகள் பாலியல் கொடுமைக்கு ஆளாகிற சமூகத்தின் அங்கமாக இருப்பதே நமக்கெல்லாம் எச்சரிக்கை தானே! உடலில் வெளிப்படையான காயங்கள் தெரிந்தால் மட்டுமே பெற்றோர் குழந்தையின் வாக்குமூலத்தை நம்புகின்றனர். வெளியே தடயங்கள் தெரியாத, உயிருக்கு ஆபத்தில்லாத பாலியல் அத்துமீறல்கள் தான் அதிகளவில் குழந்தைகள் மீது ஏவப்படுகின்றன. அது மனக்காயமாக சாகிற வரை உள்ளுக்குள் கிடக்கிறது. நமது ஏழெட்டு வயதில் நடந்த கொடுமையை நினைக்கும் போது, நமக்கு இப்போதும் ஏன் பதறுகிறது? ஏனென்றால் அது ஆறவே ஆறாத காயம்.

இதில் முக்கியமான செய்தி என்னவென்றால், பாலியல் அத்துமீறல் என்றதும் நம் கவனம் பெண் குழந்தைகள் மீதுதான் திரும்புகிறது. ஆண் பிள்ளைகளை அந்த வரையறைக்குள் நாம் வைப்பதே இல்லை. தொடக்கப் பள்ளியில் இருந்த ஒரு சிறுவனுக்கு குட் டச், பேட் டச் பற்றி சொல்லிக் கொண்டிருந்த போது, அவரது அம்மா 'பையனுக்கு எதுக்கு இதெல்லாம் சொல்லித் தர்றீங்க' எனக் கேட்டார். பாலியல் ரீதியாக பாதிக்கப்படும் குழந்தைகளில் சரிபாதி ஆண் பிள்ளைகள் என்கின்றன ஆய்வுகள். ஆனால் நாமோ ஆண் குழந்தைகளுக்கு அது நேராது என்றும், நேர்ந்தாலும் அதை ஆண் குழந்தையானது சமாளித்துக் கொள்ளும் என்றும் கற்பு பறிபோதல்,

பாலியல் கல்வி: எந்த வயதில் எதைச் சொல்வது?

மழலை – (இரண்டு வயது வரை): எல்லா உடல் உறுப்புகளின் பெயரும் தெரிந்திருக்க வேண்டும். முக்கியமாக பிறப்புறுப்பு. பெரும்பாலான குழந்தைகளுக்கு இரண்டு வயதில் ஆணா–பெண்ணா என்பதைக் கண்டறிய முடியும்.

குழந்தை பருவம் – 2–5 வயது வரை: இனப்பெருக்கத்தின் அடிப்படைகளைப் புரிய வையுங்கள். ஓர் ஆணும் பெண்ணும் இணைந்து குழந்தையை பெற்றெடுக்கிறார்கள். குழந்தை அம்மாவின் கருப்பையில் வளர்கிறது என்பது போன்ற தகவல்களைச் சொல்லுங்கள். 'உன் உடல் உன்னுடையது' என்ற புரிதலை வளர்த்தெடுக்க இதுதான் சரியான வயது. யாரும் அதைத் தொடவோ, துன்புறுத்தவோ அனுமதியில்லை என கற்பியுங்கள். நல்ல தொடுகை, தீய தொடுகையைப் பற்றி சொல்லிக் கொடுங்கள்.

சிறுவர் – 5–8 வயது வரை: எதிர்பாலீர்ப்பு, தன் பாலீர்ப்பு மற்றும் இருபாலீர்ப்பு குறித்த அடிப்படைத் தகவல்கள் தெரிய வேண்டும். பாலினச் சமத்துவத்தை வலியுறுத்துங்கள். பாலின ரீதியான ஏற்றத் தாழ்வு தவறு எனப் புரிய வைக்க இதுவே சரியான வயது. அந்தரங்கத்தை மதிக்கவும் பாதுகாக்கவும் சொல்லுங்கள். பருவமெய்துதலால் ஆண்/பெண் குழந்தைகளுக்கு உடலில் ஏற்படும் மாறுபாடுகள் பற்றி சொல்லுங்கள். பெண்களுக்கு மாதவிலக்கினால் உண்டாகும் உடல் பிரச்சினைகள், மனநிலை மாறுதல்களை இப்போதே எடுத்துரைக்கலாம். ஆண்களுக்கு ஆணுறுப்பின் விரைப்புத் தன்மை, சுய இன்பம், விந்து வெளியேற்றம் போன்றவை குறித்து அடிப்படைப் புரிதலை வளர்த்தெடுங்கள். இனப்பெருக்கம் குறித்த கல்வி தொடர வேண்டும். உடலுறவு பற்றி சொல்லலாம்.

பருவத்திற்கு முன்: 9–12 வயதுவரை: மேலே குறிப்பிடப்பட்ட செய்திகளோடு, பாதுகாப்பான உடலுறவு மற்றும் கருத்தடை முறைகள் பற்றி சொல்ல வேண்டும். நேர்மறையான உறவுகளை எப்படி உருவாக்குவது, கெட்ட உறவுகள் எதனால் வரும் என்பதும் தெரிய வேண்டும். ஊடகங்களில் காட்சிப்படுத்தப்படும் பாலியல் தொடர்பான செய்திகள் உண்மையா இல்லையா, இயல்பானதா இல்லையா, நேர்மறையானதா எதிர்மறையானதா என பகுத்துணரத் தெரிந்திருக்க வேண்டும்.

பருவ வயதில்: 13–18 வயது வரை: பருவப் பிள்ளைகள் தனிமை விரும்பிகள். அவர்களின் வயதொத்தவர்களுடன் இருக்கவே விரும்புவார்கள். பெற்றோர் பாலியல் தகவல்கள் குறித்து வெளிப்படையாகப் பேசி ஒரு நம்பிக்கையை தோற்றுவித்திருந்தால் பிரச்சினையோ குழப்பமோ நேரும் போது கண்டிப்பாக அணுகுவார்கள். அதுவே உங்கள் வெற்றி!

கருவுறுதல் போன்ற பிரச்சினைகள் ஆண்களுக்கு இல்லை என்பதாலும் விட்டுவிடுகிறோம். பாலியல் தாக்குதல் என்பது ஒரு வன்முறை. வன்முறைக்கு ஆண்-பெண் வேறுபாடெல்லாம் கிடையாது என்பதைப் பெற்றோர் புரிந்து கொள்ள வேண்டும்.

பண்பாடு என்ற பெயரில் பெண்கள் தங்களது உடலைப் பாதுகாத்துக் கொள்ள ராணுவக் கட்டுப்பாடே இங்கு நடைமுறையில் இருக்கிறது. ஆண்களுடன் பேசக் கூடாது, தொடக் கூடாது, வெளியில் போகக் கூடாது என பல விதிமுறைகள். ஆனால் ஆண் குழந்தைகளுக்கு கட்டற்ற சுதந்திரம் வழங்கப்பட்டு பாதுகாப்பு குறித்து எந்த பயிற்றுவித்தலும் தரப்படுவதில்லை. ஆண் தன்னை பாதுகாத்துக் கொள்வான் என்பது நமது மூட நம்பிக்கை. ஆறு வயது சிறுமிக்கு உள்ள அதே மூளை வளர்ச்சி, உடல் வளர்ச்சி தான் அதே வயதுடைய சிறுவனுக்கும் இருக்கும். பெண் குழந்தைகளை அந்நிய ஆண்களுடன் நெருங்கவிடாத நாம், பையன்களை 'பாசிட்டிவ்' பாரபட்சத்தில் விட்டுவிடுகிறோம். இதனால், ஆசிரியர்களால், வயதில் மூத்த மாணவர்களால், நண்பர்களால், உறவினர்களால், பெண்களால் ஆண் குழந்தைகளும் பாலியல் தாக்குதலுக்கு ஆளாகின்றனர்.

பனிரெண்டு ஆண்டுகளுக்கு முன்பு, எப்போதும் உர்ரென்று இருக்கும் என்னுடைய நெருக்கமான நண்பனிடம் மனம் விட்டு பேசிக் கொண்டிருந்த போது, 'தான் ஒன்பதாம் வகுப்பு படிக்கும் போது பக்கத்து வீட்டு நடுத்தர வயது பெண்ணால் கட்டாய உடலுறவு கொள்ள வைக்கப்பட்டதாகச் சொன்னான். குற்றவுணர்ச்சி, தாழ்வு மனப்பான்மை, கோபம் இதெல்லாம் சேர்ந்து அவனை பெண்களோடு சகஜமாகப் பழக முடியாத நிலைக்கு ஆளாக்கிவிட்டது. ஆண்களும் பாலியல் ரீதியாக பாதிக்கப்படுவார்கள், அதுவும் பெண்களால் பாதிக்கப்படுவார்கள் என்பது எனக்கு அப்போதுதான் தெரிந்தது. அதன் பின்னர், என் நண்பர்கள், சக ஊழியர்களிடம் அவர்கள் 'செக்ஷுவல் அசால்ட்' செய்யப்பட்டுள்ளனரா என கேட்பது என் வழக்கமாகிவிட்டது. தன் உறவினர் ஒருவரால் தொடர்ச்சியாக 'ஓரல் ரேப்' துயரத்துக்கு ஆளாக்கப்பட்டதாக சொன்னான் இன்னொரு நண்பன். பெண்களை விடவும் ஆண்களால் சிறுவர்கள் பாலியல் துன்புறுத்தலை அனுபவிக்கின்றனர். அதிலும் பெண் தன்மையில் இருக்கும் சிறுவர்கள், மூன்றாம் பாலினர் ஆகியோருக்கு தப்பிக்கவியலா கொடுமையாக அது நிகழ்கிறது. சமூக ஆய்வுகள் அடிப்படையில் மட்டுமல்ல, என் சொந்த ஆய்வின் படியும் மகள்களைப் போலவே மகன்களும் ஆண்களாலும் பெண்களாலும் ஏதோ ஒரு தருணத்திலேனும் பாலியல் தாக்குதலை எதிர்கொள்கின்றனர்.

குழந்தைகள் மீது பாலீர்ப்பு கொள்வதற்கு 'பீடோபீலியா' என்று பெயர்.

அது இயற்கையான பாலியல் தேர்வா, மனக்கோளாறா என்பதற்கான ஆய்வுகள் தொடர்கின்றன. வெளிநாடுகளில் நடத்தப்பட்ட சில ஆய்வுகளின்படி பொதுவான மக்கள் தொகையில் மிகக் குறைந்த அளவில் அதாவது 1-5 சதவிகிதம் மட்டுமே இவர்கள் உள்ளனர். ஆனால், இந்தியாவில் குழந்தைகள் மீது நிகழ்த்தப்படுகிற பாலியல் தாக்குதல்களின் அளவைப் பார்க்கும் போது, நிச்சயம் அவை அனைத்தும் பீடோபீலிக்குகளால் நிகழவில்லை என்று உறுதியாகச் சொல்லலாம். செக்ஸ் குறித்த நமது வக்கிரமான புரிதல்களும் கட்டுப்பாடுகளுமே அதற்குக் காரணமாக அமைகின்றன. எந்தவொரு சாதாரண நபரும் கட்டுப்படுத்த முடியாத பாலியல் உணர்வு தோன்றும் போது எதிர்க்க முடியாதவர்களான குழந்தைகளை குறி வைக்கின்றனர். அதாவது பெரியவர்களுக்கு உடலுறவு கொள்ள பெரியவர்கள் கிடைக்காத நிலையில் குழந்தைகள் இரையாக்கப்படுகின்றனர்.

'ஒருவனுக்கு ஒருத்தி' என பாலியல் ஒழுக்கம் பண்பாடாக வரையறுக்கப்பட்ட ஒரு நாட்டில் எப்படி குழந்தைகள் மீதான வக்கிரங்கள் இந்தளவிற்கு நடக்க முடியும்? இப்படியான அத்துமீறலை நிகழ்த்துவது குற்றவாளிக்கான வரையறைக்குள் வருகிறவர்கள் அல்லர். நாம் நேசித்து, தொட்டு, பார்த்து, பேசி, பழகி, சிரித்து உறவாடும் சக மனிதர்கள்தான் இதை நிகழ்த்துகின்றனர். ஏன் இந்த அவலம்? வெளிப்படையாக உச்சரிக்கக் கூட தகுதியற்ற, இந்திய பண்பாட்டிற்கு ஆகவே ஆகாத சொல்லாகவும் செயலாகவும் செக்ஸ் இருக்கும்

ஜெயராணி ♦ 121

போது எப்படி இது நடக்கிறது? கட்டுப்பாடுகளால் பண்பட்ட ஒரு சமூகம் என்றால் இருளிலும் திரைக்குப் பின்னாலும் கூட இவை நடக்கக்கூடாதுதானே! காமம் என்ற இயற்கையான உணர்வை இழிவானதாகவும் புனிதமானதாகவும் இரண்டு எல்லைகளில் கொண்டு போய் வைத்து அதன் நடைமுறைத் தன்மையை சிதைத்ததன் விளைவுதான் குழந்தைகள் எதிர்கொள்ளும் பாலியல் பிரச்னைகளுக்கு அடிப்படை.

செக்ஸ் என்றால் அருவருப்பு, செக்ஸ் என்றால் பயம், செக்ஸ் என்றால் தீமை, செக்ஸ் என்றால் நடத்தைக் கேடு, செக்ஸ் ஒரு மனநோய் என்பதாக ஒரு மாயை இங்கே கட்டமைக்கப்பட்டிருக்கிறது. பசிக்கு இணையான அத்தனை இயல்பான ஒன்றைக் கண்டு நாம் ஏன் இவ்வளவு அச்சமும் அருவருப்பும் கொள்கிறோம்? ஆரோக்கியமாக கையாள வேண்டிய ஒன்றை, ஏன் இத்தனை நோயுற்றதாக மாற்றிவிட்டோம். சரி, ஒன்றைத் தவறு என நாம் நம்புகிறோம் எனில், அதைச் செய்யக் கூடாது தானே! குறைந்தபட்சம் அதிலிருந்து விலகி இருக்க வேண்டுமில்லையா? ஆனால் செக்ஸை தவறு என சொல்லிக் கொண்டே அது சார்ந்த அத்தனைக் கொடுமைகளிலும் ஈடுபடுகிறோம். காரணம் என்ன தெரியுமா? நமது பாலியல் அறியாமை. பேசக் கூடாத விஷயமாக அது மூடி மறைக்கப்படுவதால் குற்றங்களாக அவை அரங்கேற்றப்படுகின்றன. ஒருவேளை நமக்கும் நமக்கு முந்தைய தலைமுறைக்கும் பாலியல் கல்வி கிடைத்திருந்தால், இந்தளவிற்கு பாலியல் குற்றங்கள் நடக்காமல் போயிருக்கலாம். பாலியல் கல்வி என்பது ஒருவரை குற்றங்களுக்கு பலியாகாமல் மட்டும் தடுக்கவில்லை, குற்றவாளி ஆகாமலும் தடுக்கிறது.

இந்தியாவின் மக்கள் தொகை 130 கோடி என்றால் சுமார் 70 கோடி செல்போன் இணைப்புகள் உள்ளன. சுமார் 30 கோடி பேரிடம் ஸ்மார்ட் போன் இருக்கிறது. ஏறக்குறைய இந்த போன்கள் அனைத்திலுமே இணைய இணைப்பு உள்ளது. டிஜிட்டல் இந்தியாவின் ஒரு பக்க கதை இது. மறுபக்கத்தையும் நாம் தெரிந்து கொள்ள வேண்டும். இந்திய இணையப் பயனீட்டாளர்களில் 70 சதவிகிதம் பேர் ஆபாசப் படங்கள் பார்க்கிறார்கள். பிரபல ஆபாச வலைதளங்களின் உலக வாடிக்கையாளர்களில் 70 சதவிகிதத்திற்கும் அதிகமானோர் இந்தியர்கள். குழந்தைகள் ஈடுபடுத்தப்படும் ஆபாசப் படங்களைப் பார்க்க இங்கே சட்டக் கட்டுப்பாடுகள் இருந்தும் இங்கே அதைக் கட்டுப்படுத்த முடியவில்லை. ‘தடையற்ற இணையத்திற்கு எங்கள் நெட்வொர்க்கே சிறந்தது’ என கவர்ச்சிகரமான விளம்பரங்கள் செய்யும் தகவல் தொடர்பு நிறுவனங்களுக்கு முக்கிய வருமானமே ஆபாச இணையத்தளம் வாடிக்கையாளர்கள்தான். அதனால் ஸ்மார்ட்போன்களையும் இணையத்தையும் மலிவாகக் கொடுக்க அவை எவ்வளவு சலுகைகளையும் வாரி வழங்கத் தயாராக இருக்கின்றன.

பெற்றோருக்கு சில குறிப்புகள்

- குளிக்கும் போது, சமைக்கும் போது, தலைவாரும் போது, விளையாடும் போது, டிவி பார்க்கும் போது என எப்போது வேண்டுமானாலும் பாலியல் கல்வி அளிக்கலாம். அன்றாடமோ அவ்வப்போதோ நீங்களே அதற்கான சூழலை உருவாக்குங்கள்
- பேசக் கூடாத ஒன்றைப் பேசுகிறோம் என்பதைப் போல இறுக்கமாகவோ மனத்தடையுடனோ பேசாதீர்கள். பொம்மை வாங்கும் போது உங்கள் முகமும் உடலும் எவ்வளவு இயல்பானதாக இருக்குமோ அப்படி. தெளிவான, நேரடியான அதே நேரம் உங்களுக்கு வசதியான வார்த்தைகளைக் கொண்டு பேசுங்கள்.
- எந்தச் சூழலிலும் யாரும் உடலை தொட அனுமதிக்கக் கூடாது என கற்பிக்கவும். உடலில் குறிப்பாக பிறப்புறுப்பு, மார்பகங்கள், வாய் போன்றவற்றில் காயமோ வலியோ இருந்தால் உடனே சொல்லச் சொல்லுங்கள்.
- குழந்தையின் நடவடிக்கையில் திடீரென மாறுதலை உணர்ந்தால் சும்மா மிரட்டிக் கொண்டிருக்காமல் ஆதரவாக விசாரியுங்கள். முடிந்தால் விடுப்பு எடுத்து வெளியே அழைத்துச் செல்லுங்கள். என்ன நடந்திருந்தாலும் நீங்கள் விட்டுக் கொடுக்க மாட்டீர்கள் என்ற நம்பிக்கையை அவர்களிடம் உருவாக்குங்கள்.
- குழந்தையை நம்புங்கள். தன்னை யாரேனும் தவறாக அணுகுவதாக, (அது உங்களுக்கு நெருக்கமானவராக இருந்தாலும்) குழந்தை சொன்னால் அலட்சியம் செய்யாதீர்கள். குழந்தை குற்றம் சாட்டுபவரை விட்டு விலகுங்கள். அது குழந்தைக்கு உங்கள் மீதான நம்பிக்கையை அதிகரிக்கும்.
- தவறான எண்ணத்துடன் யாரேனும் அணுகும் போது, 'முடியாது' என உறுதியாக எதிர்க்கப் பழக்குங்கள்.
- பாலுணர்வு குறித்துப் பேசுங்கள். உங்களுக்குதான் அதில் முன் அனுபவம் இருக்கிறது. 'எனக்கும் அப்படித்தான் இருந்தது. நானும் இதைக் கடந்து வந்தேன்' என்று சொல்லும் போது குழந்தையின் பதற்றம் தணிகிறது. தகுந்த வயது வரும் வரை அந்த உணர்வுகளை எப்படிக் கையாள்வது என வழிகாட்டுங்கள். எல்லா உணர்ச்சிகளும் சரியானவை; ஆனால் செயல்களும் சரியானவை அல்ல என குழந்தை புரிந்து கொள்ளட்டும்.
- பாலியல் வல்லுறவு ஒரு குற்றச் செயல் என்பதையும் அதில் ஈடுபட்டால் சிறைத் தண்டனையை அனுபவிக்க நேரிடும் என்பதையும் எடுத்துச் சொல்லுங்கள். ஆண் குழந்தைகளுக்கு இது குறித்த புரிதல் நிச்சயம் வேண்டும்.

ஆபாசப் படங்கள் பார்க்கும் பழக்கம் அதிகரித்ததில் இருந்து பாலியல் ரீதியான குற்றங்களும் அதிகரித்துள்ளன. குறிப்பாக குழந்தைகள் மீதான தாக்குதல்கள். ஆபாசப் படம் பார்த்துத் தூண்டப் பெற்றவர்கள் குழந்தைகளையே குறி வைக்கின்றனர். மதுரை சிறுவன் ஜெயசூர்யாவைப் போல, சென்னை சிறுமி ஹாசினி மற்றும் ரித்திகாவை போல டெல்லி சிறுவன் பிரத்யுமனைப் போல! இந்த குழந்தைகள் செத்துப் போனதால் தான் இது பெரிதானது. இல்லையெனில்...நம்மில் பலரைப் போல வெளியே தெரியாத 'பாதிக்கப்பட்டவராக' அதுவும் வாழ்ந்து கொண்டிருக்கும். ஆபாசப் படங்கள் பெரியவர்களை மட்டுமல்ல பருவ வயது குழந்தைகளையும் பாலியல் குற்றங்களில் ஈடுபடத் தூண்டுகின்றன.

பாலியல் ரீதியான குற்றங்கள் மலிந்து கிடக்கும் நாட்டில் செக்ஸ் பற்றி பேசுவதும் கற்பிப்பதும் எப்படிக் குற்றமாகும்?! இன்றைய நவீன காலத்தில் கூட அதை வெளிப்படையாகப் பேசக் கூடாத ஒன்றாக வைத்திருக்கிறோம். குழந்தைகளுக்கு 'பாலியல் கல்வி வேண்டும்' என்ற பொறுப்பானவர்களின் கோரிக்கை நம் காதுகளில் 'குழந்தைகளுக்கு பாலியல் கலவி வேண்டும்' என்பதாகவே விழுந்தது! குழந்தை கெட்டுப் போகும் என ஆளாளுக்கு எதிர்த்தோம்; எதிர்க்கிறோம். உண்மை என்னவெனில், யாரும் சொல்லித் தராமலேயே 10-12 வயதுகளில் இயற்கையான பாலுணர்வு தோன்றுகிறது. அது தவறல்ல, வளர்ச்சியின் ஓர் அறிகுறியே! அதை இன்னதென இணங்காண்பதிலும் கையாள்வதிலும் ஒரு குழப்பம் குழந்தைகளை ஆட்கொள்கிறது. நல்ல தொடுதலையும் தவறான தொடுதலையும் அவற்றால் பிரித்துப் பார்க்க முடிவதில்லை.

என் சொந்த ஊரில் நடந்த சம்பவம் இது. எங்களது எதிர் தெருவில் வசித்து வந்த ஒரு சிறுமி பருவமெய்தினாள். அதிலிருந்து சில மாதங்களில் அவளது வயிறு திடீரென புடைத்துக் கொண்டே போனது. வயிற்றில் கட்டி வளர்கிறது என்றுதான் எல்லோரும் நம்பினோம். நிறைமாதமான போதுதான் தெரிந்தது, அவள் கர்ப்பமடைந்திருப்பது. கர்ப்பத்திற்கு காரணம் யார் என விசாரணை தொடங்கியது. அவளை அடி அடியென அடித்து துவைத்தார்கள். எப்படி கர்ப்பமானாய் என்ற கேள்விக்கு எப்படி கர்ப்பமாவார்கள் என எதிர்க்கேள்வி கேட்டு திணறடித்தாள். அந்த சிறுமிக்கு தன் வயிற்றில் எப்படி குழந்தை வந்தது என்பது தெரியவே இல்லை. எப்படியோ விசாரித்து அந்த அதிர்ச்சிகரமான உண்மையைக் கண்டுபிடித்தனர். அந்த சிறுமி தனது தாத்தாவால் கர்ப்பமாக்கப்பட்டிருந்தாள். அவள் பருவமெய்துவதற்கு வெகு முன்னர் இருந்தே பேத்தியை தனது பாலியல் தேவைக்கு பயன்படுத்தி வந்திருக்கிறார். அதை விளையாட்டு என்றே தாத்தா சொன்னாராம். அந்த தொடுகையும் உறவும் தவறு என கற்பிக்கப்படாததால் அவளுக்கு அதில் எந்த புகாரும் இல்லை. சிறுமிக்குப் பிடித்த வகையில் அவளை பழக்கி தனது

இச்சைக்கு தவறாகப் பயன்படுத்தி வந்திருக்கிறார் அந்தக் கிழவர்.

இது போன்ற பாலியல் தாக்குதல்கள் இங்கே சர்வ சாதாரணமாக நடக்கின்றன. பருவ வயது கர்ப்பம், அதனால் ஊட்டச்சத்துக் குறைபாடு, அதனால் இறப்பு, பால்வினை நோய் தாக்குதல்கள் போன்ற பிரச்னைகளை லட்சக்கணக்கான இந்திய குழந்தைகள் எதிர்கொள்கின்றனர் என்கிறது உலக சுகாதார நிறுவனம். கருத்தரிக்கும் பெண்களில் 1000 பேருக்கு 62 பேர் பருவப் பிள்ளைகள். இந்த எண்ணிக்கை பண்பாடே இல்லாதவை என நாம் நம்பும் அமெரிக்கா, இங்கிலாந்து போன்ற நாடுகளை விடவும் அதிகம். பாலியல் குற்றவாளிகள் குழந்தைகளின் அறியாமையைப் பயன்படுத்தி தமது இச்சைக்கு பழக்கும் அவலச் சூழலில் பருவமெய்துவதற்கு வெகு முன்னதாகவே குழந்தைகளுக்கு பாலியல் அறிவு ஊட்டப்பட வேண்டுமா இல்லையா?

இந்தியப் பெற்றோருக்கு பாலியல் கல்வி என்றால் என்னவென்றே தெரியாது! அம்மாடியோவ் என வாயைப் பொத்திக் கொள்வார்கள். அதெல்லாம் பேசக்கூடாத, ரொம்ப ரொம்ப ரகசியமான ஒன்று, அவ்வளவுதான். குழந்தை பெற்றுவிட்டால் அம்மாவும் அப்பாவும் விலகி படுத்துக் கொள்ள வேண்டும். மனைவிக்கு பாலியல் தேவையே இருக்கக் கூடாது. கணவனுக்கு அதுவொரு எந்திரத்தனமான வடிகால். செக்ஸ் பற்றி வெளிப்படையாகப் பேசுகிறவர்கள் நல்ல குடும்பத்தைச் சேர்ந்தவர்களாக இருக்க முடியாது என ஒரேயடியாக வாயை மூடுகிறோம். ‘நாங்கள்லாம் செக்ஸ் பத்தி தெரிஞ்சுக்கிட்டா வளர்ந்தோம்...அதெல்லாம் அந்தந்த வயசு வர்றப்போ தானா தெரிஞ்சுக்கும்’ என்று சொல்லும் பெற்றோர் புரிந்து கொள்ள வேண்டியது, ‘உங்கள் காலம் வேறு, இன்றைய காலகட்டம் வேறு’ என்பதை! அன்று முதுகில் ரெண்டு போட்டால் சைக்கிள் டயரை உருட்டிக் கொண்டு விளையாட ஓடியிருப்பீர்கள். இன்றைய குழந்தைகளுக்கு

அப்படியான சூழல் இல்லை. செல்போனும் கம்ப்யூட்டருமே கதி என்று கிடக்கின்றன. சில ஆண்டுகளுக்கு முன் நடந்த சம்பவம் இது. ஒரு டிவி சேனலின் சக ஊழியர் ஒருவர் சொன்னது. அவரது கணினியில் தேடுதல் பதிவை எதார்த்தமாக பார்க்க நேர்ந்த போது அதில் *sex, kiss, love* போன்ற வார்த்தைகள் தேடப்பட்டிருந்ததைப் பார்த்து அதிர்ச்சி அடைந்திருக்கிறார். யு.கே.ஜி. படிக்கும் தனது குட்டிப் பையனை அழைத்து கேட்டபோது, அவன் நானில்லப்பா பக்கத்து வீட்டு அக்கா தான் கம்ப்யூட்டர்ல விளையாடினா என்று சொல்லி இருக்கிறான். அந்த அக்காவின் வயது 10.

முந்தைய தலைமுறைகளுக்கு இது போன்ற தகவல்களை தெரிந்து கொள்ள குறைந்த ஆதாரங்களே இருந்தன. ஆனால் இன்று எல்லாமே கையடக்கக் கருவிக்குள் கடலளவு கொட்டிக் கிடக்கிறது. நாம் விரும்பவில்லை என்றாலும் குழந்தைகள் தெரிந்து கொண்டு விடுகின்றன. குழந்தைகள் அறிந்து கொள்ள விரும்புபவை குறித்து பொறுப்புடன் தெளிவுபடுத்த வேண்டியதுதான் நம் கடமை. யோசித்துப் பாருங்கள் அவற்றை பாலுறுப்புகளுக்கான பெயர்களை உச்சரிக்க முடியாத அளவிற்கு கெட்ட வார்த்தைகளாகவும் ஆபாசமானதாகவும் கிண்டலுக்கு உரியவையாகவும் ஆக்கி வைத்திருக்கிறோம். ஆரோக்கியமான பாலியல் சொற்கள் நம்முடைய பயன்பாட்டிலேயே இல்லை. சின்னஞ்சிறு மகனோ மகளோ வந்து தனது பிறப்புறுப்பிற்கு பெயர் என கேட்டால் எத்தனை பெற்றோரால் திணறாமல், சிரிக்காமல், கூச்சப்படாமல், கோபப்படாமல் சட்டென சொல்ல முடியும்? இந்த சாதாரண விளக்கத்திற்கு கூட நாம் தயாராகாமல் குழந்தைகளை ஆபத்துகளில் இருந்து காப்பாற்ற முடியும் என எப்படி நம்புகிறோம்!

குழந்தைகளுக்கு கற்பிக்க வேண்டுமானால் செக்ஸ் குறித்த அறியாமைகளில் இருந்து முதலில் பெற்றோர் விடுபட வேண்டும். மாதவிலக்கு என்பது தீட்டு, சுய இன்பத்தில் ஈடுபட்டால் ஆண்மைக் குறைவு, தன்பாலின ஈர்ப்பு என்பது மனநோய் என நமது பாலியல் அறிவிலேயே ஏகப்பட்ட ஓட்டைகள் இருக்கும்போது பிள்ளைகளுக்கு எப்படி சரியான அறிவைப் புகட்ட முடியும்? நாம் அறிவு ஒளிரும் இந்த தலைமுறைக் குழந்தைகளின் பெற்றோர். அவர்களின் கேள்விகளுக்கு பதில் சொல்ல, சந்தேகங்களை தெளிவுபடுத்த, குழப்பங்களை தீர்க்க 'வாயை மூடு' என்ற பழைய அங்குசம் உதவப் போவதில்லை! மிகவும் சிக்கலான இன்றைய உலகத்தில், மிக மிக சிக்கலானதாக இருக்கப் போகிற எதிர்கால உலகத்தில் - நம் குழந்தை நல் வாழ்க்கை வாழ வேண்டுமெனில் - அவர்கள் பெறும் நல்லறிவே அவர்களைக் காப்பாற்றும். அதற்காகவேனும் பெற்றோர் தங்களது மனத் தடைகளை உடைத்து தங்களது பாலியல் அறிவை வளர்க்க முன் வர வேண்டும்.

கல்வி எப்படி குழந்தைகளின் அடிப்படை உரிமையோ அது போலத்தான் பாலியல் கல்வியும். வேண்டுமா வேண்டாமா என்ற விவாதத்திற்கே இதில்

இடமில்லை. ஏனெனில் இது அவர்களின் வாழ்நாள் ஆரோக்கியம், பாதுகாப்பு மற்றும் நன்னடத்தை தொடர்பானது. பாலியல் கல்வி மூலம் பாலுணர்வு மற்றும் பாலியல் இன்பம் இயல்பானது என குழந்தைகள் அறிகின்றன. நாம் தவறு செய்கிறோமோ என்ற குழப்பம் நீங்குகிறது. பாலியல் அறிவு பெருகும்போது பெண்களை முறைத்துப் பார்ப்பது, ஆபாசப் படங்களைத் தேடுவது போன்ற சிற்றின்ப நடவடிக்கைகளில் ஈடுபாடு குறைகிறது. பக்குவப்பட்ட மற்றும் ஆரோக்கியமான உறவின் மீது நம்பிக்கை கொள்வார்கள். ஆபத்துகள் நெருங்கும் போது அதைக் கண்டுணரும் நுண்ணறிவு வளர்கிறது. பாதுகாப்பான உடலுறவு குறித்த வரும் முன் காக்கும் வழிகளை அறிகிறார்கள். பாலியல் நோய்கள் குறித்த புரிதல் வளர்கிறது. பாலியல் ரீதியான குறைகள் இருப்பின் ஆரம்ப நிலையில் கண்டறியும் வாய்ப்பு பெருகுகிறது. வெளிப்படையாகப் பேச முடிகிற ஒன்றின் மீது நமக்கு மரியாதை உண்டாகும். பெற்றோருடன், நண்பர்களுடன், ஆசிரியர்களுடன் பேசக் கூடிய ஒன்றாக செக்ஸ் மாறும் போது ஒவ்வொருவரும் தனது நடத்தையில் கண்ணியத்திற்கு இடமளிப்பார்கள்.

இதுவும் ஆய்வு ரீதியாக நிரூபிக்கப்பட்ட உண்மை. பாலியல் கட்டுப்பாடுகள் இல்லாத மேற்கத்திய சமூகத்தில் கடந்த 15-20 ஆண்டுகளாக பள்ளிகளில் பாலியல் கல்வி நடைமுறைப் படுத்தப்பட்டது. அதன் விளைவாக இன்று பருவ வயது கர்ப்பத்தின் அளவு வெகுவாகக் குறைந்திருக்கிறது. அதோடு குழந்தைகள் பாலுணர்வு சஞ்சலங்களுக்கு அடிமையாகாமல் தமது கல்வி மற்றும் முன்னேற்றத்தில் அக்கறை செலுத்துவதாகவும் நிரூபிக்கப்பட்டுள்ளது.

நம்மால் மாமாக்கள், தாத்தாக்கள், அண்ணாக்கள், சித்தப்பாக்கள், பெரியப்பாக்கள், பக்கத்து வீட்டுக்காரர்கள், ஆசிரியர்கள் என ஒவ்வொருவராக தேடித் தேடி திருத்த முடியாது. ஒட்டுமொத்தக் குழந்தைகளுக்கும் தற்காப்புக் கலையாக பாலியல் புரிதலையும் பாலினச் சமத்துவத்தையும் உள்ளடக்கிய பாலியல் கல்வியை அளிக்கும் போது எதிர்காலத் தலைமுறை ஆரோக்கியமானதாக உருவாகும். அந்த சமூகத்தில் குழந்தைகள் தங்கள் பாதுகாப்பு குறித்த அச்சமின்றி சுதந்திரமாகவும் மகிழ்ச்சியாகவும் வலம் வருவார்கள். பெற்றோராகிய நமது கடமை அப்படியான சமூகத்திற்குத் தகுதியான மனிதர்களை நம் வீடுகளிலிருந்து உருவாக்கி அனுப்புவதே!

உயிர் வளர்த்தல்

10

ஆரோக்கியமற்ற வாழ்க்கை வாழ்க்கையே அல்ல; அது வெறும் பலவீனமும் துயரமும் கொண்டது. ஆம், அது மரணத்தின் கண்ணாடி - புத்தர்

குழந்தைகளின் உரிமைகள் மற்றும் சுதந்திரம் குறித்த விழிப்புணர்வு பெற்ற முற்போக்கான பெற்றோர் கூட, குழந்தையின் ஆரோக்கியத்தில் பலவிதமான அறியாமைகளைக் கொண்டுள்ளனர்.

உங்களுக்கு ஒரு நூறு பேரைத் தெரியும் என வைத்துக் கொள்வோம். அவர்களிடம் உங்களுக்கு உடம்பில் ஏதாவது பிரச்சினை இருக்கிறதா என்று கேட்டுப் பாருங்கள். சர்க்கரை, ரத்தக் கொதிப்பு, தலைவலி, சுவாசக் கோளாறு, தைராய்டு, மாதவிலக்குப் பிரச்சினை, கருத்தரிக்காமை, குடல் வால், இதய நோய், மூட்டுவலி புற்றுநோய், மனச் சோர்வு என அடுக்கிக் கொண்டே

போவார்கள். "அதெல்லாம் ஒரு பிரச்சினையும் இல்லை" என சொல்லக் கூடிய ஒரே ஒருவர் இருப்பாரெனில், அவர்தான் இந்தத் தலைமுறையின் அதிசய மனிதர்.

உடல் உறுப்புகள் 18 வயது வரை வேகமாக வளர்ச்சியடைகின்றன. இந்த காலகட்டத்தில் கண்ட ரசாயன மருந்துகளையும் பயன்படுத்துவதால் உறுப்புகளின் வளர்ச்சியும் ஆரோக்கியமும் கடுமையாக பாதிக்கப்படுகிறது. மருந்துக் கழிவுகள் சேர்ந்து பலவீனமடைந்த செல்களுக்கு நோயை எதிர்க்கும் ஆற்றல் இருப்பதில்லை. இதனால் பல தீவிரமான நோய்த் தாக்குதல்களுக்கு குழந்தைகள் ஆட்படுகின்றனர். தன் குழந்தை ஆரோக்கியமாக இருக்க வேண்டுமென்பதுதான் எல்லா பெற்றோரின் விருப்பமும். ஆனால் அதற்கான வழிகள் எதுவும் நமக்குத் தெரியாது அல்லது தப்பு தப்பாக நிறைய தெரிந்து வைத்திருக்கிறோம். தடுப்பூசிகள், கிருமிக் கொல்லிகள், வலி நிவாரணிகள் என உணவைப் போல மருந்தையும் அடிப்படைத் தேவையாக மாற்றிவிட்டோம். சரி, மருந்துகள் இல்லாமல் நம்மால் வாழவே முடியாதா?

உண்மையில் ஆரோக்கியம் தான் ஒரு சமூகத்தின் முதன்மையான மற்றும் பொதுவான அடையாளமாக இருக்க வேண்டும், நோயுறுதல் அல்ல. அதாவது...தமிழகத்தின் மக்கள் தொகை ஆறரை கோடி எனில் சில பத்து பேர் ஆங்காங்கே நோயாளிகளாக இருக்கலாம். மற்றவர்கள் எல்லோரும் கச்சிதமான உடல்/மன ஆரோக்கியத்தை கொண்டிருக்க வேண்டும். ஆனால் நம் சமூகத்தின் நிலைமையோ தலைகீழ். எதிர்படுகிற எல்லோருமே நோயாளிகள்! எதனால் இது நேர்ந்தது? அப்படி நாம் என்ன தவறை இழைக்கிறோம்?

நவீன வாழ்க்கைமுறை நமக்கு பல வசதிகளை வழங்கி இருக்கிறது. மாங்கு மாங்கென செய்த வேலைகள் இன்று ஒரு பொத்தானின் அழுத்தலில் நடந்து விடுகின்றன. நடந்தே கடந்த நெடுந்தொலைவுகளை மணிப் பொழுதில் சென்றடைகிறோம். உட்கார்ந்த இடத்தில் இருந்து பொருட்களை வாங்கவும் விற்கவும் வாய்த்திருக்கிறது. இவ்வளவு வசதிகள் வளர்ந்த காலத்தில் நாம் நலமாகத் தானே வாழ வேண்டும்?! ஆனால், அவ்வளவு வசதிகளையும் வாங்க முடிந்த நாம் நல்வாழ்விற்கான அடிப்படைகளைத் தொலைத்துவிட்டோம். இன்றைய வாழ்க்கை முறை பாரம்பரியமாக நம்மிடம் இருந்த உடல் குறித்த அறிவை சிதைத்துவிட்டது. பசி, தாகம், ஓய்வு, தூக்கம் ஆகிய ஆரோக்கியத்தின் நான்குத் தூண்களையும் இடித்துத் தள்ளிவிட்டு, எந்த நோயும் தாக்காமல் நலமாக இருக்க வேண்டுமென கனவு காண்கிறோம்.

நோயைப் பொருத்தவரை - வரும் முன் காக்கும் உத்திகளை - நாம் புறந்தள்ளிவிட்டோம். பசியையும் கவனிப்பதில்லை; தாகத்தையும் பொருட்படுத்துவதில்லை; ஓய்வையும் மதிப்பதில்லை; தூக்கத்தையும்

விரும்புவதில்லை. நோய் வராமல் தடுக்கும் இந்த நான்கு பொன் விதிகள் குறித்து பெற்றோராகிய நமக்கு என்னதான் புரிதல் இருக்கிறது என யோசியுங்கள்.

பசிக்கிறதோ இல்லையோ திணிக்கும் அனைத்தையும் குழந்தை உண்டாக வேண்டும். குண்டாக, கொழு கொழுவென இருந்தால் தான் ஊட்டச்சத்தோடு குழந்தை இருப்பதாக நம்புகின்றனர். கொடுக்கும் அனைத்தையும் உண்டுவிட்டு குண்டாக இருக்கும் குழந்தைகளை கவனித்துப் பாருங்கள். அவை மந்தமாகவே இருக்கும். உணவு வேண்டாம் என மறுத்து, பசிக்கிற வேளையில் அது ஒரேயொரு இட்லியாக இருந்தாலும் - பசிக்கிற அளவில் மட்டும் - உண்ணும் குழந்தைகளை கவனியுங்கள். அவை சுறுசுறுப்பாக ஓடும். பசியின் அளவு எல்லோருக்கும் ஒரே மாதிரியாக இருக்காது என்ற அடிப்படை உண்மை கூட நமக்குத் தெரியவில்லை. உண்ணாததால் அல்ல, அதிகம் உண்ணுவதாலேயே இன்று பல நோய்கள் நம்மையும் குழந்தைகளையும் தாக்குகின்றன. எந்நேரமும் வயிற்றுக்குள் ஏதாவது போய் கொண்டே இருந்தால் உடலின் மொத்த ஆற்றலும் செரிமானத்திற்குதான் செலவழிக்கப்படுமே தவிர குழந்தை ஓடியாடி விளையாடவோ, கற்கவோ பயன்படாது. அதோடு பசியற்று உண்ணப்படும் உணவு சத்தாக மாறாமல் கழிவாக செல்களில் தேங்கத் தொடங்கி, பின்னர் அதுவே நோயாக மாறுகிறது.

குழந்தைக்கு பசியை உணர கற்றுக் கொடுக்க வேண்டியது ஆரோக்கியத்திற்கான முதல் படி. ஒருவர் எவ்வளவு வசதி கொண்டவராக இருந்தாலும் பசி வந்த பின்னரே உண்ண வேண்டும். பசித்து உண்பவர்கள் பக்கம் நோய் தலை வைத்துப் படுக்காது.

அடுத்தது தாகம். நிறைய தண்ணீர் குடித்தால் ஆரோக்கியம் கிடைக்கும்

என்பதும் மூட நம்பிக்கைதான். சில பெற்றோர் குழந்தைக்கு உணவு ஒரு வாய், தண்ணீர் ஒரு வாய் என மாற்றி மாற்றிக் கொடுப்பார்கள். தண்ணீருடன் போனால் உணவு வேகமாக செரிக்கும் என்பது அவர்களது புரிதல். உண்மையில் இது மிக மோசமான பழக்கம். சாப்பாட்டிற்கு இடையே நீர் அருந்துவது செரிமானத்தை கடுமையாக பாதிக்கும். உணவு உண்பதற்கு முன்பும் பின்பும் அரை மணி நேர இடைவெளியில்தான் நீர் அருந்த வேண்டும். காலை எழுந்தவுடன் ஒரு லிட்டர் நீரை மடக் மடக்கென குடிப்பது போன்ற தாகம் குறித்து பல ஒழுங்கின்மைகளை வைத்திருக்கிறோம். இப்படி ஒரேயடியாக நீரை விழுங்குவதால் குடலின் நெகிழ்ச்சித் தன்மை அதிகரித்து குடல் விரிவடைகிறது. இதனால் விரிவடைந்த குடலுக்கு தக்கவாறு உணவை நிரப்ப வேண்டிய தேவை உருவாகிறது. அதனால் தாகமெடுக்கும் போது மட்டும் டம்ளரிலோ பாட்டிலிலோ வாய் வைத்து நீரை உறிஞ்சி அருந்த குழந்தைக்குப் பழக்குங்கள். உமிழ்நீரோடு கலந்துதான் நீரோ உணவோ வயிற்றுக்குள் போக வேண்டும். நிதானமாக சப்பிக் குடிப்பதால் மட்டுமே நீரின் நன்மை முழுமையாகக் கிடைக்கும்.

மூன்றாவது ஓய்வு. நமக்கே இந்த வார்த்தைக்கு பொருள் தெரியாது. குழந்தைக்கு எங்கே இருந்து கற்பிக்க! உடல் சோர்வாக இருக்கும்போது ஓய்வை கேட்கிறது. சும்மா படுத்திருக்கலாம் அல்லது அமர்ந்திருக்கலாம். ஆனால் குழந்தை அப்படி இருந்தால் நாம் பதற்றமடைகிறோம். செல்போனிலாவது அது விளையாடிக் கொண்டிருக்க வேண்டும். உடல் ஓய்வைக் கேட்கும் போது அதைத் தர மறுத்தால் - காய்ச்சல், தலைவலி, வயிற்றுவலி போன்ற தொந்தரவுகளை உருவாக்கி - அது ஓய்வெடுக்கும். அதனால், 'அம்மா களைப்பா இருக்கு. ஓய்வெடுக்கிறேன்' என குழந்தை சொன்னால், இந்த வயசுல என்ன ஓய்வு வேண்டிக் கிடக்கு என விரட்டாமல் அரைமணி நேரம் அமைதியாக படுத்திருக்கப் பழக்குங்கள். பெரியவர்களுக்கும் இது பொருந்தும்.

நான்காவது மிக மிக முக்கியமானது தூக்கம். நமக்கெல்லாம் காலையில் சீக்கிரம் எழ வேண்டும் என தெரியும். அப்படி சீக்கிரம் எழ வேண்டுமெனில் இரவு சீக்கிரம் உறங்கப் போக வேண்டுமென்பது தெரியாது. தீவிரமான உடல் தொந்தரவு என புகார் செய்பவர்களிடம் நான் கேட்கும் முதல் கேள்வி, 'இரவு எத்தனை மணிக்குத் தூங்குகிறீர்கள்?' என்பதுதான். "எல்லா வேலைகளையும் முடித்து படுப்பதற்கு 12 ஆகிவிடும் என்பார்கள். அதுவும் படுத்தவுடன் ஆழ்ந்த உறக்கத்திற்குப் போக முடியாது. அப்படி இப்படி அசைந்து, அசைபோட்டு இரண்டு மணியாவது ஆகிவிடுகிறது" என்ற பொதுவான பதிலை வயது வேறுபாடின்றி அனைவருமே சொல்கின்றனர்.

அப்படி என்ன வேலை செய்கிறார்கள் என்று பார்த்தால், டிவி சீரியல்களிலோ, நியூஸ் சேனல்களின் விவாதங்களிலோ மூழ்கி இருப்பார்கள்.

வெளியில் சுற்றிவிட்டு அல்லது அலுவலகத்தில் அதிக நேரம் செலவழிக்கும் பழக்கம் ஆண்களுக்கு இருந்தால், அவ்வீட்டின் பெண்கள் விழித்திருக்க நேரிடும். இல்லையெனில், ஆளுக்கொரு செல்போனை வைத்து முகநூலையோ வாட்ஸப்பையோ வெறித்துப் பார்த்துக் கொண்டிருப்பார்கள்.

நண்பர்கள், உறவினர்கள், தெரிந்தவர்கள், தெரியாதவர்கள் என எல்லோரையும் உற்று உற்று கவனிக்கிறேன். ஒரே ஒருவர் கூட இரவு ஒன்பது மணிக்குள் உறங்கச் செல்பவர்கள் இல்லை. ஓர் எழுத்தாள நண்பன் ஊரடங்கிய பின்னர் நள்ளிரவில் தான் தனக்கு சொற்கள் பொங்கி வருவதாகக் குறிப்பிட்டான். திரைப்பட இயக்குநரான மற்றொரு நண்பர் ஒரு ‘ராப்பட்சி'. இரவு முழுவதும் விழித்துக் கிடந்து பகலில் உறங்கப் போவது அவரது வழக்கம். எனக்குத் தெரிந்த ஒரு சமூகப் போராளி இரவு உணவை உண்பதே இரண்டு மணிக்கு மேல்தான். “நாடு இப்படி இருக்குறப்போ எப்படிங்க தூக்கம் வரும்” என்பார்! பின்னிரவு கடந்தும் டிவி பார்ப்பது, நண்பர்களுடன் சுற்றுவது, படிப்பது, குடிப்பது, முகநூலில் வாதாடுவது, களியாடுவது, சம்பாதிப்பது, புரட்சி செய்வது என இரவு விழித்துக் கிடப்பதற்கு ஆளாளுக்கு ஒரு காரணத்தை கெட்டியாகப் பிடித்துக் கொண்டிருக்கின்றனர்.

நான் புழங்கும் வட்டத்தில் இளவயதில் மரணித்தவர்கள் பற்றி ஆராய்ந்த போது, இந்த நான்கு பொன்விதிகளையும் மீறுபவர்கள் என்பது தெரிய வந்தது. குறிப்பாக ‘இரவு தூக்கத்தை தொலைத்தவர்கள்’ என்ற ஒற்றுமை அவர்களுக்கு இருந்தது. தீவிர தொந்தரவுகள் உள்ளவர்களிடம் விசாரிக்கிற போது அவர்கள் இரவுத் தூக்கத்தை அலட்சியம் செய்பவர்கள் என்பது புரிகிறது. பல ஆண்டுகளாக இரவு முழுவதும் விழித்துக் கிடந்து பிற்பகல் வரை தூங்கும் ஒரு தோழிக்கு இரவு முன்னரே தூங்க வேண்டியதன்

உயிரியல் கடிகாரத்தின் படி நம் உடலில் எந்தெந்த நேரம் என்னென்ன நிகழ்கிறது எனத் தெரிந்து கொள்ளுங்கள். இதன்படி இயற்கை விதிகளை மீறாமல் இருந்தால் நோய்கள் அண்டாது! நம் உடலுறுப்புகள் நெருப்பு, நிலம், காற்று, நீர், ஆகாயம் என அய்ந்து மூலகங்களாகப் பிரிந்து செயல்படுகின்றன. அவற்றின் பணிகள் இவைதான்...

அதிகாலை 5-7 மணி: காற்று மூலகமான பெருங்குடல் பணியை செய்கிறது. தூங்கி எழுந்து மலம் கழித்தலுக்கா ன நேரம். இந்த நேரத்தில் தியானம் செய்யலாம்.

காலை 7-9 மணி: நில மூலகமான வயிற்றுப் பகுதிக்கான நேரம். ஆரோக்கியமான உடல் என்றால் இந்த நேரத்தில் பசி எடுக்கும். சத்தான உணவுகளை உட்கொள்ளுங்கள். நடைபயிற்சி மேற்கொள்ளலாம்.

காலை 9-11 மணி: நில மூலகமான மண்ணீரல் செரிக்கப்பட்ட உணவை சத்தாக மாற்றி ரத்தத்தில் கலக்கச் செய்கிறது. இந்த நேரத்தில் வேறெந்த உணவும் உட்கொள்ளாமல் இருப்பது நல்லது. சிந்தனை தெளிவாக இருக்கும்.

முற்பகல் 11- 1 மணி: நெருப்பு மூலகமான இதயத்திற்கான நேரம். ரத்த ஓட்டத்தை சீர் செய்கிறது. உடல் ஆற்றலோடு இயங்கும். மதிய உணவுக்கான நேரம்.

மதியம் 1-3 மணி: நெருப்பு மூலகமான சிறுகுடலுக்கான நேரம். உணவிலிருந்து சத்துகளைப் பிரித்து உறிஞ்சுகிறது. உடலின் ஆற்றல் குறைவாக இருக்கும். குட்டித் தூக்கம் போடலாம்.

பிற்பகல் 3-5 மணி: நீர் மூலகமான சிறுநீர்ப்பையின் வேலை தொடங்குகிறது. இழந்த ஆற்றல் மீட்கப்படுகிறது. திரவக் கழிவு வெளியேறுகிறது. வேலை செய்யவும் படிக்கவும் உகந்த நேரம். உடற்பயிற்சி செய்யலாம்.

மாலை 5-7 மணி: நீர் மூலகமான சிறுநீரகத்திற்கான நேரம். சத்துகளை சேமிக்கிறது. எலும்பு மஜ்ஜையை உறுதி செய்கிறது. இரவு உணவை 7 மணிக்குள் முடித்துவிட வேண்டும்.

மாலை 7-9 மணி: நெருப்பு மூலகமான இதய மேலுறை உடலைப் பாதுகாக்கிறது. வாசிக்கலாம். ஓய்வெடுக்கலாம்.

இரவு 9-11 மணி: நெருப்பு மூலகமான மூவெப்ப மண்டலம் பணியைத் தொடங்கும். நாளமில்லா மற்றும் வளர்சிதை மாற்றங்களை சமன் செய்கிறது. கண்டிப்பாக தூங்க வேண்டும்..

இரவு 11 - 1: மர மூலகமான பித்தப் பையின் பணி தொடங்குகிறது. பித்தத்தை வெளியேற்றுகிறது. செல்களை பழுது நீக்குகிறது. ரத்த அணுக்களை உருவாக்குகிறது. ஆழ் உறக்கத்திற்கு சென்றிருக்க வேண்டும்.

இரவு 1-3 மணி: மர மூலகமான கல்லீரலுக்கான நேரம். நீங்கள் ஆழ்ந்த உறக்கத்தில் இருக்க வேண்டும். உடலின் கழிவுகளை நீக்குகிறது. உடலுக்கு ஓய்வளித்து மீட்டெடுக்கிறது.

அதிகாலை 3-5 மணி: காற்று மூலகமான நுரையீரலுக்கான நேரம். ஆழ்ந்த உறக்கம் தேவை. கனவுகளும் நினைவுகளும் வரும். நுரையீரலில் இருந்து கழிவு வெளியேற்றம் நடக்கிறது.

அவசியத்தை சொன்ன போது, சிரித்துக் கொண்டே அலட்சியம் செய்தாள். மன அழுத்தப் பிரச்னையால் அவதிப்படும் அவள் 'ஸ்டீராய்ட்' மருந்துகளாலும் வலி நிவாரணிகளாலும் தன் பிரச்னையைத் தீர்க்க முடியும் என நம்புகிறாள். அவள் பயன்படுத்தும் மருந்துகளின் பக்க விளைவுகள் குறித்து இணையத்தில் ஆராயச் சொன்ன போதும் புறக்கணித்துவிட்டாள்.

இத்தலைமுறையின் மிகப் பெரிய சீரழிவே இதுதான். நம் ஒவ்வொருவரின் உடலிலும் எத்தனை எத்தனை தொந்தரவுகள்! நோயுற்ற சமூகமாக நாம் மாறியதற்கு முக்கியக் காரணம் தூக்கம் எனும் இயற்கையான அருமருந்தை நாம் தொலைத்ததே! 130 கோடி இந்தியர்களில் 93 சதவிகிதத்தினர் தூக்கமின்மையால் அவதிப்படுவதாக ஓர் ஆய்வு குறிப்பிடுகிறது. இதில் 87 சதவிகிதம் பேருக்கு தூக்கமின்மையே பல நோய்களுக்கு காரணமாகவும் அமைந்திருக்கிறது. இது போன்ற உண்மைகளைத் தெரிந்து கொள்ளாமல் நம்மோடு சேர்த்து குழந்தைகளையும் பின்னிரவு வரை விழித்திருக்கப் பழக்குகிறோம்.

உயிரினங்களில் இரவில் தூங்குபவை, பகலில் உறங்குபவை என இரண்டு வகை உண்டு. மனிதர்கள் முதல் வகையைச் சேர்ந்தவர்கள். ஒவ்வொரு உயிரினமும் தனக்கு இயற்கை வழங்கியிருக்கும் உயிரியல் கடிகாரத்திற்கு உட்பட்டே இயங்குகிறது (Body Clock). ஜெப்ரி சி. ஹால், மைக்கேல் ராஸ்பாஷ் மற்றும் மைக்கேல் டபுள்யூ. யங் ஆகிய அமெரிக்க விஞ்ஞானிகளுக்கு அறிவியல் பிரிவில் இந்த ஆண்டுக்கான நோபல் பரிசு வழங்கப்பட்டது. வழக்கம் போல, நமக்கு இதுவொரு செய்தியே அல்ல. ஆனால், அவர்களது கண்டுபிடிப்பு நம் நல்வாழ்க்கையோடு தொடர்புடையது என்பதால் கண்டிப்பாக நாம் தெரிந்து கொண்டே ஆக வேண்டும். தாவரங்கள்,

மனிதர்கள் மற்றும் விலங்குகள் ஆகியவை பூமி சுழலும் போது, இந்த பிரபஞ்சத்தின் பகல், இரவு சுழற்சிக்குத் தக்கவாறு எவ்வாறு தம்மை தகவமைத்துக் கொள்கின்றன என்பதுதான் இம்மூவரும் செய்த ஆய்வு.

இன்னும் எளிமையாக சொல்ல வேண்டுமெனில், வெளியில் இருக்கும் கடிகாரத்தை வைத்து நாம் பொழுதுகளை அறிந்து அதற்குத் தக்கவாறு செயல்படுகிறோம். அதே போன்ற ஒரு கடிகாரம் இயற்கையாகவே நம் உடலுக்குள் இயங்குகிறது. இதை 'பாடி க்ளாக்' (body clock) என்றோ 'சிர்காடியம் ரிதம்' என்றோ அழைக்கிறார்கள். சீன பாரம்பரிய மருத்துவமான அக்குபங்சரில் பல ஆயிரம் ஆண்டுகளுக்கு முன்னரே உயிரியல் கடிகாரத்தை கண்டுபிடித்துவிட்டார்கள். நவீன விஞ்ஞானிகளுக்கு இந்த நூற்றாண்டில் தான் இது சாத்தியப்பட்டிருக்கிறது. நம் உடல் உள்ளுறுப்புகள் ஒவ்வொன்றுமே அவற்றுக்கு இயற்கை விதித்திருக்கும் குறிப்பிட்ட நேரத்தில் மட்டுமே இயங்குகின்றன என்பதுதான் இவர்களது ஆய்வின் கண்டுபிடிப்பு.

பசிப்பது, தூக்கம் வருவது எல்லாம் இந்த கடிகாரத்தைப் பொறுத்துதான் நிர்ணயிக்கப்பட்டிருக்கிறது. ஆனால், நமக்கு இது தெரியாது. நாம் நமது வாழ்க்கை முறைக்குத் தக்கவாறு உடலின் தேவைகளை வளைத்துக் கொள்கிறோம். அதாவது பசிக்கிற நேரம் உண்பதில்லை. மாறாக 10 மணிக்கு அலுவலகம் என்றால் நேரம் பார்த்து 9 மணிக்கு உண்போம். பின் அதுவே பழகிப் போகும். ஒவ்வொரு நாள் காலை ஒன்பது மணிக்கும் பசிப்பதைப் போல உணர்வு வரும். ஆனால் அது பசியல்ல; வெறும் பழக்கம். அதே போல இரவு 9 மணிக்கு உறக்கம் வந்தாலும் டிவி சீரியல் 11 மணிக்கு முடிகிற வரை விழித்துக் கிடப்போம். கேட்டால் தூக்கமே வரவில்லை, அதனால் தான் டிவி பார்க்கிறேன் என சாக்கு சொல்வோம். இதுதான் இயற்கை விதிமீறல். விதிமீறல்கள் எப்போதுமே ஆபத்தில்தானே முடியும்! நமது வெளிப்புற நடவடிக்கைகளால் உடல் உள்ளுறுப்புகளும் அதனதன் வேலையைச் செய்ய முடியாமல் தடுமாறுகின்றன. இதனால் பலவிதமான பாதிப்புகளை உடல் எதிர்கொள்ள நேரிடுகிறது.

இரவுத் தூக்கத்தின் போது மனித உடலில் உள்ள உறுப்புகள் பல முக்கியமான வேலைகளைச் செய்கின்றன. ஆழ்ந்த உறக்கத்தில் 11-3 மணி வரையிலான நேரத்தில் பித்தப்பையும் கல்லீரலும் தமது பணியை செய்கின்றன. இரவு 11-1 மணி வரை பித்தப்பை செல்களை பழுது பார்த்து ரத்த அணுக்களை உருவாக்குகிறது. 1-3 வரையிலான நேரத்தில், கல்லீரல் உடலின் கழிவுகளை நீக்கி, செல்களுக்கு ஓய்வு கொடுத்து, அடுத்த நாளைய பணிக்கு தயார் செய்கிறது. இந்தப் பணியை நாம் ஆழ்ந்து உறங்கும் நிலையில்தான் இந்த உறுப்புகளால் செய்ய முடியும். விழித்துக் கிடந்தால் உடலில் கழிவு நீக்கம் நடைபெறாது. 11-3 வரை உடல் ஆழ் உறக்க நிலைக்கு போக வேண்டுமெனில்

சுமார் 9 மணி அளவில் நாம் படுக்கையறைக்குள் போய் மனதளவில் உறக்கத்திற்கு தயாராக வேண்டும். ஆனால் நம்மில் பலர் உறங்கப் போவதே மூன்று மணிக்குதான். நள்ளிரவில் பூமி குளிர்ந்து, தூக்கத்தில் உடலும் குளிர்ச்சியடையும் போது நமது ஆரோக்கியத்திற்கான அரும்பணியை கல்லீரலும் பித்தப்பையும் செய்து முடிக்கின்றன.

இன்னொன்றையும் புரிந்து கொள்ளுங்கள். எட்டு மணி நேரம் கண்டிப்பாக தூங்க வேண்டும் என தெரிந்த நமக்கு அது எந்த எட்டு மணிநேரம் என்பது தெரியவில்லை. இரவு முழுவதும் விழித்துக் கிடக்கும் பலரும் அதிகாலை தொடங்கி நண்பகல் வரை படுக்கையில் கிடந்து ஈடு செய்கின்றனர். இதனால் உடல் கடுமையான தடுமாற்றத்திற்கு உள்ளாகிறது. பகலில் தூங்குவதால் உடலின் சூடு அதிகரிக்கிறது. பகலில் உறங்கும் பழக்கமுள்ளவர்கள் எப்போதும் ஒருவித எரிச்சலையும் தூங்காததைப் போன்ற உணர்வையும் சுமந்து கொண்டிருப்பார்கள். எத்தனை பகல்கள் உருண்டு புரண்டு தூங்கினாலும் ஓர் இரவு தூக்கத்தின் பலனைப் பெற முடியாது என்பதைப் புரிந்து கொள்ளுங்கள்.

இன்றைய இளைஞர்கள் இரவில் தான் வாழ்கின்றனர். அய்.டி. ஊடகம் போன்ற துறைகளில் பணிபுரிபவர்கள் மட்டுமல்ல, பொதுவாகவே இரவுத் தூக்கத்தை புறக்கணிப்பது இன்றைய பண்பாடாகவே மாறிப் போய்விட்டது. 8-9 மணிக்கு உடற்பயிற்சி கூடங்களில் மூச்சிரைக்க பயிற்சி செய்கின்றனர். உடற்பயிற்சிக்கு பின் உடல் விழிப்படைகிறது. தூக்கம் வராத இரவில் என்ன செய்வது என தெரியாமல் கண்டதையும் செய்கின்றனர். தூக்கம் வராததால் மதுவை தேடுகின்றனர். தூக்கம் வராததால் 'சாட்' செய்கிறார்கள். தூக்கம் வராததால் படம் பார்க்கின்றனர். தூக்கம் வராததால் தூக்க மாத்திரைகளைப் போட்டுக் கொள்கின்றனர். இரவு என்பது தூக்கத்திற்கான நேரம் என்ற இயற்கை விதியை ஏற்க மறுப்பதால் வரும் அல்லல் இது.

இரவுத் தூக்கம் என்பது ஆரோக்கியமாக வாழ்வதற்கான நல்லொழுக்கம் என்பதை பெற்றோர் முதலில் கற்க வேண்டும். ஒரு சமூகத்தில் பெரியவர்கள் எப்படி இருக்கிறார்களோ அச்சில் வார்த்தார் போல குழந்தைகளும் அப்படியே இருப்பர். இரவு நியூஸ் சேனல் பார்க்கும் பழக்கமுள்ள நண்பர், குழந்தை தொந்தரவு செய்யாமல் இருக்க வேண்டுமென்பதற்காக வீடியோ கேம்ஸ் விளையாடச் செய்தார். பிறகு அதற்கு பழகி, அடிமையாகி இரவுகளில் அச்சிறுவன் தூங்குவதே இல்லை. எதற்கெடுத்தாலும் கோபத்தில் அலறுவான். மனநல மருத்துவரிடம் அழைத்துப் போகிற நிலைக்கு அப்பாவே தன் மகனை ஆளாக்கி இருந்தார். இரவு தூக்கத்தின் அவசியத்தை குழந்தைக்கு புரிய வைக்காத பெற்றோர் சமூகத்திற்கு பெருந்தீங்கை இழைக்கின்றனர்.

தூக்கமிழந்த தலைமுறை என்பது நோயுற்ற மனிதக் கூட்டம். அதனால் இந்த பூமிக்கு ஒரு பயனும் இல்லை. உடல் வலி, தலைவலி, காய்ச்சல், ரத்தசோகை, பசியின்மை, கோபம், எரிச்சல், மன அழுத்தம், மறதி, சர்க்கரை, கருப்பைக் கோளாறுகள், இதயநோய் என தூக்கமின்மையால் உண்டாகும் நோய்களின் பட்டியல் மிகப் பெரியது. தூக்கமின்மையால் வந்த பிரச்னையை நல்ல தூக்கத்தால்தான் சரி செய்ய முடியும். ஆனால் நாமோ விலையுயர்ந்த சிகிச்சைகளைத் தேடி ஓடுகிறோம்.

இன்று நாம் கட்டக் கடைசியாக கவலைப்படும் ஒன்றாக ஆரோக்கியம் ஆகிவிட்டது. சென்ற தலைமுறை வரை அதுதான் முதல் இடத்தைப் பிடித்திருந்தது என நம்புகிறேன். பாட்டி தாத்தாவோடு வாழ நேர்ந்தவர்களுக்கு அது தெரிந்திருக்கும். மாங்கு மாங்கென புழுதியில் விளையாடிவிட்டு கபகபவென வயிற்றில் பசியெடுக்க சமையலறையில் ஏதாவது இருக்கிறதா என பாத்திரத்தை உருட்டியிருப்போம். பழைய சோறோ, கறி சோறோ எதைத் தின்றாலும் செரித்து உடலுக்கு தேவையான சத்தாக நம்முள் கரைந்தது. எனது பள்ளிக் காலம் வரையிலும் கிராமங்களில் எட்டு மணிக்கெல்லாம் ஊரடங்கியதாகவே நினைவு. அதிகாலை சூரியன் உதயத்திற்குப் பின் உறங்க யாருக்கும் அனுமதியில்லை. கோழி கூவும் போது எழுந்து பொழுது சாயும் போது ஓய்வும் தூக்கமுமாக மனிதர்களும் சாய்ந்துவிடுவார்கள்.

ஆரோக்கியம் என்பது உடலோடு பிறந்து உடலோடு வளர்ந்து உடலோடு அடங்கிப் போவது. இந்த உண்மை புரியாமல் அதை நாம் வெளியில்

தேடுகிறோம். பசி, தாகம், ஓய்வு, தூக்கம் என்ற ஆரோக்கியத்தின் அருமை நண்பர்களைப் புறந்தள்ளிவிட்டு மருந்து மாத்திரைகள் எனும் எதிரிகளை நம்பி மோசம் போகிறோம். படித்த பெற்றோர் கூட குழந்தை உட்கொள்ளும் மருந்துகள் குறித்து ஆராயாமலே மிட்டாய்களைப் போல தின்னக் கொடுக்கின்றனர். காய்ச்சல் வந்தால் குறிப்பிட்ட மாத்திரையை விழுங்கவும், இருமல் வந்தால் டானிக் புட்டியை திறந்து மடக்கெனக் குடிக்கவும் குழந்தைகள் பழகுகின்றன. எண்ணற்ற வீடுகளில் இந்த காட்சியைப் பார்க்க முடியும்.

பல பத்தாண்டுகளாக குழந்தைகளுக்கு நாம் மிகச் சாதாரணமாக கொடுத்து வந்த சுமார் 344 பிக்ஸ்ட் டோஸ் காம்பினேஷன்களைக் கொண்ட புகழ்பெற்ற டானிக் வகைகளையும் மாத்திரைகளையும் கடந்த ஆண்டு மத்திய அரசு தடை செய்த போது (டெல்லி உயர்நீதிமன்றத்தால் இந்ததடை தள்ளுபடி செய்யப்பட்டது) அது பரபரப்பை ஏற்படுத்தியது. இதில் நாம் நம்பி பயன்படுத்தும் 6000 மருந்து வகைகள் அடக்கம். ஆனால், நாம் அதைப் பற்றி எந்த பதற்றமும் அடையவில்லை.

செய்தி நிறுவனத்தில் என்னுடன் பணிபுரிந்த ஒருவர் மருந்துகள் தடை குறித்த செய்தியை எழுதும் போது, இருமலுக்காக அடிக்கடி தன் குழந்தைக்கு குடிக்கக் கொடுக்கும் குறிப்பிட்ட டானிக் வகையும் பட்டியலில் இருந்ததைப் பார்த்து அதிர்ச்சி அடைந்தார். "இவற்றில் நோயை குணப்படுத்துவதற்கான தன்மையே இல்லை. மாறாக மனித உடலில் இவை பாதிப்புகளை உண்டாக்குகின்றன" என்ற மத்திய அரசின் விளக்கம் அவருக்கு தலை சுற்றலை உண்டாக்கியது. பதறிப் போய் அந்த மருந்து குறித்து இணையத்தில் தேடினார். மறதி, தூக்கமின்மை, நடுக்கம், உடல் பிடிப்பு என சாதாரணமாகத் தொடங்கி நீண்ட கால பாதிப்பாக சிறுநீரகச் சிதைவு, மலச்சிக்கல் போன்ற பிரச்னைகள் பக்க விளைவாக சுட்டிக் காட்டப்பட்டிருப்பதை அறிந்ததும் கலங்கிப் போனார். காரணம், அந்த குழந்தை எதற்கெடுத்தாலும் அந்த டானிக்கை எடுத்து குடிப்பதைப் பார்த்து, 'எவ்வளவு அறிவு பாரேன்' என பெருமைப்படுவது இவரது வழக்கமாம். மருந்துகளைப் பொருத்தவரை தவறாக பயன்படுத்துவது (misuse) தான் நமது பண்பாடாக இருக்கிறது. 'விருந்தும் மருந்தும் மூன்று நாள்' என நம் சொல்வழக்கில் உண்டு. மருத்துவர்கள் மூன்று நாட்களுக்கு எழுதிக் கொடுத்தாலும், ஏழு நாட்கள் காய்ச்சல் இருந்தால் நாமாகவே ஏழு நாட்களுக்கும் அதை எடுத்துக் கொள்கிறோம்.

இந்தியர்களாகிய நமக்கு உடல் குறித்த அறிவும் இல்லை, மருந்துகள் குறித்த அறிவும் இல்லை. எந்நேரமும் இணையத்தின் உதவியுடன் வாட்ஸப்பிலும் முகநூலிலும் மூழ்கிக் கிடக்கும் படித்த பெற்றோர்கள், ஆன்லைனில் ஒரு பொருளையோ உடையையோ வாங்க வேண்டுமெனில் ஆராய்ச்சிக்கு மேல்

ஆராய்ச்சி செய்கின்றனர். குறுக்கு சோதனை செய்கின்றனர். ஆனால், உயிர் மற்றும் ஆரோக்கியம் தொடர்பான மருந்துகளைப் பற்றி மட்டும் எந்த அறிவையும் வளர்த்துக் கொள்ளத் தயாராக இல்லை. நம்மைப் பொருத்தவரை, டாக்டர் எழுதிக் கொடுத்தாலே அது நல்ல மருந்துதான். கடைக்காரர் ஒரு நகையை எடுத்துக் கொடுத்தால் செய்கூலி எவ்வளவு, சேதாரம் எவ்வளவு, ஹால்மார்க் தானா என எத்தனை புரட்டு புரட்டுகிறோம்! பட்டுப் புடவை வாங்கப் போனால் அது 'ஒரிஜினலா' என தெரிந்து கொள்ள எவ்வளவு துடிக்கிறோம்?! உடம்புக்குள் செல்லும் ஒரு மருந்தைப் பற்றி மட்டும் ஏன் நமக்கு இவ்வளவு அலட்சியம், கண்மூடித்தனம்?

மருந்துகள் இல்லாமலே நாம் ஆரோக்கியமாக வாழ வேண்டும். மருந்துகள் இல்லாமலே நம்மால் ஆரோக்கியமாக வாழ முடியும். இந்த விஷயத்தை நீங்கள் நம்பி குழந்தைகளுக்கும் கற்பியுங்கள். குழந்தைகளை அறிவார்ந்தவர்களாக வளர்ப்பது எவ்வளவு முக்கியமோ அதைவிட முக்கியம் ஆரோக்கியமானவர்களாக உருவாக்குவது. அதற்கு நீங்கள் பணத்தை செலவழிக்க வேண்டாம். காய்ச்சலுக்கு ஈரத் துணியை தலையிலும் வயிற்றிலும் போட்டு சூட்டைக் குறைப்பதுதான் நமது வழக்கமாக இருந்தது. அப்படியான எளிய சிகிச்சை முறைகள் கேலிக்குரியவை அல்ல. உடல் குறித்த அறியாமைகளில் இருந்தும் மருந்துகள் குறித்த மாயைகளில் இருந்தும் வெளியே வாருங்கள். நம் குழந்தைகளின் ஆரோக்கியத்தை எதன் பொருட்டும் நாம் பணயம் வைக்கக் கூடாது.

யாவரும் நம் மக்களே!

11

பொங்கலுக்கு தன் சொந்த ஊருக்குப் போக அலுவலக நண்பர் ஒருவர் முன்பதிவு செய்ய பரபரத்துக் கொண்டிருந்தார். அவருக்கு எப்போதுமே ஊர் பெருமை அதிகம் உண்டு. என்ன சார், ஊருக்கா என கேட்டுவிட்டால் போதும்... "இதெல்லாம் ஒரு வாழ்க்கையா? யாரோடயும் பழகாம ஆபிசுக்கும் வீட்டுக்குமா அல்லாடிகிட்டு. எந்திரம் கணக்கா வேலை செய்றோம். மாமன், மச்சான்னு அங்கதான் உசுரே இருக்கு!' என்பார். அவர் சென்னையில் குடியேறி ஏறக்குறைய 15 ஆண்டுகள் ஆகிவிட்டன. ஆனாலும் அவருக்கு இங்கே ஒரு பிடிப்பு வரவில்லை. சக மனிதர்களுடன் ஓர் உறவை ஏற்படுத்த ஒருவருக்கு 15 ஆண்டு காலம் போதாதா?

தம் ரத்த சொந்தங்களைக் கடந்து பிற மனிதர்களுடன் இணைந்து வாழ்வதில் நமக்கு பல வகையான மனத்தடைகள் இருக்கின்றன. அதில் முக்கியமானது சமத்துவத்தின் மீதான நமது வெறுப்பு! இங்கே எந்த இரண்டு

இந்தியரும்/தமிழரும் ஒருவரை ஒருவர் சமமாக கருதிக் கொள்வதில்லை. ஒரே வேலை பார்த்தாலும், ஒரே நிறத்தில் இருந்தாலும், ஒரே மொழி பேசினாலும், ஒரே சாதி, மதத்தை சேர்ந்தவர்களாயினும் இன்னொரு மனிதர் என்றால் அவர் எனக்கு இணையானவர் இல்லை என நாம் கருதுகிறோம். அதனால் தான் நம்மால் யாருடனும் உறவைப் பேண முடிவதில்லை. நகரங்களுக்கு வந்து குடியேறுகிறவர்கள் சொந்தங்களோடு கூடி மகிழ்ந்திருக்க ஒவ்வொரு விடுமுறைக்காகவும் காத்துக் கிடக்கின்றனர். இங்கே யாருடனும் பழக முடியாததால் 'இதெல்லாம் ஒரு வாழ்க்கையா?' எனப் புலம்புகின்றனர்.

நான் இப்போது குடியிருக்கும் வீட்டிற்கு வந்து இரண்டாண்டுகள் ஆகிறது. என் பக்கத்து வீட்டில் வசிப்பவரின் மகளும் என் மகளும் ஒரே பள்ளியில், ஒரே வகுப்பில், ஒரே பிரிவில் ஒரே இருக்கையில் அருகருகே அமர்ந்துதான் படிக்கின்றனர். இந்த வீட்டிற்கு வந்த புதிதில் ஒருநாள் என்னை அறிமுகம் செய்து கொண்டு அவர்களுடன் பேசலாம் என்று போனேன். அந்தப் பெண்மணி கதவைத் திறக்காமலேயே, 'நாங்க இப்போ வெளில கிளம்புறோம்' என்றார். அடுத்து சில வாரங்கள் கழித்து, மகள் தன் தோழியுடன் விளையாட வேண்டுமென கேட்கவும் அழைத்துப் போனேன். அப்போதும் கதவைத் திறக்காமலேயே "அவ ஹோம் ஒர்க் செஞ்சிட்டிருக்கா" என்றார். இரண்டாண்டுகள் ஆகிவிட்டது. இப்போது வரை அவர்கள் கதவை திறக்கவே இல்லை. பள்ளியில் ஒன்றாக விளையாடும் குழந்தைகள் ஒரே தெருவில் ஒன்றாக விளையாட அனுமதி இல்லை. "ஷட்டில் விளையாட வர்றியா என கேட்டால், "இல்ல ஆண்ட்டி அம்மா திட்டுவாங்க" என்று உள்ளே ஓடிவிடுகிறாள் அந்தச் சிறுமி.

இது ஓர் அண்டை வீட்டின் கதை அல்ல. இந்தியாவின் பல கோடி அண்டை வீடுகளிலும் இதுதான் நிலை. அடிப்படையில் இதுவொரு தேசியப் பிரச்சினை. ஆச்சர்யமாக இருக்கிறதா? "என்னங்க, ஒரு சாதாரண பிரச்னையை இப்படி பெரிசுபடுத்துறீங்க" என்கிறீர்களா? ஒரு நாட்டுக் குடிமக்களுக்கு சக மனிதர்கள் மீது பிடிப்போ, நம்பிக்கையோ, பற்றோ வரவில்லை எனில் அது ஒரு தேசியப் பிரச்சினை ஆகாதா? நகரமயமாக்கலும் தனிக்குடித்தன வாழ்வும் கட்டாயமாகிவிட்ட இந்த காலத்தில் தனக்கென யாருமே இல்லை என எல்லோருமே புலம்புகிறார்கள். வீட்டின் கதவையும் மனதின் கதவையும் இறுக்கமாக மூடி வைத்துக் கொண்டு 'இங்கே மனிதர்களே இல்லை' என்றால் எப்படி?

கிராம வாழ்க்கை, கூட்டுக் குடும்ப வாழ்க்கை மீது ஓர் ஏக்கம் பலருக்கும் இருக்கிறது. தாத்தா பாட்டி, அத்தை, மாமா, சித்தி, சித்தப்பா என எல்லோரும் ஒரே கூரையின் கீழிருந்த அந்த வாழ்க்கை முறையில் குழந்தை வளர்ப்பு சிறப்பாக இருந்ததாக நம்பப்படுகிறது. சமூகப் பார்வையில் இது சரிதானா

என நிச்சயம் ஆய்வு செய்தாக வேண்டும்! ஏனென்றால் கூட்டுக் குடும்ப வாழ்க்கையானது ரத்த உறவுகளுடனான பிணைப்பை மட்டுமே உறுதி செய்து கொடுத்தது. ரத்த சொந்தம் அல்லாதவர்களுடனான நல்லிணக்கத்தை அது தடை செய்தது.

ஒரு கிராமத்தை எடுத்துக் கொள்ளுங்கள். அந்த கிராமம் முழுக்க யார் இருப்பார்கள். உங்கள் சொந்த உறவுகள் தான். அவர்களை தாண்டி பிற சமூகத்தினருடன் பழகவோ, சேர்ந்து வாழவோ அனுமதி இருந்திருக்காது. அதே பழக்கம்தான் வேலை வாய்ப்புக்காக இடம் பெயர்ந்து வருகிற நிலையில் கூட அண்டை வீட்டாருடன் நம்மை சேரவிடாமல் செய்கிறது. யாராக, என்ன ஆளாக இருப்பார்களோ என்று தயங்குகிறோம். ஆக நாம் பெருமைப்பட்டுக் கொள்ளும் பண்பாடான கிராமத்துக் கூட்டுக் குடும்ப முறையிலும் சரி, இன்றைய நடைமுறையாகிவிட்ட தனிக்குடித்தன வாழ்க்கை முறையிலும் சரி, இரண்டிலுமே சக மனிதர்களோடு சேர்ந்து வாழும் வாய்ப்பை நாம் உருவாக்கவில்லை.

தனிமையில் உழல்கின்றனர் என்பதுதான் இன்றைய குழந்தைகளின் ஆகப் பெரும் பிரச்னை எனில், அதற்கு யார் காரணம்? சக மனிதர்களுடன் இணைந்து வாழ்வதற்கான குடும்பச் சூழலோ சமூகச் சூழலோ இங்கே இல்லை. அதை உருவாக்காமல் நாம் தான் தடுத்து நிற்கிறோம். மகிழ்ச்சியெல்லாம் நம் உறவுகளிடம் மட்டும்தான் கிடைக்கும் என்பதாக குழந்தைகளுக்கு தவறான பாடத்தைக் கற்பிக்கிறோம். யாதும் ஊரே யாவரும் கேளிர் என்ற மிக அற்புதமான தத்துவம் நம் முன்னோரால் தான் எழுதப்பட்டது. ஆனால்

அவரவர் ஊரைக் கடந்து எதுவுமே வாழத் தகுதியானதில்லை என நிராகரிக்கிறோம். அவரவர் உறவுகளைக் கடந்து யாருமே சரியான மனிதர்கள் இல்லை என புறக்கணிக்கிறோம். குழந்தைகளை பூட்டி வைக்கும் நிலை அதனால்தான் உருவாகிறது.

மேற்கத்திய நாடுகளில் முன்பின் அறிந்திராத ஒருவரை கண்ணுக்கு கண் பார்த்துவிட்டால், உடனே ஹலோ என்று புன்னகைப்பார்கள். அது அவர்களின் பண்பாடு. கண்ணுக்கு கண் பார்த்துவிட்டு புன்னகைக்காமல் போனால் நீங்கள் அவரை அவமரியாதை செய்ததாகப் பொருள். பேச்சு வந்துவிட்ட குட்டிக் குழந்தைகளும் இதைப் பின்பற்றுகின்றன. ஆனால், நாமோ சக மனிதரை பார்த்தால் முகத்தை இறுக்கமாக வைத்துக் கொள்கிறோம். எதிரில் யாரேனும் நம்மைப் பார்த்து புன்னகைத்தால், சட்டென பின்னால் திரும்பிப் பார்ப்போம், யார் இவர், எங்கே பார்த்தோம், நம்மைப் பார்த்து ஏன் சிரிக்கிறார், பதிலுக்கு சிரித்தால் தப்பாகிவிடுமோ இல்லை இந்த ஆளு பைத்தியமா என ஆயிரத்தெட்டு கேள்விகளால் அலைக்கழிக்கப்படுவோம். ஒரு சிரிப்புக்கு இத்தனை அக்கப்போரா?

நாமே இப்படி இருக்கும் போது குழந்தைகள் என்ன செய்யும்? சக மனிதரை பார்த்தால் பயப்படுகின்றன, ஓடி ஒளிகின்றன அல்லது அவமரியாதை செய்கின்றன. ‘எல்லா மனிதரும் நம்மைப் போன்றவர்களே’ என்ற அடிப்படையான வாழ்வியல் அறத்தை, சமத்துவக் கல்வியை நாம் குழந்தைகளுக்குத் தர மறுக்கிறோம். சிவப்பே அழகு, கறுப்பு அசிங்கம் என்ற புரிதல் குழந்தைக்கு எங்கே இருந்து வந்தது? பள்ளியில் ஆசிரியரும் அங்கே பணிபுரியும் துப்புரவுப் பணியாளரும் ஒரே மாதிரியாக மதிக்கப்பட வேண்டியவர்கள் இல்லை என குழந்தை எப்படி கற்கிறது? இருவருமே சம்பாதிக்கிறார்கள், அன்பு செலுத்துகிறார்கள் என்ற நிலையிலும் அம்மாவை விட அப்பா உயர்ந்தவர் என்ற எண்ணத்தை குழந்தைக்கு விதைத்தது யார்? மனிதர்களின் தோற்றம், செய்யும் வேலை, நிறம், பாலினம், மொழி, சாதி, மதம் போன்றவற்றை வைத்து மரியாதையைக் கூட்டவும் குறைக்கவும் குழந்தைக்கு யார் தான் கற்பிக்கிறார்கள்?

ஒவ்வொரு நாள் காலையும் நம் வீடுகளில் குப்பைகளை சேகரிக்க துப்புரவுப் பணியாளர் வண்டியைத் தள்ளிக் கொண்டு வருவார். அவரைப் பற்றிய நமது மதிப்பீடு என்ன? அண்மையில் நடந்த சம்பவம் இது. தன் மகனிடம் குப்பைப் பையை கொடுத்துவிட்டார் ஒரு தந்தை. அவன் “அங்கிள்” என கத்திக் கொண்டே ஓடினான். திரும்பி வந்தவுடனே முதுகில் டம்மென்று ஒரு போடு போட்டு, “குப்பைப் பொறுக்குறவனை அங்கிள்னு கூப்பிடுற, அறிவில்ல உனக்கு” என்றார். அவன் ‘பின்ன எப்படிப்பா கூப்பிடுறது?’ என்றான். “குப்பைனு கூப்பிடு போதும். நீ ஓடாத, அவனே வருவான்” என்றார்.

குழந்தையிடம் சமூகப் பொறுப்பை வளர்த்தெடுக்க சில வழிமுறைகள்!

1. தானம் என்றாலே பழையதைக் கொடுப்பது என்பதே நம் வழக்கம். அதற்கு மாறாக, புதிய ஆடைகள், புத்தகங்கள், பொம்மைகள், பொருட்களை வாங்கி தேவைப்படும் மற்றொரு குழந்தைக்கு பரிசளிக்கப் பழக்கப்படுத்துங்கள். தன் பென்சிலை தோழிக்குக் கொடுத்து உதவினேன் என்று சொல்லும் குழந்தையை பாராட்டுங்கள். இந்த பழக்கம் கொடுத்து மகிழும் பண்பை வளர்த்தெடுக்கும்.
2. குழந்தையின் நண்பர்களுக்குள் ஏற்றத் தாழ்வு பார்க்காதீர்கள். குழந்தையின் நண்பர்கள் ஒரே நிலையில் இருந்தால் வெவ்வேறு சமூகப் பின்னணியைச் சேர்ந்த புதிய நண்பர்களை அறிமுகம் செய்யுங்கள். அவர்களுடன் விளையாடுவது, வரைவது, பாடுவது, படிப்பது போன்ற செயல்களை செய்யட்டும்.
3. வார இறுதியில் மால்களுக்கு அழைத்துப் போவதற்கு பதிலாக, இயற்கை சூழ்ந்த இடங்கள், வனவிலங்கு சரணாலயங்களுக்கு அழைத்துச் செல்லுங்கள். இன்றைய குழந்தைகளுக்கு இந்த பூமியில் மனிதர்களைத் தவிர வேறு உயிர்கள் இருக்கின்றனவா என்பதே தெரியாது! உயிர்கள் ஒன்றை ஒன்று சார்ந்து வாழும் உயிர் சங்கிலியைப் புரிய வையுங்கள்.
4. பொருட்களை குறைவாக பயன்படுத்தப் பழக்குங்கள். கிழிந்த துணியை தைத்துப் போடுவது, உடைந்த பொருளை ஒட்டிப் பயன்படுத்துவது, பழுது நீக்குவது, மறு சுழற்சி, மறு பயன்பாடு ஆகியவற்றை கற்பியுங்கள். நாம் பயன்படுத்தும் ஒவ்வொரு பொருளும் இந்த பூமியின் வளங்களைச் சுரண்டியே உற்பத்தி செய்யப்படுகிறது என்பதால் அவற்றின் மதிப்பை சொல்லிக் கொடுங்கள். பணம், தண்ணீர், மின்சாரம் எல்லாவற்றையும் சிக்கனமாக செலவழிக்கச் சொல்லித் தாருங்கள். சிக்கனத்தைக் கற்ற குழந்தை ஒரு போதும் வாழ்க்கையில் சிரமப்படாது.
5. பாகுபாடின்றி அனைவரையும் மதிக்கப் பழகுங்கள். உங்களைப் பார்த்து குழந்தையும் அதை பின்பற்றும். காய்கறி விற்பவர், துணி வெளுப்பவர், துப்புரவுப் பணி செய்பவர், வீட்டு வேலை செய்பவர் எல்லோரையும் சமமான மரியாதையோடு நடத்துங்கள். இதில் குழந்தை தவறிழைத்தால் உடனே திருத்துங்கள்.
6. செய்தியிலோ, நிகழ்ச்சிகளிலோ நன்மை செய்பவர்கள் பற்றி குறிப்பு வந்தால் மனதார வாய்விட்டுப் பாராட்டுங்கள். அவர் என்ன நன்மை செய்தார் என்பதை

கதையாகச் சொல்லுங்கள். சமூகத்திற்கு நன்மை செய்பவர்களே உண்மையான கதாநாயகர்கள் என்று எடுத்துரையுங்கள். குழந்தை அப்படியொரு கதாநாயகராக மாற கனவு காணத் தொடங்கும்.

7. சுற்றுலாக்களை விடவும் பயணங்களுக்குத் திட்டமிடுங்கள். புதிய மனிதர்களை அறிமுகம் செய்வதை ஒரு போதும் நிறுத்தாதீர்கள்.
8. உங்கள் ரத்த சொந்தங்களைக் கடந்த நண்பர்களுடனான நிகழ்வுகளுக்கும் பயணங்களுக்கும் திட்டமிடுங்கள். சமூகக் கலப்பை இயல்பாகப் பழக்குங்கள்.
9. உங்கள் நம்பிக்கை என்னவாக இருந்தாலும் உண்மையை மட்டுமே பேசுங்கள். யாரை குறித்தும் குழந்தையிடம் தவறாகப் பேசி வெறுப்புணர்வை விதைக்காதீர்கள்.
10. மேலே கூறியவற்றை நீதிக் கதைகளாகச் சொல்லுங்கள்.

இன்னொரு நாள் என் கீழ் வீட்டில் இருக்கும் பெண்மணி துப்புரவுப் பணியாளர் மேல் தளத்திற்கு வர முற்பட்டதற்காக, நாயை அவிழ்த்துவிட்டார். அவரின் செயலைக் கண்டித்ததற்காக இன்று வரை என்னுடன் பேசுவதில்லை. இப்படியெல்லாம் நீங்கள் மேற்கத்திய நாடுகளில் நடந்து கொண்டால் சிறைக்குப் போக வேண்டியிருக்கும்.

ஏன் நமக்கு சம மனிதர்கள் மீது இவ்வளவு வெறுப்புணர்வு! நீங்கள் மருத்துவராகவோ, பத்திரிகையாளராகவோ வேலை செய்வதைப் போல ஒரு துப்புரவுப் பணியாளரும் தன்னுடைய வேலையைச் செய்கிறார். அவர் மீது மரியாதை செலுத்தவிடாமல் எது தடுக்கிறது சொல்லுங்கள்? நாம் மிக மிக வளர்ச்சியடைந்த, நாகரிகம் தழைத்தோங்கும் காலத்தில் வாழ்கிறோம். உண்மையில் வளர்ந்த சமூகத்தின் அறிகுறி என்ன தெரியுமா? அங்கே மனிதர்கள் ஒருவர் மீது ஒருவர் நம்பிக்கைக் கொண்டு சேர்ந்து வாழ வேண்டும். ஆனால், சமூக வாழ்க்கை என்றால் என்னவென்றே தெரியாத அதிசய மனிதக் கூட்டமாகத் தானே நாம் இருக்கிறோம்.

ஒவ்வொரு மனிதருக்கும் மூன்று விதமான வாழ்க்கைகள் உள்ளன, அவை முறையே தனிப்பட்ட வாழ்க்கை (Personal life) பொருளீட்டும் வாழ்க்கை (Professional life) சமூக வாழ்க்கை (Social life). தனக்கான உறவு மற்றும் நட்புகளுடன் பொழுதைக் கழித்து மகிழ்ந்திருக்கும் தனிப்பட்ட வாழ்வில் நாம் எந்தக் குறையும் வைப்பதில்லை. நம் தனிப்பட்ட வாழ்வின் தேவைக்காக பொருளீட்டும் வாழ்க்கையிலும் நாம் சமரசம் செய்து கொள்வதில்லை. இன்னும் சொல்லப் போனால் இந்தத் தலைமுறை பொருளீட்டுவதற்காகத் தான் உயிர் வாழ்கிறது. குடும்பத்துடன் நேரம் செலவிடுவது கூட அதற்கு இரண்டாம் பட்சம் தான். கூடுதல் வருமானம் என்ற வெறியோடு வேலையையும் வாழ்க்கையையும் (work-life balance) சமன் செய்யத் தெரியாமல்

வேலை வேலை என அழிகிறவர்களே அதிகம். மூன்றாவதான சமூக வாழ்க்கை என்றால் நமக்கெல்லாம் என்னவென்றே தெரியாது. சமூக வாழ்க்கை என்றதும் போராடக் கூப்பிடுகிறார்களோ என கற்பனை செய்துவிடாதீர்கள். கொடி பிடித்துக் கொண்டு வீதிக்கு வர அழைக்கிறார்களோ என நினைத்துவிடாதீர்கள். பொது மக்களாகிய நாம் சமூக வாழ்க்கையைப் புறக்கணித்ததால் தான் வெகுசிலர் எப்போதும் கொடி பிடித்துக் கொண்டிருக்க நேரிடுகிறது!

மேற்கத்தியர்கள் செய்கிறார்கள் அல்லவா, கண்ணுக்கு கண் பார்க்கும் போது அவர் யார், என்ன நிறம், இனம், மதம் என்று பார்க்காமல் ஒரு புன்னகை! அதுதான் சமூக வாழ்க்கையின் முதல் படி. பாகுபாடுகளையும் வேறுபாடுகளையும் தூர ஒதுக்கி வைத்துவிட்டு உங்களால், பழகும் எந்த மனிதரையும் வீட்டுக்குள் அனுமதித்து நீங்கள் அவர்கள் வீட்டுக்கு போய் வந்து சேர்ந்து வாழ முடியுமானால் அதுதான் அடுத்த படி. உயர்வு தாழ்வில்லாமல் உணவு முதல் உறவு வரை எல்லாவற்றையும் உங்கள் ரத்த சொந்தம் அல்லாதவர்களுடன் பங்கிட்டுக் கொள்ள முடியுமானால் அதுதான் மூன்றாவது படி. இந்த மூன்று படிகளிலும் நீங்கள் அடி எடுத்து வைப்பீர்களானால், என்னால் நிச்சயமாக சொல்ல முடியும் இந்த சமூகத்தின் முக்கால் வாசிப் பிரச்னைகள் முடிவுக்கு வந்துவிடுமென.

ஆனால் மெத்தப் படித்த பெற்றோர்கள் தமது பாட்டன் காலத்து பாகுபாடுகளைச் சொல்லிச் சொல்லித் தான் குழந்தைகளை வளர்த்தெடுக்கின்றனர். “அவங்களோட பேசக் கூடாது, பழகக் கூடாது, தொடக் கூடாது, மதிக்கக் கூடாது’ என எப்போதும் ஓதிக் கொண்டே இருக்கின்றனர். ஓரிரு ஆண்டுகளுக்கு முன்னர் என் மகளின் வகுப்பில் இருந்த பையன், தன் சாதிப் பேரை சொல்லி ‘நாங்கதான் டாப் தெரியுமா?’ என்று சொல்லி இருக்கிறான். உடனே இன்னும் சில குழந்தைகளும் தங்கள் சாதிப் பேரை சொல்லி உள்ளனர். பாகுபாடுகளைப் பாதுகாக்க பெற்றோர்களாகிய நாம் எப்படியெல்லாம் போராடுகிறோம் பாருங்கள்!

இந்த பூமியில் நீங்கள் மட்டும்தான் வாழ்கிறீர்கள் என்றால் தனிப்பட்ட மற்றும் பொருளீட்டும் வாழ்க்கை மட்டும் போதுமானது. ஆனால் இரண்டாவதாக இன்னொரு மனிதர் வந்துவிட்டாலே அங்கே சமூக வாழ்க்கைக்கான தேவை உருவாகிவிடுகிறது. நீங்கள் அவரோடு நல்லிணக்கம் கொள்ள வேண்டும். கிடைக்கும் அனைத்தையும் பகிர்ந்து கொள்ள வேண்டும். அப்போதுதான் சண்டையில்லாமல் நிம்மதியாக வாழ முடியும். இல்லையெனில் போட்டி அதிகரித்து, யார் பெரியவர் என மல்லுக்கட்டி யாராவது மற்றவரை வீழ்த்தி வெற்றி பெற வேண்டி வரும். நாமெல்லோரும் அப்படித்தான் நம் சக மனிதர்களை வீழ்த்துவதை முழு நேர வேலையாகச்

செய்து சமூகத்தின் அமைதியை கெடுத்துவிட்டோம்.

தனிப்பட்ட மற்றும் பொருளீட்டும் வாழ்க்கையை மட்டும் ஒருவர் வாழ்கிறார் எனில் அவர் சுயநலவாதி. தன் வீட்டிற்கு வெளியே என்ன நடந்தாலும் அவருக்கு கவலை இல்லை. அசம்பாவிதம் நடந்தால் இன்னும் இரண்டு பூட்டுகளை வாங்கி வீட்டைப் பூட்டிவிட்டு உள்ளே அமர்ந்து கொள்வார். அப்படித்தான் நாம் எல்லோரும் சாலை சரியில்லை என்றால் பாதையை மாற்ற பழகிக் கொண்டோம். பொதுப் போக்குவரத்து நெரிசலானதும் தனியாக வாகனம் வைத்துக் கொள்ளத் தயாரானோம். தெருவிளக்கு எரியவில்லை. அதனால் என்ன என் வீட்டில் விலையுயர்ந்த சாண்டிலியர் தொங்குகிறதே! பொதுக் குடிநீர் விநியோகம் பிரச்சினை ஆனதும் காசு கொடுத்து கேன்களை வாங்கத் துணிந்தோம். ஏரி, குளம், ஆறுகளை அழிக்க ஏன் அனுமதித்தோம் எனில் அவை பொதுப் பயன்பாட்டிற்கானவை. நமக்கே நமக்கான ஒரு சதுர அடியில் கூட சமரசம் செய்து கொள்ளாத நாம், நம் இயற்கை வளங்கள் அனைத்தையும் சூரையாட விட்டோம். ஏனென்றால் அவற்றால் நமக்கு நேரடியான லாபங்கள் இல்லை. கணினியில் உட்கார்ந்தபடி ஈட்டும் பணத்தை வைத்து நம்மால் எல்லாவற்றையும் வாங்கிவிட முடியும். வேறென்ன வேண்டும் நமக்கு? குடியிருக்கும் குளத்தின் நீரை தவளை குடித்துத் தீர்ப்பதில்லை. ஆனால் நாம் இந்த மண்ணில் வாழ்ந்து கொண்டே அதை எவ்வளவு சுரண்டுகிறோம்? 'பொது' என்ற சொல்லே நம் வாழ்க்கை அகராதியில் இருந்து நீக்கப்பட்டுவிட்டது.

குழந்தைகள் என்ன பார்க்கிறார்களோ அதைத்தான் கற்றுக் கொள்கின்றனர். அவர்கள் நாம் சுயநலமாக வாழ்வதை பார்க்கின்றனர். அவ்வழியிலேயே நடக்கின்றனர். பெரியவர்களுக்கு சமூக வாழ்க்கை என ஒன்றே இல்லாத போது குழந்தைகளுக்கு எப்படி தன்னோடு வாழும் சக மனிதர் மீதும் தான் வாழும் இந்த பூமியின் மீதும் பற்று வரும்?! மண்ணையும் மனிதர்களையும் பிற உயிர்களையும் நேசிக்காத மனிதர்களால் தான் இந்த பூமி அழிவுறும்.

"கடைசி மரம் வெட்டிச் சாய்க்கப்படும் போது, கடைசி மீன் பிடிக்கப்பட்டுவிடும் போது, கடைசி ஆறு நஞ்சாக்கப்படும் போதுதான் நமக்கு புரியும் நம்மால் பணத்தை தின்ன முடியாதென" - என்னை மிகவும் பாதித்த வரிகள் இவை. இந்த செவ்விந்திய சொல்வழக்கு நமக்கான ஆதி எச்சரிக்கை. மரம், மீன், ஆறுகள், இவற்றோடு மனிதரையும் சேர்த்துக் கொள்வோம். நமக்கென இருக்கும் கடைசி மனிதரும் வெறுப்புணர்வால் கொல்லப்படும் போதுதான் நமக்கு இழப்பின் ஆழம் புரியும். மரங்கள் வெட்டப்பட்ட இடத்தில் முளைத்துக் கிடக்கும் கட்டடக் காட்டைப் பாருங்கள்! கடலில் ரசாயனக் கழிவு கலந்து செத்து கரையொதுங்கும் மீன்களைப் பாருங்கள்! முன்பு ஆறுகள் ஓடிய இடத்தில் மணல் லாரிகள்

மொய்த்துக் கிடப்பதைப் பாருங்கள்! வாழ வேண்டிய வயதில் வெறுப்புணர்வாலும் பசியாலும் நோயாலும் வன்முறையாலும், நம்மைப் போன்ற மனிதர் செத்து மடிவதைப் பாருங்கள்! நாம் அழிவின் விளிம்பில் நிற்கிறோம். இது அச்சுறுத்தல் அல்ல, எச்சரிக்கை.

கடந்த கால் நூற்றாண்டு காலத்தில் நாம் மிகவும் வளர்ச்சியடைந்திருக்கிறோம். ஆனால், இந்த வளர்ச்சி நம் நாட்டின் எல்லா தரப்பு மக்களையும் உள்ளடக்கியதா? இங்கே பணக்காரர்களும் அதிகம் ஒருவேளை உணவிற்கு அல்லாடும் ஏழைகளும் அதிகம். பசியில் வயிறுகள் துடித்திருக்கும் நாட்டில் உணவு டன் கணக்கில் வீணாக்கப்படுகிறது. இது அநீதி இல்லையா? வளர்ச்சியடைந்த நாட்டில் எல்லோருமே நன்றாக வாழ வேண்டும் தானே! ஆனால், சமூக சமத்துவமின்மை அதிகரித்துக் கொண்டே இருக்கிறது. எல்லா வகையான பாகுபாடுகளும் வன்மங்களும் கூர்மையடைகின்றன. அதெல்லாம் கட்சிகளும் அமைப்புகளும் பேச வேண்டிய பிரச்னை என வாய்மூடி வேடிக்கை பார்க்கிறோம். இதில் பெற்றோராகிய நமக்கு எந்தப் பங்குமே இல்லையா? நாம் என்ன அந்தரத்திலா வாழ்கிறோம்!

சமூக விலங்கான மனிதர்கள் சமூக வாழ்க்கையைப் புறந்தள்ளிவிட்டு சுயநலமாகப் பிழைத்திருக்க முடியாது. கர்நாடக மாநிலத்தைச் சேர்ந்த திம்மக்கா பாட்டியை உங்களுக்குத் தெரியுமா? வயது நூத்தி சொச்சம். தான் வாழும் கிராமத்தில் பல பத்தாண்டுகளாக சுமார் 20 கிலோ மீட்டர் தூரத்திற்கு ஆயிரம் ஆலமரங்களை நட்டு வளர்த்து பூமியை குளிர்வித்தவர். வெப்பம் தகித்துக் கிடந்த அந்த ஊர் இப்போது வேர் பிடித்த ஆலமரங்களால் சில்லென்று இருக்கிறது. வாழ்கிற தலைமுறை மட்டுமல்ல, எதிர்காலத் தலைமுறையும் அவரை வாழ்த்தும். இதுதான் சமூக வாழ்க்கை! நம் வாரிசுகளுக்கு சொத்து சேர்த்ததை தவிர, எதிர்காலத் தலைமுறைக்கென நாம் ஒரு சிறு துரும்பையாவது கிள்ளிப் போட்டிருப்போமா? நம் தலைமுறையும் இந்த பூமியில்தானே வாழப் போகின்றன! அந்த பூமியின் நன்மைக்கு நாம் ஏதேனும் செய்தோமா?

சமூக வாழ்க்கை என்பது சாகசமல்ல. சிறிய எளிய செயல்கள் போதுமானது, நம் கடமையை ஆற்ற. பிடுங்கப்பட்ட ஒவ்வொரு மரத்தையும் ஈடு செய்ய ஆயிரம் விதைகளை நாம் ஊன்றியாக வேண்டும். வெறுப்பால் அழிக்கப்பட்ட ஒவ்வொரு மனிதரிடமும் மன்னிப்புக் கோரும் வகையில் - மொத்த மானுட சமூகத்தையே - நாம் நேசத்தால் குளிப்பாட்ட வேண்டும். வீடே கதி என கிடப்பதை விட்டு, வேலை வேலை என ஓடுவதை சற்று நிறுத்தி உங்கள் குழந்தைகளின் கை பிடித்து வீதிக்கு நடந்து வாருங்கள்!

கருப்பு, சிவப்பு, ஏழை பணக்காரர், உயர்ந்த வேலை, தாழ்ந்த வேலை, என் மதம் உன் மதம் என்ற பாகுபாடின்றி அவர்கள் எல்லோருடனும் கை

குலுக்கட்டும். எல்லோரையும் மதிக்கட்டும். எல்லோரைப் பார்த்தும் புன்னகைக்கட்டும். எல்லோருடனும் பழகும் போதுதான் சமத்துவத்தின் மீது குழந்தை பிடிப்பு கொள்ளும். சாலை நடுவே ஒரு கல் கிடந்தால், 'இதில் யாரேனும் தடுக்கி விழக் கூடும்' என சொல்லி தூர எடுத்துப் போடுங்கள். தொலைதூர பயணங்களுக்கு அழைத்துச் செல்லுங்கள். பல வகையான மொழி பேசும், வெவ்வேறு வகையான உணவுகளை உண்ணும், உடைகளை உடுத்தும் மக்களை அறிமுகம் செய்யுங்கள். எல்லோருக்கும் நம்மைப் போல நல்வாழ்க்கை வாழ உரிமையுண்டு என்பது குழந்தைக்குப் புரியும். அப்போதுதான் பன்முகத் தன்மையை அங்கீகரிக்கத் தொடங்கும். வீட்டிற்குள்ளேயே உட்கார்ந்து கொண்டு நான் தான் பெரிய ஆள், என்னுடைய ஊர், மொழி, உடை, உணவு, நாடு மட்டுமே சிறந்தது என்ற எண்ணத்தை அழித்தொழியுங்கள்.

குழந்தை உங்களிடமிருந்து சமூக வாழ்க்கையை கற்கட்டும். சமூக, பொருளாதார, மத ரீதியான ஆதிக்கங்களுக்கு ஆட்படாத வாழ்க்கைக் கல்வியை குழந்தைகளுக்கு அளிக்க முடியுமானால் நீங்களே சிறந்த பெற்றோர். அதுதான் உங்களின் ஆகச் சிறந்த சமூகப் பங்களிப்பு!

அறிவா? நம்பிக்கையா?

12

சில ஆண்டுகளுக்கு முன்னர் ஒரு நாள்...உறவினர் ஒருவர் வீட்டில்...

தொலைக்காட்சி பார்த்துக் கொண்டிருந்த அப்பாவிடம் ஒரு கதை புத்தகத்தை நீட்டுகிறான் ஒன்பது வயதுச் சிறுவன்.

அப்பா கதை சொல்லு...

அப்பா புத்தகத்தை வாங்கித் திறந்து பார்க்கிறார். ஒவ்வொரு பக்கமாகப் புரட்டுகிறார். பின் அவரே ஒரு கதையை தேர்ந்தெடுக்கிறார். அது மநுநீதி சோழனுடைய கதை. நீதி வழுவாமை பற்றியது அல்லவா! தொண்டையை சரி செய்து உற்சாகமாக கதையை விவரிக்கத் தொடங்குகிறார். அதைச் சுருக்கமாக சொல்கிறேன்.

“மன்னன் மநுநீதிச் சோழனின் மகன் தேரை ஓட்டி வரும் வழியில் கவனக் குறைவாக ஒரு கன்றுக்குட்டியின் மீது ஏற்றி அது சாவதற்கு

காரணமாகிவிடுகிறான். இதை அறிந்த தாய்ப்பசு அங்கிருந்த ஆராய்ச்சி மணியை அடித்து நீதி கேட்கிறது. பசுவின் கண்ணீர்க் கதையை கேட்டறிந்த மன்னன் உடனே தனது மகனை அதே தேர்க்காலில் ஏற்றி கொலை செய்து நீதியை நிலைநாட்டுகிறான்"

"நம்ம மன்னர்கள் எல்லாம் எவ்ளோ நல்ல மனசோட வாழ்ந்திருக்காங்க. நாமளும் அதே மாதிரி இருக்கணும்" என்று மநுதியின் கதைக்கு நீதி சொல்லி முடித்தார் தந்தை.

"இது உண்மையிலேயே நடந்துச்சாப்பா?"

"ஆமா"

"எப்போ?"

"ரொம்ப வருஷத்துக்கு முன்னாடி..."

சில நிமிடங்கள் யோசனையில் மூழ்கினான் சிறுவன். பிறகு தந்தையிடம் சில கேள்விகளை கேட்கிறான்.

மாட்டுக்கு ஆறறிவு கிடையாது! மன்னனோட மகன் தான் தேரை ஏத்திக் கொன்னான்னு அதுக்கு எப்படிப்பா தெரிஞ்சது? அப்புறம், ஆராய்ச்சி மணியை அடிச்சா நீதி கிடைக்கும்னு அதுக்கு எப்படி தோணுச்சு?

அப்பா திருதிருவென விழித்தார். பின்னர் சமாளித்தபடி,

"அந்தக் காலத்துல அப்படி நடந்துச்சுடா".

"அப்போ அந்தக் காலத்துல மிருகங்களுக்கு ஆறறிவு இருந்துச்சாப்பா...'

அங்கே உட்கார்ந்து படம் வரைந்து கொண்டிருந்த பதினோராவது வகுப்பு படிக்கும் அவரது மூத்த மகள் தம்பியோடு சேர்ந்து கொண்டாள்.

"அந்த சின்னப் பையன் தெரியாம ஆக்சிடெண்ட் பண்ணிட்டான். அந்த மன்னன் தெரிஞ்சே பையனை மர்டர் பண்ணிருக்காரு. உண்மையிலயே மன்னனைத் தான் ஜெயில்ல போடனும்"

உள் அறையில் இருந்த அம்மா, "வாயை மூடுங்க. அந்த மாட்டுக்கு தெய்வ சக்தி இருந்திருக்கும்" என்றவுடன் சட்டென குழந்தைகள் அமைதியாயின.

குழந்தைகள் இயற்கையாகவே பகுத்தறியும் திறனோடுதான் பிறக்கின்றனர். நமக்கு இயற்கை வழங்கியிருக்கும் பேராற்றலான ஆறாவது அறிவே இதற்கு காரணம். 'எப்பொருள் யார் யார் வாய் கேட்பினும் அப்பொருளின் மெய்ப்பொருளைக் காண' நமது ஆறாவது அறிவு எப்போதும் துடித்திருக்கும். ஆனால், குழந்தையாக இருக்கும் போதே பெரியவர்கள் திணிக்கும் பல்வேறு வகையான நம்பிக்கைகளால் நமது பகுத்தறியும் துடிப்பு அறுபடுகிறது.

பிறப்பு குறித்தும், மரணம் பற்றியும், கடவுள் குறித்தும் பேய் பற்றியும், மழை, வானம், நட்சத்திரங்கள், நிலா, சூரியன் பற்றி நிச்சயமாக குழந்தை பருவத்தில் கேள்விகள் எழுகின்றன. "நான் எப்படி பிறந்தேன்" என வினவும் பிள்ளையிடம் பெரும்பாலான பெற்றோர்கள், "அம்மாவும் அப்பாவும் ஒரு நல்ல பாப்பாவை எங்களுக்கு கொடுன்னு சாமிகிட்ட கேட்டோமா, நீ பொறந்துட்ட" என்பது போன்ற உண்மைக்குப் புறம்பான விளக்கங்களையே தருகிறோம். உங்கள் குழந்தைகளை நன்கு கவனித்தால் தெரியும், அவை இயற்கையை அறிந்து கொள்ளவும் அறிவியலைப் புரிந்து கொள்ளவும் பேரார்வத்தோடு இருப்பதை.

ஒரு விதையை ஊன்றி செடி எப்படி படிப்படியாக வளர்கிறது என அறிந்து கொள்ள மிகச் சிறிய வயதில் நான் முயன்றிருக்கிறேன். யோசித்துப் பாருங்கள், நம் ஒவ்வொருவருக்கும் அப்படியான ஆர்வங்கள் நிறையவே இருந்திருக்கும். பூமி, பிரபஞ்சம், கோள்கள் என சிந்திக்கும் போது "எல்லாம் கடவுள் படைத்தார்" என்று சொல்வது பெற்றோரின் அறியாமையே! சென்ற தலைமுறைகளின் ஏட்டுக்கல்வி பெறாத பெற்றோரைப் போல இந்தத் தலைமுறையின் 'மெத்தப் படித்த' பெற்றோரும் அறிவியல் மற்றும் பகுத்தறிவை விட அவர்களது மதம் சார்ந்த நம்பிக்கைகளுக்கே முன்னுரிமை அளிக்கின்றனர். இதை நான் சொல்லவில்லை, ஆய்வுகள் தெளிவுபடுத்துகின்றன.

சில ஆண்டுகளுக்கு முன்னர் என் மகள் வகுப்பில் ஒரு சிறுவன் இருந்தான். அவன் ஒரு 'ஹைப்பர் ஆக்ட்டிவ்' குழந்தை. கவனக்குறைபாட்டினால் மதிப்பெண் குறைவாகப் பெற்று வந்தான். ஒரு நாள் வகுப்பிற்கு வந்த அவன், தன் பெயரை பெற்றோர் மாற்றிவிட்டதாகக் குறிப்பிட்டான். ஏன் என்று மாணவர்கள் கேட்டதற்கு, "அந்தப் பேர் ராசி இல்லையாம்! நியூமராலஜினு என்னவோ சொன்னாங்க" என்றிருக்கிறான். குழந்தையின் கவனக் குறைபாட்டை சிகிச்சைகள் மூலம் எளிதாக சரிபடுத்திவிட முடியும். பெற்றோர் குழந்தையுடன் போதுமான நேரத்தை அதற்காக செலவிட வேண்டும். ஆனால், படித்த அந்த பெற்றோருக்குப் பெயரை மாற்ற மட்டுமே முடிந்திருக்கிறது!

இதுதான் நமது சிக்கல். அறிவியல் விளக்கங்களை விட மூட நம்பிக்கைகளையே நாம் தீர்வாக அளிக்கிறோம். கஷ்டப்படும் போது, "நான் என்ன பாவம் பண்ணினேனோ" என்று புலம்புகிறோம். நல்லது நடந்துவிட்டால், "எல்லாம் போன ஜென்மத்துல பண்ணின புண்ணியம்" என்று சிலாகிக்கிறோம். நம்முடைய இந்த முரண்பட்ட நிலைப்பாட்டால், குழந்தை தன் செயலுக்கு தான் பொறுப்பில்லை என முடிவுக்கு வருகிறது.

இந்திய குழந்தைகள் மிகச் சிறிய வயதிலேயே எல்லா வகையான மூட நம்பிக்கைகளுக்கும் பழகிவிடுகின்றன. ஜாதகம், ஜோசியம், வாஸ்து,

நேர்த்திக்கடன், பில்லி சூன்யம், சகுனம் போன்றவை அவற்றின் மூளைக்குள் திணிக்கப்பட்டுவிடுகின்றன. "எங்க நம்பிக்கைய நாங்க சொல்லித் தர்றோம். அதை எப்படி மூட நம்பிக்கைனு சொல்லுவீங்க" என்று சிலர் கோபப்படக் கூடும். எதுவொன்றை அறிவியல் ரீதியாக நிரூபிக்க முடியாதோ, எதுவொன்றை அறிவியல் சூத்திரங்களைக் கொண்டு விளக்க முடியவில்லையோ அவை மூட நம்பிக்கைதான். வான சாஸ்திரம், வாஸ்து சாஸ்திரம் போன்றவற்றை அறிவியல் என்றும் பல பண்டைய இந்திய நூல்களிலேயே அவை இடம் பெற்றுள்ளன என்றும் சொல்லிக் கொண்டிருக்கிறோம். ஆனால் இவற்றை அறிவியல் உலகம் ஏற்றுக் கொள்ளவில்லை!

குழந்தையின் மூளையை நாம் களிமண்ணைப் போல விளையாட்டாக கையாள்கிறோம். பத்தாயிரம் கோடி நியூரான்களாலும், ஒரு லட்சம் கோடி இணைப்புகளாலும் இப்பிரபஞ்சத்தின் பேராற்றல் அதற்குள் ஒளிந்து கொண்டிருக்கிறது. பெற்றோர் நினைத்தால் திரியேற்றி அதை எரியச் செய்து உலகத்துக்கே ஒளியேற்றவும் முடியும், தண்ணீர் ஊற்றி அணைத்து இருளடைய வைக்கவும் முடியும். பெரும்பாலும் நாம் இரண்டாவது விஷயத்தையே பெருமையோடு செய்கிறோம்.

"குழந்தையின் அறிவு வளர்ச்சி மூட நம்பிக்கைகளால் முடக்கப்படுகிறது" என்கிறார் பத்மபூஷன் விருது பெற்ற பிரபல இந்திய விஞ்ஞானி புஷ்பா எம் பார்கவா. 'சொஸைட்டி பார் சயிண்டிபிக் டெம்ப்பர்' என்ற அமைப்பின் நிறுவனரான இவர், குழந்தைகளை பகுத்தறிவாளர்களாக வளர்க்க வேண்டியதன் அவசியம் குறித்து தொடர்ந்து வலியுறுத்தி வருகிறார்.

"அறிவை வளர்த்தெடுக்கும் அறிவியல் முறைகளை நாம் மக்களுக்கு புரிய வைக்க வேண்டும். இந்தியாவில் பரவி இருக்கும் மூட நம்பிக்கைகளையும், பகுத்தறிவுக்குப் புறம்பானவற்றையும் அகற்ற வேண்டுமெனில், குழந்தைகளுக்கு அவற்றின் தர்க்க மற்றும் காரணக் குறைபாடு (*logic and reasoning*) குறித்து

விழிப்புணர்வை ஏற்படுத்த வேண்டும். இந்த விழிப்புணர்வு வீட்டில் தொடங்கி பள்ளியில் தொடர வேண்டும். கெடுவாய்ப்பாக, நம் நாட்டில் இது நடப்பதில்லை" என்கிறார்.

குழந்தைகளை பகுத்தறிவாளர்களாக வளர்த்தெடுக்க உலகப் பெற்றோர் சமூகம் வழிகளைத் தேடிக் கொண்டிருக்கிறது. தர்க்க (logical) மற்றும் பகுத்தறிவு (rational) சிந்தனைகளைத் தூண்டும் முறைகள் குறித்து அது சிந்திக்கிறது. இந்தியப் பெற்றோருக்கு இதில் எந்தப் பங்கும் இல்லை. உலகத்தின் எந்த மூலைக்குப் போனாலும் அவர்கள் தம் மூட நம்பிக்கைகளையும் மூட்டை கட்டி எடுத்துச் செல்கின்றனர்.

விஞ்ஞானி பார்கவா தொடர்ந்து வலியுறுத்தும் அறிவியல் மனப்பான்மை (scientific temper) என்ற பதம் நமது இந்திய அரசமைப்புச் சட்டத்தில் இடம் பெற்றிருக்கிறது. பிரிவு 51 (A) உட்பிரிவு (H) 'ஒவ்வொரு குடிமக்களும் அறிவியல் மனப்பான்மை, மனிதத்தன்மை, கேள்வி கேட்கும் மற்றும் சீர்திருத்தத்திற்கான துடிப்பை வளர்த்துக் கொள்ள வேண்டியது அவர்களது கடமை' என வலியுறுத்துகிறது. நாட்டின் சமூகப் பொருளாதார வளர்ச்சிக்கு அறிவியல் மனப்பான்மையே பங்களிக்க முடியும் என்று நம்பிய அப்போதைய பிரதமர் ஜவகர்லால் நேரு, இந்திய அறிவியல் பணியாளர்களுக்கான அமைப்பின் மூலம் பல திட்டங்களை செயல்படுத்தினார். ஆனால், காலப் போக்கில் அந்த முன்னெடுப்புகள் எல்லாம் நாசமாகிவிட்டன. நமது அறிவுத் தளம் மிகவும் சுருங்கி, மூட நம்பிக்கைகள் பெருகிவிட்டன. இதனால் குழந்தைகளின் எதிர்காலமும் நமது சமூகத்தின் எதிர்காலமும் கேள்விக்குறியாகி நிற்கிறது.

பொது மக்கள் மட்டுமல்ல, நமது அரசியல் தலைவர்கள் தொடங்கி விஞ்ஞானிகள் வரை ஒட்டுமொத்த சமூகமுமே மூட நம்பிக்கைகளாலேயே வழி நடத்தப்படுகின்றனர் என்கிறார் பார்கவா. தமிழக அரசியல்வாதிகள் ஆன்மாவோடு பேசுகின்றனர். வாஸ்து சரியில்லை என நாம் வீட்டை மாற்றுவது போல சட்டமன்றங்களையே ராசிக்காக மாற்ற நினைக்கின்றனர் முதலமைச்சர்கள். வெள்ளத்தில் ஊர் மூழ்கும் போது எந்த நடவடிக்கையும் எடுக்காமல் "எல்லாம் உங்க கெட்ட நேரம்" என அமைச்சர்கள் சொன்னால் ஆமாம் என விட்டுவிடுவோமா? ஆனால் தனிப்பட்ட வாழ்க்கையில் நாம் அவ்வாறு தானே இருக்கிறோம்.

கடந்த 85 ஆண்டுகளில் நோபல் பரிசு வாங்கும் ஒரு விஞ்ஞானியைக் கூட இந்தியா உருவாக்கவில்லை. காரணம், அறிவியலுக்கான சிந்தனைத் தளமே இங்கு இல்லை அல்லது சிதைக்கப்பட்டுள்ளது. நமது அரசாங்கம் விஞ்ஞான ஆய்வுகளுக்கு சொற்ப நிதியை ஒதுக்கி, மதம் சார்ந்த மூடக் கருத்தியல்களுக்கு அதிக பணத்தை செலவிடுகின்றன. உலகச் சமூகங்கள் அறிவியலின் பக்கம் நிற்கும் போது, நாம் பாவ புண்ணியங்களோடு சுருங்கிக் கிடக்கிறோம். நமது விஞ்ஞானிகள் நல்ல நேரம் பார்த்து ராக்கெட் விடுகின்றனர். இந்த தவறின்

தொடக்கம் குழந்தை வளர்ப்பில் தான் வேர்விடுகிறது. மநுநீதி சோழன் கதை நிகழ்வில் நடந்ததைப் போல, குழந்தைகள் தர்க்க ரீதியாகக் கேள்வி கேட்கும் போது ஓங்கி டங்கென மண்டையில் போட்டு வாயை மூடுகிறோம். அதோடு மூளை மழுங்கத் தொடங்கிவிடுகிறது.

அது மட்டுமல்ல, இந்தத் தொழில்நுட்ப வளர்ச்சியை அறிவியல் பாய்ச்சல் என்றும் தவறாகப் புரிந்து கொள்கிறோம். இந்த எந்திரங்களும் ஏவுகணைகளும் தான் அறிவியல் என சுருக்கிவிட்டோம். அறிவியலும் தொழில்நுட்பமும் ஒன்றோடு ஒன்று பின்னிப் பிணைந்தவை. ஆனால் இரண்டும் ஒன்றல்ல. தொழில்நுட்பம் இல்லையென்றாலும் அறிவியல் இருக்கும், ஆனால் அறிவியல் இல்லையென்றால் தொழில்நுட்பம் கிடையாது. பல்லாயிரம் ஆண்டுகளுக்கு முன்னர் தொழில்நுட்பத்திற்கு விதையே ஊன்றப்படாத காலத்திலேயே மனிதர்கள் அறிவியல் ஆய்வில் ஈடுபட்டனர். அறிவியல் என்பதற்கு அறிவைப் பெறுதல் என்பதே விளக்கம். எல்லா விஷயங்களையும் அறிவு கொண்டு ஆராய்ந்து அறிந்து கொள்ளுதலே அறிவியல் ஆகிறது. அப்படி அறிவு கொண்டு ஆராய்ந்தோமானால் நம்முடைய மூட நம்பிக்கைகளும் பழக்க வழக்கங்களும் ஒரு நொடியேனும் நம் மூளைக்குள் தங்க முடியுமா? தூசி போல பறந்து காணாமல் போய்விடும்.

மனிதத் தேவைகளுக்கு பயன்படும் பொருட்களை உற்பத்தி செய்யும் தொழில்நுட்பத்தையே அறிவியல் என நாம் தவறாக நம்புவதால், புதிதாக உற்பத்தி செய்யப்படும் அத்தனை 'கேட்ஜெட்'களையும் வாங்கிக் குவிக்கிறோம். அவ்வாறாக வாங்கிக் குவித்து நவீன வாழ்க்கை வாழ்வதாக நிறைவு கொள்கிறோம். நவீன வாழ்க்கை என்பது பொருட்களால் வருவதல்ல. வீட்டில் ஒரு பொருள் கூட இல்லையென்றாலும் ஒருவர் அறிவார்ந்த செயல்பாடுகளால் நவீன வாழ்க்கையை எய்த முடியும்.

தனது அரசப் பெருவாழ்வைத் துறந்து 29 வயதில் வீட்டை விட்டு வெளியேறி - அறிவைத் தேடி நடையாய் நடந்த புத்தர் - 35 ஆவது வயதில் அறிவியல் வாழ்வியல் முறையான தம்மத்தைக் கண்டறிந்தார். எண்பது வயதில் இறக்கிற வரை தம்மத்தைப் பரப்புவதையே வாழ்நாள் பணியாக ஆற்றினார். தம்மத்தை பரப்புரை செய்த நாட்களில் அவரிடம் இருந்தது இரண்டே இரண்டு அங்கிகளும் ஒரு பிச்சைப் பாத்திரமும் மட்டுமே. உண்மையில் அறிவை எட்டும் போது ஆசைகள் அழிகின்றன. ஆசைகள் அழியும் போது பிறப்பிற்கும் மரணத்திற்கும் இடையிலான வாழ்வின் அர்த்தமும் நிலையாமையும் புரிகிறது. நிலையாமை புரியும் போது அடக்கமும் பொறுப்பும் வந்து சேர்கிறது.

குழந்தைகளை பொருட்கள் மீது பித்துக் கொள்ள பழக்கும் நாம், அறிவின் மீது ஆர்வம் கொள்ள அனுமதிப்பதில்லை. சாமியை வணங்கு, பேய்க்கு பயப்படு, ராசி, நல்ல நேரங்களை நம்பு, குருவையும் சனியையும் கவனி,

பகுத்தறிவு எப்படி வளரும்?

- எதுவொன்றையும் சரியானக் கோணத்தில் பார்க்கக் கற்றுத் தாருங்கள்.
- எது குறித்தும் சரியான எண்ணங்களை வளர்த்தெடுங்கள்.
- சரியாகப் பேசும் முறையை பயிற்றுவியுங்கள்.
- சரியான செயல்களை மட்டுமே செய்ய சொல்லிக் கொடுங்கள்.
- சரியான வாழ்க்கைமுறையை வாழப் பழக்குங்கள்.
- சரியான முயற்சியே சரியான வெற்றியைத் தரும் என அறிவுறுத்துங்கள்.
- சரியான விழிப்புணர்வுடன் இருக்க வழி நடத்துங்கள்.
- சரியான வழியில் மனதை ஒருநிலைப்படுத்த கற்பியுங்கள்.

பரிகாரங்கள் செய் என விடாமல் கற்றுத் தருகிறோம். இதோடு நிறைய பணம் சம்பாதி, உலகில் கண்டுபிடிக்கப்படும் எல்லா பொருட்களையும் வாங்கிக் குவி என ஊக்கப்படுத்துகிறோம். இவையிரண்டும் இருந்தால்தான் நல்ல வாழ்க்கை அமையும் என தவறாக வழிநடத்துகிறோம். மூட நம்பிக்கையையும் ஆசையையும் போன்ற கொடிய சேர்க்கை வேறெதுவுமில்லை. பூமியையும் உயிர்களையும் மனித இனத்தையும் அழிக்க இவையிரண்டும் போதுமானது. அந்தக் கொடுமைதான் நாள்தோறும் நடந்து கொண்டிருக்கிறது.

தமக்கு என்ன கற்பிக்கப்பட்டிருந்தாலும், தான் என்ன நம்பிக்கைகளைக் கொண்டிருந்தாலும் படித்த தலைமுறையைச் சேர்ந்த பெற்றோர், அதைத் தனிப்பட்ட நம்பிக்கைகளாக வைத்துக் கொண்டு குழந்தையின் அறிவை வளர்த்தெடுக்க சீரிய பங்காற்ற வேண்டும். பக்தி என்பது ஒருவரின் தனிப்பட்ட தேர்வு. அது வாழ்தலுக்கான கட்டாயமில்லை. விரும்பினால் வைத்துக் கொள்ளலாம், வேண்டாம் என்றால் விட்டுவிடலாம். ஆனால் அறிவும் ஒழுக்கமும் அப்படியானவை அல்ல. அவை பொதுச் சொத்து என்றார் பெரியார். ஒருவர் அறிவோடும் நல்லொழுக்கத்தோடும் இருப்பதால் மனிதச் சமூகம் பயனடைகிறது. இல்லையெனில் பாதிப்படைகிறது. உலகில் எந்த மூலையில் ஓர் அறிவியல் கண்டுபிடிப்பு நிகழ்ந்தாலும் நாம் அனைவருமே அதனால் பயனடைகிறோமா இல்லையா? எதிர்காலத் தலைமுறைக்கு நன்மை உண்டாகிறதா, இல்லையா? ஆனால் இதற்கு நேரெதிரான விளைவை பிற்போக்குத்தனங்கள் தோற்றுவிக்கின்றன.

பிற்போக்குத்தனங்களால் அறிவு மழுங்கி, இதயத்தில் அன்பு குறைகிறது. பெற்ற பிள்ளையைக் கூட காவு வாங்கும் அளவிற்கு அது கொண்டு போய் விடுகிறது. அசாம் மாநிலத்தில் டின்சுகியா மாவட்டத்தின் கீஜன் கிராமத்தைச் சேர்ந்த பரசுராம் கொய்ரி, தனது 13 வயது மகன் பிரு, 10 வயது மகள் ஷிகானி மற்றும் மனைவி லாக்கி கொய்ரி மூவரையும் நரபலி கொடுக்கத் துணிந்தார்.

அதிகாலையில் எழுந்து துர்கா ஆலயத்தில் பூசைகள் முடித்து திரும்பிய கொய்ரி, உறங்கிக் கொண்டிருந்த மூவரையும் சரமாரியாக வெட்டினார். இதில் சிறுவன் அந்த இடத்திலேயே உயிரிழக்க மற்ற இருவரும் காயங்களுடன் தப்பியோடினர். காவல்துறை விசாரித்த போது, துர்கை தனது கனவில் வந்து நரபலி கேட்டதால் இப்படிச் செய்தேன் என தெரிவித்தார் கொய்ரி.

நரபலி என்ற தீவிர நிலைக்குப் போகவில்லை எனினும் மூட நம்பிக்கையால் இங்கு பலரும், அன்றாட வாழ்வில் சிறியதும் பெரியதுமாக பல அத்துமீறல்களில் ஈடுபடுகின்றனர். இருபத்து நான்கு மணி நேரமும் பூசை செய்து பார்க்காத கடவுளுக்கு நேர்மையாக இருப்போர், கூடவே இருக்கும் மனிதர்களை சுரண்டி, துன்புறுத்தி அவர்கள் மீது அன்பற்று இருக்கின்றனர்.

இன்றைய நமது சமூகத்தின் அத்தனைப் பிரச்சனைகளுக்கும் பகுத்தறிவுக் குறைபாடே காரணம். மூட நம்பிக்கை அதிகம் வேரூன்றியிருக்கும் சமூகத்தில் எல்லா வகையான ஏற்றத் தாழ்வுகளும் நிறைந்திருக்கும். நீங்களே சுய அறிவைக் கொண்டு திறந்த மனதோடு ஆய்வு செய்து பாருங்கள். நாம் வாழும் இந்த மண்ணில் எவ்வளவு கேடுகள் உள்ளன!

குறிப்பிட்ட சாதியில் பிறந்தனர் என்பதற்காக சில மனிதர்களை நாம் மனிதர்களாகவே மதிப்பதில்லை. அதற்கு ஏதேனும் அறிவியல் காரணம் இருக்கிறதா? பெண்களை வெறுக்கிறோம். அவர்கள் மீது வன்முறைகளை ஏவுகிறோம். இதற்கு ஏதேனும் அறிவியல் பின்னணி இருக்கிறதா?. கறுப்பு நிறம் தாழ்வானது என்ற நம்பிக்கைக்கும் அறிவியலுக்கு தொடர்பிருக்கிறதா? மதக்கலவரங்கள், போர் இவற்றுக்கு பின்னால் அறிவியலின் பங்கு உள்ளதா?

இல்லவே இல்லை. இந்த அத்தனை கொடுமைகளுக்கும் காரணமாக அமைவது வழிவழியாக நமக்குக் கைமாற்றித் தரப்பட்ட மூட நம்பிக்கைகளே. அதை நம் குழந்தைகளிடம் ஒப்படைத்து இச்சமூகத்தைப் பாழ்படுத்துகிறோம்.

'நான் செய்யும் எந்தத் தவறுக்கும் நான் பொறுப்பல்ல' என தப்பிக்கும் துணிச்சலை மூட நம்பிக்கை தருகிறது. கொள்ளையடித்த, ஊழல் செய்த பணத்தில் 'பிராயச்சித்தம்' என்ற பெயரில் சாமிக்கு லஞ்சம் கொடுக்கலாம் என நமக்கு கற்பித்தது யார்? பொதுத் தளத்தில் ஊழல் ஒழிய வேண்டுமென முழங்கும் நாம் நம் தனிப்பட்ட வாழ்வில் அதைக் கடைப்பிடிப்பதில்லை. கோயில் உண்டியல்கள் நிரம்பி வழிவதற்கும் நம் தவறுகளுக்கும் எந்தத் தொடர்புமே இல்லையா?

முன்பு நான் பணிபுரிந்த ஒரு நிறுவனத்தில் ஊழியர்களுக்கு சம்பளத்தை ஒழுங்காக தரமாட்டார் அந்த முதலாளி. போனஸ், பி.எப்., ஊதிய உயர்வு என எதுவும் கிடையாது. அய்ந்து நிமிடம் தாமதமாக வந்தாலும் சம்பளத்தில் பிடித்தம். சம்பள நாளில் ஊழியர்கள் பீதியோடுதான் இருப்பார்கள். ஆனால் அவர் அறை முழுக்க சாமிப் படங்கள் நிறைந்திருக்கும். ஆண்டு தவறாமல் திருப்பதிக்குப் போய் லட்சக்கணக்கில் காணிக்கை செலுத்திவிட்டு வருவார். "சாமி உண்டியல்ல போட்டா புண்ணியம் கிடைக்கும்; ஊழியர்களுக்கு கொடுத்தா பெருநஷ்டம்" - இதுதான் அவர் கொள்கை. நம்மில் பலருக்கும் சொந்த வாழ்க்கையில் அதே கொள்கைதான். பக்கத்தில் இருக்கும் ஒரு மனிதரின் பசியை ஆற்றுவதை விட, கோயில் உண்டியலின் வயிற்றை நிரப்புவது நமக்கு பெரிதாகத் தெரிகிறது. இப்படித்தான் சக மனிதர் மீது அன்பு கொள்ளவிடாமல் மூட நம்பிக்கை நம்மை முடக்குகிறது.

மனித மூளையில் இரு பிரிவுகள் உள்ளன. இடது மூளை தர்க்கம், ஆய்வு, கணக்கு, உண்மை, சொற்கள் போன்றவற்றுக்கும்; வலது மூளை கற்பனை, காட்சி, கலை, உள்ளுணர்வு, ஒத்திசைவு, வார்த்தைகளற்ற உணர்த்துதல் ஆகியவற்றுக்குமாக இயங்குகிறது. இடது மூளை ஒன்றை அக்குவேறு ஆணி வேறாகப் பிரித்துப் போட்டு அலசும் என்றால், வலது மூளை அதை முழுமையாக (Holistic) புரிந்து கொள்ளப் பார்க்கும். ஒருவருக்கு மூளையின் எந்தப் பகுதி அதிகம் தூண்டப்பட்டு, அதிகம் வேலை செய்கிறது என்பதைப் பொறுத்து அவரது விருப்பங்களும் தேர்வுகளும் அமைகின்றன. இது முற்றிலும் இயற்கையானது.

வலது மூளையின் செயல்பாடுகள் பொதுவாக குழந்தையின் சுயத் திறனாலேயே வளர்த்தெடுக்கப்பட்டுவிடும். உதாரணத்திற்கு ஒரு குழந்தைக்கு ஓவியம் வரைவதில் ஆற்றல் இருக்கிறதெனில் யார் தடுத்தாலும் அது வரையும். ஆனால் இடது மூளை அப்படிப்பட்டதல்ல. அது புறக் காரணிகளால் தூண்டப்பட வேண்டும். குழந்தை கேள்விகள் மூலமாக செய்திகளை அறிந்து

தர்க்கத்தை தேடுகிறது. அறிவு மேன்மையடைதல், அறிவியல் மனப்பான்மைக்குப் பழகுதல் எல்லாம் இதனாலேயே சாத்தியப்படுகிறது. பெற்றோரின் கற்பிதங்கள், மூடத்தனங்களால் இடது மூளையின் செயல்பாடு முடக்கப்படுகிறது. பள்ளிகள் இடது மூளைக்கு அதிக வேலை கொடுக்கும் தர்க்க ரீதியான கண்டறியும் திறனை மேம்படுத்த வேண்டும் என்கின்றனர் உலக அறிவியலாளர்கள். ஆனால் நம் பள்ளிகள் அதற்கு தகுதியற்றவை ஆக இருக்கின்றன. இன்னும் சொல்ல வேண்டுமெனில், மூட நம்பிக்கைகளை வளர்க்கும் கூடாரங்களாகவும் பல பள்ளிகள் செயல்படுகின்றன.

குழந்தைக்கு சோறூட்டுவதைப் போல அறிவூட்ட வேண்டியதும் பெற்றோரின் கடமைதான். குழந்தை தனது அறிவு கொண்டு உங்கள் நம்பிக்கைகளை உடைக்கும் போது பதற்றப்படாதீர்கள். அதன் அறிவாற்றலுக்காகப் பெருமைப்படுங்கள். குழந்தையிடம் பேசக் கூடாதது, பேச முடியாதது என எதுவும் இல்லை. வாழ்க்கை குறித்தும், மரணம் பற்றியும் சொன்னால் புரியாது என நினைத்து கண்ட கதைகளையும் சொல்கிறோம். குழந்தைகளால் மிக எளிதாக இழப்புகளை கடந்து வர முடியும். அது அவர்களின் 'சர்வைவல்' ஆற்றல். எனவே, மரணித்தவர்கள் மீண்டும் வரமாட்டார்கள். சொர்க்கம், நரகம் என எதுவுமில்லை என உண்மையைப் பேசுங்கள். உங்கள் நம்பிக்கை உங்களோடு இருக்கட்டும். "இந்த ஒரு வாழ்க்கைதான். மீண்டும் நாம் பிறப்பதில்லை. அதனால் வாழ்க்கையை வீணடிக்காமல் பொறுப்போடும் மகிழ்வோடும் வாழப் பழகு" எனக் கற்பியுங்கள். கிடைத்திருப்பது ஒற்றை வாழ்க்கைதான் எனப் புரியும்போது வாழ்வதன் கடமையும் பொறுப்பும் குழந்தைக்கு வரும்.

சூழும் அத்தனை துன்பங்களிலிருந்தும் பிரச்னைகளிலிருந்தும் மனிதர்களைக் காப்பாற்ற வல்லது அவர்களது அறிவு மட்டுமே. 'அறிவுக்கு மிஞ்சிய சொத்தும் இல்லை; அறியாமையை மிஞ்சிய வறுமையும் இல்லை' என்கிறார் உலகின் முதல் பகுத்தறிவாளரான புத்தர். அறிவுக்கு முக்கியத்துவம் கொடுத்தவர்களாலேயே இங்கே இந்த பூமி இவ்வளவு வளர்ச்சிகளையும் நன்மைகளையும் கண்டிருக்கிறது. யாரெல்லாம் அறிவைப் புறந்தள்ளி மூட நம்பிக்கைகளின் பின்னால் போனார்களோ அவர்களாலேயே அழிவுகள் நடக்கின்றன.

உங்கள் குழந்தை நல்ல மனிதராக வேண்டுமெனில் அறிவின் பக்கம் நில்லுங்கள். அறிவியல் ஆற்றலை வளர்த்தெடுங்கள். இந்த பூமியும் மனித இனமும் அவ்வகையிலேயே பெரும் பயனடையும். இல்லையெனில் இப்போது போல எப்போதும் சீரழியும்.

வயதுக்கு வந்தோர் மட்டும்...

13

குழந்தை வளர்ப்பு தொடர்பான ஒரு தொடருக்கு ‘அடல்ட்ஸ் ஒன்லி’ என்று தலைப்பா என சில நண்பர்களும் வாசகர்களும் கேட்டனர். சொல்ல வரும் செய்தியை இந்தத் தலைப்பு திசை திருப்புவதாகவும் சிலர் குறிப்பிட்டனர். அடல்ட்ஸ் ஒன்லி என்றால் ‘வயதுக்கு வந்தோர் மட்டும்’ என்று பொருள். நம்மைப் பொருத்தவரை வயது வந்தோருக்கு மட்டுமான விஷயமெனில் அது செக்ஸ் மட்டும்தான். மற்றபடி ‘எல்லாவற்றையும்’ கடைவிரித்து வைக்கலாம். குழந்தைகள் ஒரு போதும் பார்க்கக் கூடாத, பழகக் கூடாத ‘அடல்ட்ஸ் ஒன்லி’ விஷயங்கள் நிறைய இருக்கின்றன. வன்முறை, வன்மம், பாகுபாடு, திருட்டு, பொய் சொல்லுதல், ஏமாற்றுதல், பாலியல் சீண்டல்கள், மூட நம்பிக்கை என அந்தப் பட்டியல் மிகப் பெரியது. குழந்தையின் உளவியலைக் கட்டமைக்கும் இவை குறித்து உண்மையில் நமக்கு எந்த அறிவும் இல்லை.

நம் சமூகத்தில் பல வீடுகளில் மிகச் சாதாரணமாக காணக் கிடைக்கிற அடல்ட்ஸ் ஒன்லி காட்சிகள் இவை.

முதல் வீடு: என் உறவினர் ஒருவருக்கு எதற்கெடுத்தாலும் 'பளார்னு அறைஞ்சேன்னா தெரியும்' என மனைவியை நோக்கி கையை ஓங்குவது பழக்கமாகவே இருந்தது. பதற்றம் கூடினால் நடுக்கூடத்தில் போட்டு அடிக்கவும் செய்வார். மறுநாள் மனைவியிடம் வந்து "டென்ஷனா இருக்குறப்போ, கூட கூட பேசாதன்னு எத்தனை தடவை சொல்லிருக்கேன்" என்று சமாதானம் செய்வார். இதைப் பார்த்து பார்த்து வளர்ந்த அவரது மகன் 15 வயதில், 'ஏண்டா வெளில சுத்துற' என்று கேட்ட அம்மாவை ஓங்கி ஓர் அறைவிட்டான். அப்பா வந்து கேட்டதற்கு "டென்ஷன்" என்று பதில் சொன்னான். அதைவிட கொஞ்சம் வளர்ந்ததும் காதலித்து திருமணம் செய்த பெண்ணை அடிப்பதை வழக்கமாக்கிக் கொண்டான். பெண்களை/யாரையும் கைநீட்டி அடிக்கலாம் என்ற மோசமான பழக்கத்தை குழந்தைகள் வீட்டிலிருந்துதான் கற்கின்றன.

அடுத்த வீடு: இருவருமே வேலைக்குப் போய் கை நிறைய சம்பாதிப்பவர்கள். குழந்தை முன் ஒருவரை ஒருவர் கேவலமாகத் திட்டித் தீர்ப்பார்கள். மனைவிக்கு பல ஆண்களுடன் உறவு இருப்பதாக கெட்ட வார்த்தைகள் சொல்லி கணவர் திட்டுவார். "நீ மட்டும் ஒழுங்கா" என மனைவியும் அசிங்கமாகப் பேசுவார். வாட்ஸப்பில் வந்த குறுஞ்செய்தி முதல் பாலியல் ரீதியான சம்பவங்கள் வரை எல்லாவற்றையும் ஆத்திரத்தோடு விவரிப்பார்கள். அவர்களது எட்டு வயது குழந்தை பெற்றோரின் சண்டையை அழுது கொண்டே தடுக்கும். கூடா நட்பினால் விரிசல் விழுந்த தம்பதியருக்கு குழந்தையாக இருப்பதைப் போன்ற கொடுமை குழந்தைக்கு வேறெதுவும் இல்லை. வாழ்க்கையே அதற்கு துன்பம்தான். குழந்தை முன் சண்டை போடக் கூடாது கெட்ட வார்த்தைகள் பேசக் கூடாது என்ற அடிப்படையான அறத்தை கூட இன்றைய படித்த தலைமுறை கடைப்பிடிப்பதில்லை.

மூன்றாவது வீடு: கணவன் குடும்பத்தை மனைவி கேவலமாகப் பேச, மனைவி வீட்டாரை கணவன் ரொம்ப கேவலமாகப் பேச...இதுதான் அவர்களுக்கு பொழுதுபோக்கே! சோத்துக்கு அலையுறாங்க, காசுக்கு அலையுறாங்க என மாற்றி மாற்றி இழிவுபடுத்திக் கொள்வார்கள். பெற்றோர்கள் பற்றியும் சகோதரர்கள் பற்றியும் புறம் பேசும் போது அது குழந்தையின் காதுகளை எட்டுகிறதா என எத்தனை பேர் திரும்பிப் பார்த்திருப்போம். இன்னும் சொல்லப் போனால், பாட்டி-தாத்தா, அத்தை-மாமா, சித்தி-சித்தப்பா பற்றி குழந்தையிடமே தவறாகச் சொல்வது இங்கே பண்பாடாகவே இருக்கிறது. உறவுகள் மீது அன்பும் மதிப்பும் இல்லாமல் போவதுடன் மிக மிக சுயநலமாக குழந்தை வளர இதுவே காரணமாகிறது.

மற்றுமொரு வீடு: தொழிலில் நஷ்டம், குடும்பத்தில் பிரச்சினை, உடம்பு சரியில்லாமல் போவது என வாழ்க்கையில் என்ன கேடு நடந்தாலும் ஜோசியம் பார்க்கக் கிளம்பிவிடுவார்கள். தன்னுடைய எந்த செயலுக்கும் தான் பொறுப்பேற்காமல் கட்டம் சரியில்லை, குரு அங்க போயிட்டார், சனி இங்க வந்துட்டார் எனப் புலம்புகின்றனர். யாரையும் மதிக்காமல், சரியாகப் படிக்காமல் எப்போதும் அடம்பிடிக்கும் தன் குழந்தையின் ஒழுக்கக் குறைபாட்டைக் கூட பரிகாரம் செய்து சரிப்படுத்த வேண்டிய பிரச்சினையாகவே பார்த்தனர். இத்தகைய குடும்பத்தில் வளரும் குழந்தை எதைக் கற்கும்? கொலையே செய்தாலும் அதற்கு தான் பொறுப்பில்லை என்றுதானே!

மேலும் ஒரு வீடு: "நம்ம தெருவுக்குள்ள செருப்பு போட்டுட்டு நடந்துட்டான், நம்ம புள்ளைய காதலிச்சுட்டான்...சும்மா விடக் கூடாது, நாம யாருனு புரிய வைக்கணும். தூக்கு தண்டனை கிடைச்சாலும் பரவாயில்லை. நம்ம கவுரவத்தை காப்பாத்தியாகணும்" என அப்பா, சித்தப்பா, மாமன்கள் அடித்தொண்டையில் முழங்க அவ்வீட்டில் உள்ள சிறுவர்கள், கவுரவம் என்பது பிறரைத் தாழ்த்தியும் ஒடுக்கியும் பெற வேண்டிய ஒன்றாக நம்பத் தொடங்குகின்றனர். எதிர்காலத்தில் குற்றம் இழைக்க அதுவே ஊக்க மருந்தாகிறது. சக மனிதர்களின் சமத்துவ நல்வாழ்விற்கு எதிரான நம் வன்மங்களை, நாம் குழந்தைகளிடம் இருந்து ஒளித்து வைப்பதில்லை. சாதியால் தாழ்த்தப்பட்ட சக மாணவனை ஆதிக்க உணர்வோடு தன் வீட்டுப் பிள்ளை தாக்கிவிட்டு வந்தால் பெற்றோர்கள் பெருமைப்படும் அவலம் இந்த காலத்திலும் இருக்கிறது. மனித நல்லுறவுக்கு எதிரான வன்மங்களும் பாகுபாடுகளும் குழந்தைகளுக்கு கடத்தப்படவில்லை ஆதிக்கம் எனும்

தொடர் சங்கிலியின் கண்ணி அறுந்துவிடும் என்பதால், பாலூட்டும் போதே இந்த நஞ்சும் ஊட்டப்படுகிறது.

அடுத்து ஒரு வீடு: மனைவிக்கு வைர அட்டிகை வாங்கி வருகிறார் கணவர். "எப்படிங்க இவ்ளோ காசு வந்தது" என்ற கேள்விக்கு "இன்னைக்கு ஆபீஸ்ல நல்ல கலெக்‌ஷன்" என்கிறார். இதைப் பார்க்கும் பருவ வயது பையன் "அப்பா எனக்கு பைக் வேணும்" என கேட்கிறான். "அடுத்த கலெக்‌ஷன் உனக்குத்தான்" என்கிறார் பாசமொழுக. ஊழல் செய்வதும் லஞ்சம் வாங்குவதும் கொலைக்கு இணையான குற்றம் என்பதை மாற்றி அதை வசதியாக வாழ்வதற்கான வழியாக்கிய பெற்றோர், பிள்ளைகளையும் அவ்வாறே பிழைக்கப் பழக்குகின்றனர். வாக்குக்கு லஞ்சம், பள்ளியில் இடம் வாங்க லஞ்சம், வேலைக்கு லஞ்சம்... என சாமானியர்களாகிய நம் வாழ்க்கையில் இரண்டறக் கலந்ததாக ஊழல் இருக்கையில் அரசியல்வாதிகளின் ஊழல் குறித்து மட்டும் ஆவேசப்படுகிறோம். அரசியல்வாதியின் மகன் 'கமிஷன்'களை ஒழுங்குபடுத்தும் வேலையை பள்ளிப் பருவத்திலேயே கற்கிறான். அரசு ஊழியரின் வாரிசுகளுக்கு ஒரு கோப்பை அடுத்த மேசைக்கு நகர்த்தக் கூட விலை உண்டு என தெரியும். இத்தனை பேரை ஆபரேஷன் தியேட்டருக்கு அனுப்பினால் எந்த நாட்டிற்கு டூர் போகலாம் என டாக்டர் பிள்ளைகள் அறிவார்கள். இந்த ஊழலின் ஊற்றுக்கண் யார்? பெற்றோரும், குடும்பங்களும்தானே! இப்படி எல்லாம் பணம் சம்பாதிக்கக் கூடாது என எந்தப் பெற்றோர் குழந்தைக்கு சொல்லித் தருகின்றனர்?!

இப்படி அடுக்கிக் கொண்டே போகலாம். குழந்தை வளர்ப்பு என்பது வெறுமனே சோறூட்டுவது அல்ல, தாலாட்டு பாடி தூங்க வைப்பதல்ல, படிக்க வைப்பதல்ல, சம்பாதிக்கக் கற்றுத் தருவதல்ல. மனிதரை மனிதராக வளர்த்தெடுக்கும் பெருங்கடமை அது. பாதைகளற்ற மலையில் ஏறுவதைப் போல அடிக்கு அடி நாம் கவனமுடன் செயலாற்ற வேண்டிய களம் அது. உங்கள் வீட்டுக்கு வெளியே குப்பையைக் கொட்டுகிறீர்கள் என வைத்துக் கொள்வோம்! தினமும் கொட்டுகிறீர்கள். அந்த இடம் நாறத் தொடங்குகிறது. கொசுக்களும், விஷப்பூச்சிகளும் மொய்க்கின்றன. "அப்படித்தான் குப்பை போடுவேன், என்னை யாரும் கேட்கக் கூடாது" என நீங்கள் சொல்ல முடியுமா?

அதே போல உங்கள் வீட்டில் ஒரு நாய் வளர்க்கிறீர்கள். மூர்க்கமான குணம் கொண்ட அந்த நாய் போவோர் வருவோரை எல்லாம் கடித்து வைக்கிறது. "அப்படித்தான் என் நாய் எல்லோரையும் கடிக்கும்" என அமைதியாக இருக்க முடியுமா?

நம் வீட்டிலிருந்து குப்பையோ, நாயோ கூட வெளியில் மற்றவருக்கு தொல்லையாக மாறக் கூடாது எனும் போது வீடுகளில் இருந்து உருவாக்கி

அனுப்பப்படும் மனிதர்கள் இச்சமூகத்தில் ஏற்படுத்தும் விளைவுகளுக்கு வீடுகள் பொறுப்பேற்க வேண்டுமா இல்லையா? நாள்தோறும் அத்தனை 'அடல்ட்ஸ் ஒன்லி' தவறுகளையும் குழந்தைகள் முன் நிகழ்த்திவிட்டு, குழந்தை மட்டும் சரியாக வளர வேண்டும் என்றால் எப்படி?

குழந்தைகள் நம் சொற்களை விடவும் செயல்களையே பின்பற்றுகின்றன. சமூகத்தைச் சீரழிக்கும் குணக்கேடுகளான வன்முறை, வன்மம், வெறுப்புணர்வு, ஒழுக்கக்கேடு, பாகுபாடு, ஆதிக்கம் போன்ற வயது வந்தோருக்கான செயல்களுக்கு குழந்தைகளை நாம் எல்லா வகையிலும் பழக்கப்படுத்துகிறோம். இந்த குணக்கேடுகள்தான் தவறான உளவியலைக் கட்டமைத்து ஒரு குழந்தை தீய மனிதராக வளரக் காரணமாக அமைகிறது. ஆனால் நம்மைப் பொறுத்தவரை செக்ஸைத் தவிர எதுவுமே 'அடல்ட்ஸ் ஒன்லி' கிடையாது. இத்தகைய கருத்தியலை நம் மனதில் விதைத்தவை திரைப்படங்கள். 'ஏ' சான்றிதழ் எனில் அதில் பாலியல் காட்சிகள் இடம் பிடித்திருக்கும் என அர்த்தம் கொள்கிறோம். திரைப்படங்களை எந்தெந்த வயதினர் பார்க்கலாம் என சான்றிதழ் வழங்கும் தணிக்கை விதிப்படி 'ஏ' சான்றிதழ் என்பது பாலியல் காட்சிகளுக்கானது மட்டுமல்ல; வன்முறைக்கும் வன்மங்களுக்கும் கூட அது பொருந்துகிறது.

ஆனால் பறந்து பறந்து அடிப்பது, இரும்பு ராடால் தாக்குவது, கத்தியால் கழுத்தை அறுப்பது, கை காலை உடைப்பது, வாயில் ஓங்கி குத்துவிடுவது போன்ற மோசமான வன்முறை காட்சிகள் கதாநாயகர்களின் சாகசமாக ஏறக்குறைய எல்லா திரைப்படங்களிலுமே இடம் பெறுகின்றன. இப்படியான காட்சிகளை குழந்தைகளுடன் உட்கார்ந்து பாப்கார்ன் சாப்பிட்டுக் கொண்டே நாமும் பார்க்கிறோம். இதனால் குழந்தை உளவியல் ரீதியாக

குழந்தை வளர்ப்பு என்பது...

புனித காரியமில்லை: நமக்கு ஒரு கெட்ட பழக்கம் இருக்கிறது. எதையும் புனிதப்படுத்தி காலி பண்ணுவது. பெண்களை புனிதப்படுத்தி உரிமைகளை பறித்தோம். நதிகளை புனிதப்படுத்தி தூய்மையைக் கெடுத்தோம். அவ்வகையில் தான் குழந்தைகளும் நம்மிடம் படாதபாடு படுகின்றனர். தெய்வத்திற்கு இணை என்போம். ஆனால் அடிப்படை உரிமைகளைக் கூட பறித்துவிடுவோம். அதனால் புனிதப்படுத்தாதீர்கள். குழந்தை பிறந்தால் செல்வம் பிறந்தது, அதிர்ஷ்டம் பிறந்தது என்றெல்லாம் சொல்லாமல் கடமை பிறந்ததாக உணருங்கள். அதனால் இச்சமூகத்திற்கு நன்மை உண்டாகிறதோ இல்லையோ தீமை உண்டாகக் கூடாது.

சுமை தூக்கும் வேலையல்ல: குழந்தை பிறந்ததும் பெற்றோர்கள் தம்மை சுமைதூக்குபவராக மாற்றிக் கொள்கின்றனர். ஏன் இவ்வளவு மெனக்கெடுகிறீர்கள். வாழ்க்கை ஒன்றும் அவ்வளவு எதிர்மறையானதோ, சுமையானதோ அல்ல. நமது ஆசைகள் தான் அதை சுமையானதாக மாற்றுகிறது. எட்டாத இலக்கை நிர்ணயித்துக் கொண்டு ஓடத் தொடங்குகிறோம். ஓடி ஓடி சலிக்கிறோம். ஒருகட்டத்தில் அடச்சே, இந்த குழந்தைக்காகத் தான் இவ்வளவு ஓட வேண்டியிருக்கிறது என அலுப்பு வருகிறது. குழந்தையை சுமையாக மாற்றாதீர்கள். சுதந்திரமாக விடுங்கள். இலகுவாக உணர்வீர்கள்.

செலவை அதிகரிக்கும் தொல்லை அல்ல: பசிக்கு உணவு, மாற்று உடை, இருப்பதற்கு ஒரு கூரை இவைதான் அடிப்படைத் தேவை. மற்றதெல்லாம் தேவையற்றதுதான். அப்படி எனில் நாம் எவ்வளவு பேராசைப்படுகிறோம் என நினைத்துப் பாருங்கள். உண்மையில் சின்னச் சின்ன செயல்களில் மகிழ்ச்சியடையும் பண்புதான் குழந்தையின் குணம். நாம் அவர்களுக்கு பகட்டைப் பழக்கப்படுத்துகிறோம். பெரிய வீடு, பெரிய பள்ளி, பெரிய கார், பெரிய வாழ்க்கை என கனவு வாழ்க்கைக்கு அடிமை ஆக்குகிறோம். நிறுத்துங்கள். அடிப்பகுதி இல்லாத பாத்திரத்தை உங்களால் ஒருபோதும் நிரப்ப முடியாது. எளிமைக்கு பழக்கப்பட்ட குழந்தை எல்லா சூழலையும் சமாளித்து வாழும். அந்த வாழும் கலையை கற்பித்து நீங்கள் சுதந்திரமடையுங்கள்.

வாரிசு உற்பத்தி அல்ல: நாம் அப்படித்தான் நினைக்கிறோம். ஆனால் உண்மை அதுவல்ல. உங்களுக்கு மகனாகவோ மகளாகவோ பிறந்தாலும் இச்சமூகத்தின் ஓர் அங்கமாக, உலக உயிரியல் விருத்தியின் தொடர்ச்சியாக, தலைமுறையின் பங்களிப்பாக, கூட்டத்தில் ஒருவராகவே குழந்தை வாழப் போகிறது. சுயநலனோடு வாழப் பழக்காதீர்கள். எல்லோருடனும் இணைந்து வாழும் கூட்டு வாழ்க்கைக்கு தயார்படுத்துங்கள். வாரிசு என்பது ஒருவித மாயை. சமூகத்தோடு ஒன்றாமல் தனிநபராக மகிழ்ச்சியாக வாழ்ந்துவிட முடியும் என்ற அறியாமையை உடனே பொசுக்குங்கள். அது மிக மிக ஆபத்தானது.

சொந்த செயல் அல்ல: குடும்பங்கள் இந்த பூமிக்கு ஏதேனும் பங்காற்றுகின்றன எனில், அது குழந்தை பெறுவதே. பின் அது எப்படி தனிப்பட்ட சொந்த விஷயமாகும்? உங்கள் வீட்டில் ஒரு குழந்தை பிறந்தால் உங்கள் சமூகப் பொறுப்பு இரட்டிப்பாகிறது. பொறுப்புடன் செயல்படத் தயாராகுங்கள்.

எத்தகைய மாற்றத்தை அடைகிறது என நாம் கவலைப்படுவதில்லை. ஒரு 'சூப்பர் ஹீரோ'வின் தீவிர ரசிகனான என் உறவினர் பையன் (9 வயது) தன் தம்பியின் முகத்தில் கத்தியால் கோடு போட்டுவிட்டான். கூடவே 'பஞ்ச் டயலாக்'கும் பேசியிருக்கிறான். இப்படியான விளைவுகள் சமூகக் கேடு இல்லையா? என்னைக் கேட்டால் பெரிய கதாநாயகர்களின் 'ஹீரோயிஸ' படங்களில் எதுவுமே குழந்தைகள் பார்க்கத் தகுதியானவை அல்ல. எல்லாமே 'அடல்ட்ஸ் ஒன்லி' வகையறா தான்.

வன்முறை மட்டுமல்ல, சாதிப் பெருமை பேசும், பெண்களை இழிவுபடுத்தும், தீயப் பழக்கங்களை ஊக்கப்படுத்தும் காட்சிகளைக் கொண்ட படங்களை எல்லாம் நாம் குழந்தைகளுடன் பார்க்கிறோம். இதில் நமக்கு எந்த சங்கடமும் இல்லை. ஆணும் பெண்ணும் நெருக்கமாக இருக்கும் பாலியல் காட்சி வந்தால் பதறுவதைப் போல வன்முறைக்கும் வன்மங்களுக்கும் நம் மனம் சஞ்சலப்படுவதில்லை. இப்படியான திரைப்படங்களை இயக்குவோர் சமூகத்தில் நடப்பதைத் தானே காட்டுகிறோம் என வாதிடுவார்கள். சமூகத்தில் நடப்பதை காட்டுங்கள், தவறில்லை. எல்லா வகையான படைப்பு சுதந்திரமும் உங்களுக்கு இருக்கிறது. ஆனால், அதை குழந்தைகள் பார்க்க வேண்டுமென ஏன் நினைக்கிறீர்கள் என்பதுதான் என் கேள்வி! 'ஏ' சான்றிதழ் கொடுத்தால் அதை ஏன் பெரிய பிரச்னையாக்குகிறீர்கள்? 18 வயதிற்கு உட்பட்டோரால் படத்திற்கு பிசினஸ் என்று கருதினால் 'அடல்ட்ஸ் ஒன்லி' விஷயங்களை தள்ளி வைக்க வேண்டியது இயக்குநர்களின் கடமை.

திரைப்படம் மட்டுமல்ல, முற்பகல் தொடங்கி நாள் முழுவதும் ஓடி பின்னிரவு வரை நீடித்து பலரது மன ஆரோக்கியத்தையும் இரவு தூக்கத்தையும் கெடுக்கும் தொலைக்காட்சித் தொடர்கள் அனைத்தும் 'அடல்ட்ஸ் ஒன்லி' கதைகள் தான். அதில் காட்டப்படாத வன்முறையா? வன்மமா? மூட நம்பிக்கைகளா? ஏதோவொரு தொடரில் தூக்கு மாட்டுவதை விலாவாரியாகக் காட்டினார்கள். தற்கொலைத் தடுப்பு அமைப்புகள், இது போல தற்கொலை முறைகளை விவரித்து காண்பிக்கக் கூடாது என விழிப்புணர்வை ஏற்படுத்துகின்றன. ஆனால் திரைப்படங்களும் தொலைக்காட்சி நிகழ்ச்சிகளும் அதை மதிப்பதே இல்லை. அது மட்டுமல்ல, கொலை செய்வது, சூழ்ச்சி செய்வது, பிறர் மனைவியை அபகரிப்பது, பேய் பிடிப்பது என மனித வாழ்வின் அத்தனை எதிர்மறை விஷயங்களும் சீரியல்களில் காட்சிப்படுத்தப்படுகின்றன. ஏறக்குறைய எல்லா வீடுகளிலுமே அம்மாக்களோடும் பாட்டிகளோடும் அமர்ந்து குழந்தைகள் அவற்றைப் பார்க்கின்றன. இன்னும் ஒருபடி மேலே 'ரியாலிட்டி ஷோ'க்கள். குறிப்பாக குடும்பச் சண்டைகளை அம்பலப்படுத்தும் நிகழ்ச்சிகளை நடுக்கூடத்தில் அமர்ந்து குடும்பமாக பார்க்கின்றனர். இது குழந்தைகளின் உளவியலில் மோசமான தாக்கத்தை ஏற்படுத்துவது குறித்து நாம் கவலைப்படுவதே

இல்லை. அவ்வாறே சமூக வலைத்தள வீடியோக்களும்.

ஆக, எது அடல்ட்ஸ் ஒன்லி என அறிவு பெறுவது வயது வந்தோரான நமது அடிப்படைக் கடமை என்று கருதுகிறேன். இந்த தொடர் தொடங்கப் பட்ட போது தொடர்பு கொண்ட சிலர் "அருமையாக எழுதி இருக்கிறீர்கள். என் குழந்தையிடம் படிக்கக் கொடுக்கிறேன்" என்றார்கள். 'நீங்கள் அவ்வாறு செய்யக்கூடாது என்பதற்காக தான் அடல்ட்ஸ் ஒன்லி என தலைப்பு வைக்கப்பட்டுள்ளது' என்றேன். குழப்பம் அடைந்தார்கள். இத்தொடரில் விவாதிக்கப்பட்டவற்றை குழந்தை அறியுமானால், 'நம் பெற்றோர் என்னென்ன தவறுகள் செய்கின்றனர்' என குழந்தை ஒப்பு நோக்கத் தொடங்கும். பெற்றோர் மீது மரியாதையை இழக்கவும் வாய்ப்பு இருக்கிறது. குழந்தை வளர்ப்பு என்பது பெரியவர்களின் கடமை. அம்மாக்கள் அப்பாவையும், அப்பாக்கள் அம்மாவையும் குழந்தைகள் முன் வளர்ப்புமுறை குறித்து குறைகூறுவது இன்றும் நடக்கிறது. இப்பழக்கத்தை உடனடியாக மாற்றிக் கொள்ளுங்கள். இதனால் பெற்றோராகிய உங்கள் மரியாதை காப்பாற்றப்படும்.

குழந்தையை குழந்தையாக வாழ அனுமதிக்காத குடும்ப/சமூகச் சூழல்தான் ஒரு தலைமுறையின் மீது தொடுக்கப்படும் மோசமான வன்முறை என்பேன்! நம் வீடு குழந்தைகளுக்கானதாக இல்லை. இந்த உலகம் குழந்தைகளுக்கானதாக இல்லை. இந்த வாழ்க்கையும் குழந்தைகளுக்கானதாக இல்லை. பெரியவர்களின் உலகில் பெரியவர்களின் நிபந்தனைகளுக்கு உட்பட்டு, ஒரு பெரிய

மனுஷத்தனமான வாழ்வைத் தான் குழந்தைகள் பரிதாபமாக வாழ்கின்றன. நாலாபக்கமும் பாருங்கள். குழந்தைகளுக்கென என்ன இருக்கிறது? அவர்கள் அறிவு பெற, இளைப்பாற, பொழுது போக்க, கொண்டாடி மகிழ தனித்துவமாக என்ன வைத்திருக்கிறோம்! நம் விருப்பம்தான் அவர்களது விருப்பமும். நம் கனவுதான் அவர்களுடையதும். நம் தேடல்களுக்குதான் அவர்கள் ஓடுகின்றனர். பரந்து விரிந்த இந்த வயது வந்தோர் உலகத்தில் சின்னஞ்சிறிய இடம் கூட அவர்களுக்கு வழங்கப்படவில்லை. இன்றைய குழந்தைகளுக்கு குழந்தைமை (childhood) என ஒன்றே கிடையாது. எல்லாமே பெரியமனுஷத்தனம் (adulthood) தான். நமக்கும் குழந்தைகளுக்கும் இடையில் இயற்கை இயங்கியல் கிழித்திருக்கும் கோட்டை அழித்துவிட்டு, நாம் அவர்களது எல்லைக்குள் அத்துமீறுகிறோம் அல்லது நம் எல்லைக்குள் அவர்களை இழுக்கிறோம். இரண்டின் விளைவும் ஒன்றுதான். அது சீரழிவு.

பெரியவர்களாகிய நாம் முன்னே நடந்து வழிகாட்ட குழந்தை பின்னே நடந்து வரும். இழுத்துக் கொண்டு ஓட வேண்டிய அவசியம் இல்லை. திரும்பிப் பார்க்க வேண்டிய தேவையும் இல்லை. நாம் உறுதிப்படுத்திக் கொள்ள வேண்டியது ஒன்றே ஒன்றைத் தான். நாம் அடியெடுத்து வைக்கும் திசை சரியானதாக இருக்கிறதா என்பது மட்டுமே! அத்திசையில் வன்முறை, வன்மம், காழ்ப்பு, வெறுப்பு, பாகுபாடு, ஒழுக்கக்கேடு எதுவும் இல்லைதானே! அன்பு, அறம், அமைதி, அறிவு ஆகியவை நிறைந்திருக்கிறது அல்லவா? திரும்பிப் பார்க்காமல் தலை நிமிர்ந்து நடங்கள். உங்கள் பிள்ளை வழிதவறிப் போகாது.